AF761584

ഗ്രീൻ ബുക്സ്

മലയാളത്തിന്റെ പ്രിയകവിതകൾ

വള്ളത്തോൾ നാരായണ മേനോൻ

മലപ്പുറം ജില്ലയിലെ തിരൂരിന് സമീപം
ചേന്നര ഗ്രാമത്തിൽ 1878 ഒക്ടോബർ 16ന് ജനനം.
അച്ഛൻ: കടുങ്ങോട്ട് മല്ലിശ്ശേരി ദാമോദരൻ.
അമ്മ: കോഴിപ്പറമ്പിൽ കുട്ടിപ്പാറു അമ്മ എന്ന പാർവതിയമ്മ.
വിദ്യാഭ്യാസം: അമ്മാവനായ രാമനുണ്ണി മേനോന്റെ
കീഴിൽ സംസ്കൃത പഠനം, കൈക്കുളങ്ങര
രാമ വാര്യരിൽ നിന്ന് തർക്കശാസ്ത്ര പഠനം.
കേരളോദയം, രാമാനുജൻ മാസിക
എന്നിവയുടെ പത്രാധിപർ, ആത്മപോഷിണി,
കേരളകൽപ്പദ്രുമം പ്രസ്സ്, കൗമുദി മാസിക
എന്നിവയുടെ മാനേജർ എന്നീ നിലകളിൽ
പത്രപ്രവർത്തന രംഗത്ത് സേവനമനുഷ്ഠിച്ചിട്ടുണ്ട്.
കേരള കലാമണ്ഡലം സ്ഥാപകൻ.
1958 മാർച്ച് 13ന് 79-ാം വയസ്സിൽ അന്തരിച്ചു.

മലയാളത്തിന്റെ

പ്രിയകവിതകൾ

വള്ളത്തോൾ

ഗ്രീൻബുക്സ്

green books private limited
gb building, civil lane road, ayyanthole,
thrissur- 680 003, kerala, ph: +91 487-2381066, 2381039
website: www.greenbooksindia.com
e-mail: info@greenbooksindia.com

branches:
thrissur 8589095302
thiruvananthapuram 8589095301
calicut 8589095307

malayalam
malayalathinte priyakavithakal
poem
by
vallathol narayana menon

published december 2024

printed in india

isbn : 978-93-48125-51-4

₹ 290.00
GBPL/1400/2024

മുഖക്കുറി

എഴുത്തച്ഛനു ശേഷം മലയാളസാഹിത്യത്തിൽ നിലനിന്നിരുന്ന നവക്ലാസ്സിസിസത്തിന്റെ രചനാഭംഗിയെ സാക്ഷാത്കരിച്ച കവിയാണ് വള്ളത്തോൾ. തൃശ്ശൂരിൽ കേരള കല്പദ്രുമവുമായി ബന്ധപ്പെട്ട് താമസിക്കുന്നതിനിടയിലാണ് വള്ളത്തോളിന്റെ വ്യക്തിത്വം വികസിക്കുന്നത്. കവനകൗമുദി മാസികയുടെ മാനേജർ, രാമാനുജൻ മാസികയുടെ പത്രാധിപർ എന്നീ നിലകളിൽ പത്രപ്രവർത്തനരംഗത്ത് പ്രവർത്തിച്ചതിന്റെ ഫലമായാണ് വള്ളത്തോളിലെ കാവ്യകല്പനകൾ രൂഢമൂലമായത്. വാല്മീകി രാമായണത്തിന്റെ വിവർത്തനം വള്ളത്തോളിന്റെ സ്ഥാനം ഉറപ്പിച്ചു. അതിലൂടെ കാവ്യരചന ജീവിതത്തൊഴിലായി മാറി. കുമാരനാശാന്റെ വീണപൂവ്, നളിനി തുടങ്ങിയ കാവ്യങ്ങൾ മലയാള കവിതാസാഹിത്യത്തിൽ ചെലുത്തിയ അത്രതന്നെ സ്വാധീനം വള്ളത്തോൾക്കവിതകൾക്കുമുണ്ടായി. ഉള്ളൂരിനെപ്പോലെ പാണ്ഡിത്യരീതിയല്ല, ലളിതമായ ആഖ്യാനമാണ് വള്ളത്തോൾ കൈക്കൊണ്ടത്. വള്ളത്തോൾ കവിതകൾ ആസ്വാദ്യകരവും പ്രസാദപൂർണ്ണവും ഉന്മേഷപ്രദവുമായിരുന്നു. സാഹിത്യമഞ്ജരി പതിന്നാല് ഭാഗങ്ങളിലൂടെ പൗരാണികവും സമകാലികവുമായ സംഭവങ്ങളും സമന്വയിപ്പിച്ചു. ഭാഷയുടെ സംഗീതം, കവിതകളുടെ അസാധാരണ മുഴക്കം, വൃത്തങ്ങൾ ഉപയോഗിക്കുന്നതിലെ മനോഹാരിത, ലഘുകാവ്യങ്ങളിലെ നാടകീയത, അർത്ഥഗാംഭീര്യമുള്ള ലളിതപദങ്ങൾ, പ്രതിപാദ്യത്തിന്റെ മർമ്മം, ചലനാത്മകത, വാക്കുകളുടെ പ്രവാഹം ഇതെല്ലാം വള്ളത്തോൾക്കവിതകളുടെ പ്രത്യേകതയാണ്. സ്വാതന്ത്ര്യസമര കാലഘട്ടത്തിൽ

ജീവിച്ചിരുന്ന ഇക്കവിയുടെ കവിതകൾ ഭാരതീയ ശ്രേഷ്ഠതയെ ഉദ്ഘോഷിച്ചിരുന്നു. ഉദാഹരണം എന്റെ ഗുരുനാഥൻ. അവിടെ ഗാന്ധിജിയിൽ അദ്ദേഹം സ്വന്തം ഗുരുനാഥനെത്തന്നെയാണ് കണ്ടിരുന്നത്. വർണ്ണനാ പ്രധാനങ്ങളും ഉപദേശപരങ്ങളുമായ കവിതകളോടൊപ്പം സ്വന്തം വികാരങ്ങളെയും അദ്ദേഹം കവിതകളിൽ ആവിഷ്കരിച്ചിട്ടുണ്ട്. ക്ലാസ്സിസത്തിൽ അടിയുറച്ച് വിശ്വസിച്ചിരുന്ന കവിയായിരുന്നു വള്ളത്തോൾ. മഗ്ദലനമറിയം, ബന്ധനസ്ഥനായ അനിരുദ്ധൻ, ശിഷ്യനും മകനും തുടങ്ങിയവ ഉദാഹരണം. ആട്ടക്കഥാസാഹിത്യത്തിലും വള്ളത്തോൾ വലിയ സംഭാവനകൾ നൽകിയിട്ടുണ്ട്. ഇന്നത്തെ കലാമണ്ഡലത്തിന്റെ സ്ഥാപകനായ വള്ളത്തോൾ കേരളത്തിന്റെയും ഭാരതത്തിന്റെയും സാംസ്കാരികചരിത്രത്തിൽ അത്യുന്നതനായി വർത്തിക്കുന്നു.

എഡിറ്റർ

വള്ളത്തോൾ നാരായണ മേനോൻ

(1878–1958)

1878 ഒക്ടോബർ 16ന് മലപ്പുറം ജില്ലയിലെ തിരൂരിനു സമീപം ചേന്നര ഗ്രാമത്തിൽ കോഴിപ്പറമ്പിൽ കുട്ടിപ്പാറു അമ്മ എന്ന പാർവതി അമ്മയുടെയും കടുങ്ങോട്ട് മല്ലിശേരി ദാമോദരൻ ഇളയതിന്റെയും മകനായി ജനിച്ചു. അമ്മാവനായിരുന്ന രാമനുണ്ണി മേനോന് കീഴിൽ നടന്ന സംസ്കൃതപഠനത്തിനുശേഷം കൈക്കുളങ്ങര രാമവാര്യരിൽനിന്നു തർക്കശാസ്ത്രം പഠിച്ചു. വാല്മീകി രാമായണവിവർത്തനം 1907ൽ പൂർത്തിയാക്കി. 1908ൽ ഒരു രോഗബാധയെത്തുടർന്ന് അദ്ദേഹം ബധിരനായി. ഇതേത്തുടർന്നാണ് 'ബധിരവിലാപം' എന്ന കവിത രചിച്ചത്. 1915ൽ ചിത്രയോഗം പ്രസിദ്ധീകരിച്ചു. അതേവർഷം കേരളോദയത്തിന്റെ പത്രാധിപനായി.

ഇന്ത്യൻ സ്വാതന്ത്ര്യസമരത്തിൽ ആകൃഷ്ടനായ അദ്ദേഹം ദേശസ്നേഹം തുളുമ്പുന്ന നിരവധി കവിതകൾ രചിച്ചിട്ടുണ്ട്. ഇന്ത്യൻ നാഷണൽ കോൺഗ്രസ്സിന്റെ ചെന്നൈ (1927), കൽക്കത്ത (1928) സമ്മേളനങ്ങളിൽ വള്ളത്തോൾ പങ്കെടുത്തിരുന്നു.

അവസാനകാലത്ത് വാർദ്ധക്യസഹജമായ അസുഖങ്ങൾ അല ട്ടിയ വള്ളത്തോൾ, 1958 മാർച്ച് 13ന് 79-ാം വയസ്സിൽ എറണാ കുളത്തെ മകന്റെ വീട്ടിൽ വച്ച് അന്തരിച്ചു. മൃതദേഹം പൂർണ ഔദ്യോഗിക ബഹുമതികളോടെ ചെറുതുരുത്തിയിലെ കേരള കലാമണ്ഡലം വളപ്പിൽ സംസ്കരിച്ചു.

കവിതകൾ

മാതൃവന്ദനം

വന്ദിപ്പിൻ മാതാവിനെ, വന്ദിപ്പിൻ മാതാവിനെ
വന്ദിപ്പിൻ വരേണ്യയെ, വന്ദിപ്പിൻ വരദയെ

എത്രയും തപശ്ശക്തിപൂണ്ട ജാമദഗ്ന്യന്നു
സത്രാജിത്തിനു പണ്ടു സഹസ്രസകരൻ പോലെ
പശ്ചിമരത്നാകരം പ്രീതിയാൽദ്ദാനം ചെയ്ത
വിശ്വൈകമഹാരത്നമല്ലി നമ്മുടെ രാജ്യം

വന്ദിപ്പിൻ മാതാവിനെ, വന്ദിപ്പിൻ മാതാവിനെ
വന്ദിപ്പിൻ സമുദ്രാത്മഭൂവാമീ ശ്രീദേവിയെ

പച്ചയാം വിരിപ്പിട്ട സഹ്യനിൽതല വെച്ചും
സ്വച്ഛാബ്ധിമണൽത്തിട്ടാം പാദോപധാനം പൂണ്ടും
പള്ളികൊണ്ടീടുന്ന നിൻ പാർശ്വയുഗ്മത്തെക്കാത്തു-
കൊള്ളുന്നൂ കുമാരിയും ഗോകർണ്ണേശനുമമ്മേ

വന്ദിപ്പിൻ മാതാവിനെ, വന്ദിപ്പിൻ മാതാവിനെ
വന്ദിപ്പിനുപാസ്യരായുള്ളോർക്കുമുപാസ്യയെ

ആഴിവീചികളനുവേലം വെൺനുരകളാൽ
ത്തോഴികൾപോലെ, തവ ചാരുതൃപ്പദങ്ങളിൽ
തൂവെള്ളിച്ചിലമ്പുകളിടുവിക്കുന്നൂ; തൃപ്തി
കൈവരാഞ്ഞഴിക്കുന്നു! പിന്നെയും തുടരുന്നൂ

വന്ദിപ്പിൻ മാതാവിനെ, വന്ദിപ്പിൻ മാതാവിനെ
വന്ദിപ്പിനനന്യസാധാരണസൗഭാഗ്യയെ

മിന്നൽക്കാറുകളായ പൊന്നണിദ്വിപങ്ങളു-
മന്യൂനസ്തനിതമാം പടഹസ്വനവുമായി
ഭാസമാനേന്ദ്രായുധതോരണം വർഷോത്സവം
ഭാർഗ്ഗവക്ഷേത്രത്തിൽപ്പോലെങ്ങാനുമുണ്ടോ വേറെ?

വന്ദിപ്പിൻ മാതാവിനെ, വന്ദിപ്പിൻ മാതാവിനെ
വന്ദിപ്പിൻ സുഭിക്ഷാധിദേവതയായുള്ളോളെ

ചന്ദനവനക്കുളിർ തെന്നലിൻ കളികളാൽ
മന്ദമായ്ത്തലയാട്ടിക്കൊണ്ടു മാമലകളിൽ
ഉല്ലസിച്ചീടും ജയവൈജയന്തികളേലാ-
വല്ലികൾ നിൻ തൂമണമെങ്ങെങ്ങു വീശാതുള്ളൂ?

വന്ദിപ്പിൻ മാതാവിനെ, വന്ദിപ്പിൻ മാതാവിനെ
വന്ദിപ്പിൻ ഗുണഗണാവർജ്ജിതജനൗഘയെ

ഹഹ നിൻതോട്ടങ്ങളിൽ ത്താംബൂലലതകളാൽ-
ഗൃഹസ്ഥാശ്രമികളായ്ച്ചമഞ്ഞ കമുങ്ങുകൾ
കായ്കൾതൻ കനംകൊണ്ടു നമ്രമൗലികളായി
ലോകോപകാരോന്മേഷാൽച്ചാഞ്ചാടി നിന്നീടുന്നു

വന്ദിപ്പിൻ മാതാവിനെ, വന്ദിപ്പിൻ മാതാവിനെ
വന്ദിപ്പിൻ നാഗന്തുകോദ്ഗീതമാനൗദാര്യയെ

പഴുപ്പു കായ്കൾക്കെത്തുങ്കാലത്തു പവിഴച്ചാ-
ർത്തഴകിലണിയുന്ന മുളകിൻകൊടികളും
കനകക്കുടങ്ങളെച്ചുമന്നേ കേരങ്ങളും-
നിനയ്ക്കിൽ നിതാന്താഭിരാമമേ നിന്നാരാമം

വന്ദിപ്പിൻ മാതാവിനെ, വന്ദിപ്പിൻ മാതാവിനെ
വന്ദിപ്പിൻ ശുഭഫലപ്രാർത്ഥികൾക്കാരാധ്യയെ

പിന്തിരിക്കൊല്ലേ ദൂനവർണ്ണമാം മുഖം വീണ്ടും
നിന്തിരുവടിയുടെ മക്കളായിത്തീരും ഞങ്ങൾ
നിത്യവും മുന്നോട്ടേക്കു പാഞ്ഞുപോം കാലക്കപ്പ-
ലെത്തിപ്പൂ പുറപ്പെട്ടദിക്കിൽത്താൻ യാത്രക്കാരെ

വന്ദിപ്പിൻ മാതാവിനെ, വന്ദിപ്പിൻ മാതാവിനെ
വന്ദിപ്പിൻ പ്രജാസ്നേഹവ്യാകുല ഹൃദന്തയെ

പാഴ്മണ്ണു പിടിച്ചൊരുമൂലയിൽക്കിടപ്പതാം
സ്വാമിനിയുടെ പള്ളിവാളിതു വീണ്ടും നമ്മൾ
നന്മെഴുക്കിടുകയാൽ നിർമ്മലാഭമായി മേന്മയിൽ
ചുംബിതമായിടട്ടെ മാർത്താണ്ഡാൽ മരീചിയാൽ

വന്ദിപ്പിൻ മാതാവിനെ, വന്ദിപ്പിൻ മാതാവിനെ
വന്ദിപ്പിൻ നിജസ്തന്യപോഷിതപ്രവീരയെ

വാൾകൊണ്ടെന്നതുപോലെ വായ്ക്കൊണ്ടും പ്രതിയോഗി-
ലോകത്തെജ്ജയിച്ചോരാം പൂർവകരുടെ രക്തം
അൽപ്പാൽപ്പം സിരകളിൽ ബാക്കിയുണ്ടതിൻ ചൂടാ-
ലിപ്പേഴെന്നാലും തെല്ലു കൺമിഴിച്ചല്ലോ നമ്മൾ

വന്ദിപ്പിൻ മാതാവിനെ, വന്ദിപ്പിൻ മാതാവിനെ
വന്ദിപ്പിൻ ചിരന്തനസുപ്രജാവതിയാളെ!

മാതാവിൻ മഹാഗൃഹം തുണ്ടുതുണ്ടാക്കിത്തീർത്തു
വേർതിരിപ്പതീ വെറും മാറാലമറകളോ
ഇവയെപ്പറപ്പിപ്പാനുണർന്ന നമ്മൾ മൂരി-
നിവർന്നു നേരേ വിടും നെടുവീർപ്പൊന്നേ പോരും

വന്ദിപ്പിൻ മാതാവിനെ, വന്ദിപ്പിൻ മാതാവിനെ
വന്ദിപ്പിൻ യോഗക്ഷേമ കൽപ്പന പ്രശസ്തയെ

ചേലോടെ പല പൂക്കൾകൊണ്ടു സൗഭ്രാത്രപ്പട്ടു-
നൂലിന്മേൽക്കോർക്കപ്പെട്ട നമ്മുടെ നവമാല്യം
മാലിന്യമേലാതെന്നും നിർവൃതി നൽകിക്കൊണ്ടു
ലാലസിക്കട്ടെ മാതൃദേവിതൻ തിരുമാറിൽ

വന്ദിപ്പിൻ മാതാവിനെ, വന്ദിപ്പിൻ മാതാവിനെ
വന്ദിപ്പിനദ്വൈതസിദ്ധാന്താധ്യാപികയാളെ

മാതൃവാക്കൊന്നാകണം നമുക്കു സാക്ഷാൽ വേദം
മാതൃശുശ്രൂഷായത്നമാകണം മഹായജ്ഞം
മാതാവിന്നുഴിഞ്ഞീടുകാത്മജീവിതം പ്രിയ
ഭ്രാതാക്കന്മാരേ, പാരിൽ ദൈവമേതുള്ളൂ വേറെ?

വന്ദിപ്പിൻ മാതാവിനെ, വന്ദിപ്പിൻ മാതാവിനെ
വന്ദിപ്പിൻ സർവ്വാഭീഷ്ടസാധകപ്രസാദയെ ■

എന്റെ ഗുരുനാഥൻ

ലോകമേ തറവാട്, തനിക്കീ ചെടികളും
പുൽകളും പുഴുക്കളും കൂടിതൻ കുടുംബക്കാർ
ത്യാഗമെന്നതേ നേട്ടം,താഴ്മതാൻ അഭ്യുന്നതി
യോഗവിത്തേവം ജയിക്കുന്നിതെൻ ഗുരുനാഥൻ

താരകമണിമാല ചാർത്തിയാലതും കൊള്ളാം
കാറണിച്ചളി നീളെ പുരണ്ടാലതും കൊള്ളാം
ഇല്ലിഹ സംഗം, ലേപമെന്നിവസമ സ്വച്ഛ-
മല്ലയോ വിഹായസവർണ്ണമെൻ ഗുരുനാഥൻ

ദുർജ്ജന്തുവിഹീനമാം ദുർല്ലഭ തീർത്ഥഹ്രദം
കജ്ജലോൽഗമമില്ലാത്തൊരു മംഗളദീപം
പാമ്പുകൾ തീണ്ടിടാത്ത മാണിക്യമഹാനിധി
പാഴ്നിഴലുണ്ടാക്കാത്ത പൂനിലാവെന്നാചാര്യൻ

ശസ്ത്രമെന്നിയെ ധർമ്മസംഗരം നടത്തുന്നോൻ
പുസ്തകമന്യേ പുണ്യാദ്ധ്യാപനം പുലർത്തുന്നോൻ
ഔഷധമന്യേ രോഗം ശമിപ്പിപ്പവൻ,ഹിംസാ-
ദോഷമെന്നിയേ യജ്ഞം ചെയ്‌വവനെന്നാചര്യൻ

ശാശ്വതമഹിംസയാണമ്മഹാത്മാവിൻ വ്രതം
ശാന്തിയാണവിടേക്കു പരദേവത പണ്ടേ
ഓതുമാറുണ്ടദ്ദേഹം "അഹിംസാ മണിച്ചട്ട
യേതുടവാളിൻ കൊടുവായ്ത്തല മടക്കാത്തു"

ഭാര്യയെക്കണ്ടെത്തിയ ധർമ്മത്തിൻ സല്ലാപങ്ങ-
ളാര്യസത്യത്തിൻ സദസ്സിങ്കലെസ്സംഗീതങ്ങൾ

മുക്തിതൻ മണിമയക്കാൽത്തളക്കിലുക്കങ്ങൾ
മുറ്റുമെൻ ഗുരുവിന്റെ ശോഭനവചനങ്ങൾ

പ്രണയത്താലേ ലോകം വെല്ലുമീയോദ്ധാവിന്നോ
പ്രണവം ധനുസ്സാത്മവാശുഗം, ബ്രൗഹ്മം ലക്ഷ്യം
ഓംകാരത്തെയും ക്രമാലലിയിച്ചലിയിച്ചു
താൻ കൈക്കൊള്ളുന്നു തുലോം സൂക്ഷ്മമാമംശം മാത്രം

ക്രിസ്തുദേവന്റെ പരിത്യാഗശീലവും സാക്ഷാൽ
കൃഷ്ണനാം ഭഗവാന്റെ ധർമ്മരക്ഷോപായവും
ബുദ്ധന്റെയഹിംസയും ശങ്കരാചാര്യരുടെ
ബുദ്ധിശക്തിയും രന്തിദേവന്റെ ദയാവായ്പും

ശ്രീഹരിശ്ചന്ദ്രന്നുള്ള സത്യവും മുഹമ്മദിൻ
സ്ഥൈര്യവുമൊരാളിൽച്ചേർന്നൊത്തുകാണണമെങ്കിൽ
ചെല്ലുവിൻ ഭവാന്മാരെൻ ഗുരുവിൻ നികടത്തിൽ
അല്ലായ്കിലവിടുത്തെ ചരിത്രം വായിക്കുവിൻ!

ഹാ! തത്ര ഭവൽപ്പാദമൊരിക്കൽ ദർശിച്ചെന്നാൽ-
ക്കാതരനതിധീരൻ കർക്കശൻ കൃപാവശൻ
പിശുക്കൻ പ്രദാനോൽക്കൻ പിശുനൻ സുവചന-
ന,ശുദ്ധൻ പരിശുദ്ധ; നലസൻ സദായാസൻ

ആതതപ്രശമനാമത്തപസ്വിതൻ മുന്നി-
ലാതതായി തൻ കൈവാൾ കരിംകൂവളമാല്യം
കൂർത്തദ്രംഷ്ടകൾ ചേർന്ന കേസരിയൊരു മാൻകു-
ഞ്ഞാർത്തേന്തിതടം തല്ലും വൻകടൽ കളിപ്പൊയ്ക

കാര്യചിന്തനചെയ്യും നേരമെന്നേതവിന്നു
കാനനപ്രദേശവും കാഞ്ചനസഭാതലം
ചട്ടറ്റ സമാധിയിലേർപ്പെടുമായോഗിക്കു
പട്ടണ നടുത്തട്ടും പർവത ഗുഹാന്തരം

ശുദ്ധമാം തങ്കത്തെത്താനല്ലയോ വിളയിപ്പ-
തിദ്ധർമ്മകൃഷകന്റെ സൽക്കർമ്മം വയൽതോറും
സിദ്ധനാമവിടുത്തെത്തൃക്കണ്ണോകനകത്തെ-
യിദ്ധരിത്രിതൻ വെറും മഞ്ഞമണ്ണായിക്കാണ്മൂ

ചാമരചലനത്താലിളിച്ചുകാട്ടും പിശാ-
ചാമഹാവിരക്തനു പൂജ്യസാമ്രാജ്യശ്രീയും
ഏതു പൂങ്കുഴലിന്നുമഴൽ തോന്നായ്‌വാനാരീ-
സ്വാതന്ത്ര്യ ദുർഗ്ഗാധ്വാവിൽ പട്ടുകൾ വിരിക്കുന്നു

അത്തിരുവടി വല്ല വൽക്കലത്തുണ്ടുമുടു-
ത്തർദ്ധനഗ്നനായല്ലോ മേവുന്നു സദാകാലം
ഗീതയ്ക്കു മാതാവായ ഭൂമിയെ ദൃഢമിതു
മാതിരിയൊരു കർമ്മയോഗിയെ പ്രസവിക്കൂ

ഹിമവദ്വിന്ധ്യാചല മദ്ധ്യദേശത്തെ കാണൂ
ശമമേ ശീലിച്ചെഴുമിത്തരം സിംഹത്തിനെ
ഗംഗയാറൊഴുകുന്ന നാട്ടിലേ ശരിക്കിത്ര
മംഗളം കായ്ക്കും കല്പപാദപമുണ്ടായ് വരൂ!

നമസ്തേ ഗതതർഷ! നമസ്തേ ദുരാധർഷ!
നമസ്തേ സുമഹാത്മൻ! നമസ്തേ ജഗദ്ഗുരോ. ■

എന്റെ ഭാഷ

സന്നികൃഷ്ടാബ്ധിതൻ ഗംഭീരശൈലിയും
സഹ്യഗിരിതൻ അടിയുറപ്പും
ഗോകർണ്ണക്ഷേത്രത്തിൻ നിർവൃതികൃത്വവും
ശ്രീകന്യാമാതിൻ പ്രസന്നതയും

ഗംഗപോലുള്ള പേരാറ്റിൻ വിശുദ്ധിയും
തെങ്ങിളംകായ്നീരിൻ മാധുര്യവും
ചന്ദനൈലാലവങ്കാദിവസ്തുക്കൾ തൻ
നന്ദിതപ്രാണമാം തൂമണവും

സംസ്കൃത ഭാഷതൻ സ്വാഭാവികൗജസ്സും
സാക്ഷാൽ തമിഴിന്റെ സൗന്ദര്യവും
ഒത്തുചേർന്നുള്ളോരു ഭാഷയാണെൻ ഭാഷ
മത്താടിക്കൊൾകഭിമാനമേ നീ

മിണ്ടിത്തുടങ്ങാൻ ശ്രമിക്കുന്ന പിഞ്ചിളം
ചുണ്ടിന്മേലമ്മിഞ്ഞപ്പാലോടൊപ്പം
അമ്മയെന്നുള്ള രണ്ടക്ഷരമല്ലയോ
സമ്മേളിച്ചീടുന്നതൊന്നാമതായ്

മറ്റുള്ള ഭാഷകൾ കേവലം ധാത്രിമാർ
മർത്ത്യനു പെറ്റമ്മ തൻ ഭാഷതാൻ
മാതാവിൻ വാത്സല്യ ദുഗ്ദ്ധം നുകർന്നാലേ
പൈതങ്ങൾ പൂർണ്ണ വളർച്ച നേടൂ

അമ്മതാൻതന്നെ പകർന്നു തരുമ്പോഴേ
നമ്മൾക്കമൃതുമമൃതായ് തോന്നൂ.

ഏതൊരു വേദവുമേതൊരു ശാസ്ത്രവു-
മേതൊരു കാവ്യവുമേതൊരാൾക്കും
ഹൃത്തിൽപ്പതിയേണമെങ്കിൽ സ്വഭാഷതൻ
വക്ത്രത്തിൽ നിന്നുതാൻ കേൾക്ക വേണം

ഹൃദ്യം സ്വഭാഷതൻ ശീകരമോരോന്നു
മുൾത്തേനായ്ച്ചേരുന്നു ചിത്തതാരിൽ
അന്യബിന്ദുക്കളോ തൽബഹിർഭാഗമേ
മിന്നിച്ചുനിൽക്കുന്ന തൂമുത്തുകൾ

ആദിമകാവ്യവും പഞ്ചമവേദവും
നീതിപ്പൊരുളുമുപനിഷത്തും
പാടി സ്വകീയരെക്കേൾപ്പിച്ച കൈരളി
പാടവഹീനയെന്നാർ പറയും?

കൊണ്ടാടി നാനാവിചിന്തിനതന്തുക്കൾ
കൊണ്ടാത്മഭാഷയെ വായ്പിക്കായ്കിൽ
കേരളത്തിന്നീയിരുൾക്കുണ്ടിൽ നിന്നൊന്നു
കേറാൻ പിടിക്കയറെന്തുവേറേ?

എപ്പോൾവരെയ്ക്കുമില്ലേവർതൻ ഭാഷയ്ക്കു
കെൽപ്പും പരപ്പും നടപ്പുമൊന്നും
അപ്പോൾവരെയ്ക്കവരാവതില്ലാത്തവ-
ര,പ്രഫുല്ലാശയര, പ്രശസ്തർ

വിണ്മൊഴിയാം മഹാറാണിയെൻ ഭാഷയ്ക്കു
നന്മപുലർത്തുന്ന തോഴി പണ്ടേ
പോരെങ്കിൽ, ദ്വീപാന്തരങ്ങളിൽ നിന്നുമൊ-
ട്ടേറെ വിദ്യാധനം നേടിയോരായ്

എത്രപേരില്ലിന്നു നമ്മക്കളെന്നിട്ടു
മത്രഭവതി ദരിദ്രയെന്നോ?
അന്യഭാഷാബ്ധിയിലാണ്ടാണ്ടു മുങ്ങിയ
ധന്യരേ, നിങ്ങൾ തൻവേല പാഴിൽ

മാൽപ്പെട്ടതിൽനിന്നുപാർജ്ജിച്ച രത്നങ്ങൾ
മാതാവിന്നായിസ്സമർപ്പിക്കായ്കിൽ

ചെല്ലക്കിടാങ്ങൾതൻ സൽഗ്രന്ഥക്ഷുത്തിനെ
ത്തെല്ലു ശമിപ്പിപ്പാനാളല്ലാതേ

അല്ലൽപ്പെടുന്ന കുചേലകുടുംബിനി
യല്ലയോ നമ്മുടെ ഭാഷയിന്നും
എത്ര ലജ്ജാകരമെത്രദുഃഖപ്രദം
പുത്രധർമ്മങ്ങൾ മറന്നിടായ്‌വിൻ

മാതൃഭാഷയ്ക്കിഹ ദാസ്യം നടത്തായ്കി-
ലാധിപത്യത്തിന്നർഹർ നിങ്ങൾ
ഭക്ത്യാ സ്വഭാഷതൻ കാൽക്കൽക്കു നിയായ്കി-
ലത്തലയെങ്ങനെ പൊങ്ങിനിൽക്കും?

ബുദ്ധിമാന്മാരേ, സ്വഭാഷത്തറവാട്ടിൽ-
സ്സ്വത്തു വളർത്തുവാൻ യത്നം ചെയ്‌വിൻ
ആലസ്യത്തിന്നു നിവാപാംബുനൽകുവിൻ
ഫാലത്തിലോലും വിയർപ്പിനാലേ

ഏറെ വാക്കെന്തിനു നാളെ മുതൽക്കിനി-
ക്കൈരളിതന്റെ ഗൃഹാങ്കണത്തിൽ
പാണ്ഡിത്യഭിക്ഷയ്ക്കായ് വന്നവർ വന്നവർ
ഭാണ്ഡം നിറച്ചേ തിരിച്ചുകൂടൂ

കേടറ്റൊരൗദാര്യശീലത്തിലെന്നെന്നേ
കേളികേട്ടുള്ളവർ കേരളീയർ! ■

ഉൾനാട്ടിലെ മഞ്ഞുകാലം

കഴിഞ്ഞുപോയ് നിർമ്മലതാഗുണത്താൽ-
ക്കൃതാഭമായ് വാണ ശരത്തുകാലം
കനത്ത മഞ്ഞാൽക്കലുഷാശമായ
കാലം കരാളം കലിപോലണഞ്ഞു

ഹാ, കാലഭേദം ചെറുതോ കരങ്ങ-
ളോരായിരം പൂണ്ട ദിവാകരന്നും
തടുത്തുകൂടാത്തവിധത്തിലല്ലോ
ജൃംഭിച്ചിടുന്നൂ ജഡമാം ഹിമൗഘം

ആവോളമീടാർന്നു വളർന്ന മഞ്ഞാ-
ലാപാണ്ഡുരശ്രീപെടുമന്തരിക്ഷം
പെരുത്തുപാച്ചോറ്റിമരങ്ങൾ പൂത്ത
പാർത്തട്ടിനൊക്കും പരിപാടി നേടീ?

താനേ ശരീരം മരവിച്ചുപോമീ
തണുപ്പു താങ്ങാനരുതാത്തമട്ടിൽ
എല്ലായ്പ്പൊഴും നല്ല പനിപ്പുതപ്പി-
ട്ടിരിക്കയാണാശകൾപോലുമിപ്പോൾ!

ഇതാ, വിയുക്തപ്രമദാജനങ്ങൾ
പോലുഗ്രശീതാനില ബാധമൂലം
നിഷ്പത്രപുഷ്പാഭരണങ്ങളായി
വിളർത്തുനിൽക്കുന്നു ലതാഗണങ്ങൾ

ഹാ, ഹന്ത, ഹേമന്ത മഹോത്സവത്തിൽ
ക്രൗഞ്ചങ്ങളാം പക്ഷികൾ പാടിടുമ്പോൾ
തണുത്തു തുള്ളും നരർ താടി കൊണ്ടു
താളംപിടിക്കുന്നു തരത്തിനൊപ്പം

ദിനാധിപൻ വിത്തപദിക്കുവിട്ടു
നിശ്ശ്രീകനായ് വന്നതിലല്ലൽകൊണ്ടോ
തുഷാരബാഷ്പാർദ്രമുഖങ്ങളായി-
ക്കൃശങ്ങളാകുന്നു ദിനങ്ങളിപ്പോൾ

ശരിക്കുഷസ്സിങ്കലുണർന്നെണീറ്റി-
ശ്ശീതത്തെയേതും വകവെച്ചിടാതേ
കൂലിപ്പണിക്കായ് നടകൊണ്ടിടുന്നു
ദാരിദ്ര്യതാപാവൃതരാം ജനങ്ങൾ

പ്രശീതമാം പല്വലനീരിൽ നീണ്ട
കൊക്കൊന്നു മുക്കാനരുതായ്കമൂലം
പ്രാതല്ക്കു മീൻകുഞ്ഞിനെ നേടിടാഞ്ഞി-
ച്ചിത്രാംഗമാം പൊന്മയുഴന്നിടുന്നു

ചെമ്പിച്ചതാം വൻചിറകും, വെളുത്ത
കഴുത്തുമുള്ളാരു പരുന്തിദാനീം
മത്സ്യത്തെ റാഞ്ചുന്നതിനായ്ക്കുളത്തിൻ
മേലേ വലംവെച്ചു പറന്നിടുന്നു

ഹിമാക്രമാലാത്മജ പത്മനാശ-
മാപ്പെട്ടതിൽദ്ദുഷ്പ്രസഹാർത്തിയാലോ
ക്രമേണ ശോഷിച്ചുവരും കുളങ്ങൾ-
ക്കല്പേതരം ബാഷ്പമുയർന്നിടുന്നു

പറമ്പിലങ്ങിങ്ങു വിരിഞ്ഞുനില്ക്കും
പട്ടിന്നുനേരാം പനിനീർസുമങ്ങൾ
ആകമ്പമിങ്ങേകിയ ശീതകാല-
ക്രൗര്യത്തെയൊട്ടൊട്ടു മറച്ചിടുന്നു

തലേന്നു രാവിൽപ്പനിനീർ മലർക്കു-
മേലേ വിരിച്ചോരു നനുത്ത വസ്ത്രം

കാലത്തെടുത്തൊന്നു പിഴിഞ്ഞു,നല്ല
ഗന്ധദ്രവം നാരികൾ ശേഖരിപ്പൂ

വിലോലപത്രങ്ങളിൽ മുത്തുരത്നം
പോലേ വിളങ്ങും ഹിമബിന്ദുതോറും
ബാലാതപം തട്ടി വിചിത്രഭാസ്സായ്-
കാണപ്പെടുന്നൂ കദളീകദംബം.

അങ്കസ്ഥലം കേറിയിരിക്കുമാട്ടിൻ
കിടാവിനെ,പ്പുത്രനെയെന്നപോലെ
മാറോടണയ്ക്കുന്നിടയർക്കു ശീതം
മഹാർഹസൗഖ്യപ്രദമെന്നുതോന്നും

കടുത്ത നക്രങ്ങളിതാ കുളത്തിൻ
കരപ്പുറത്താതപമേല്ക്കുവാനായ്
കേറിക്കിടക്കുന്നു പലേടമോരോ
നെടുംകരിങ്കല്ലു പതിച്ചപോലെ

തങ്ങൾക്കു കൺകാഴ്ച കെടുക്കുമർക്ക-
ന്നുച്ചയ്ക്കുമിപ്പോളൊളി കെട്ടമൂലം
മഹാരസംപൂണ്ടു, മരങ്ങൾ തന്മേ-
ലിരുന്നിതാ,മൂങ്ങകൾ മൂളിടുന്നു

അതാതിടം വീടുകൾ, മിക്കവാറും
വാതായനക്കണ്ണു തുറന്നിടാതേ
കാണായ്വരാൻ കാരണ,മിത്തുഷാര
വിഷസ്രവോല്പന്നവിമൂർച്ഛതാനോ?

പെരുംപിശുക്കുള്ള ജനങ്ങൾ വെച്ചു
സൂക്ഷിച്ച നാണ്യങ്ങളിലെന്നപോലെ
വ്യാപാരലോപാലിഹ താലവൃന്ത-
വൃന്ദങ്ങളിൽ പൂപ്പൽ പിടിച്ചിടുന്നു.

രാവിങ്കലത്യുഗ്രഹിമാക്രമത്താൽ
പേർത്തും വിറയ്ക്കുന്ന ജനത്തിനെല്ലാം
ശരണ്യമിപ്പോൾ പകലാണതിന്നോ
ക്രമത്തിലായുസ്സു കുറഞ്ഞുമായി

മഞ്ഞായ മാറ്റാനൊടു തോറ്റുഴന്നോ
മഹാജവാൽപ്പോയ് മറയുന്നു സൂര്യൻ
അത്യുന്നതസ്ഥാനഗർ മാറ്റലർക്കു
കീഴ്പെട്ടിരുന്നീടുകയില്ലയല്ലോ

ഉടൽക്കു ദൈവം ദയയാൽക്കൊടുത്ത
രോമാഞ്ചമാമഞ്ചിതകഞ്ചുകത്താൽ
തണുപ്പു തട്ടാത്തവർ പോലെ പിച്ച-
ക്കാരങ്ങുമിങ്ങും നടകൊണ്ടിടുന്നു

സാൽവപ്പുതപ്പിട്ട നരേന്ദ്രനേയും
ചെന്നാക്രമിക്കും ജഡിമോച്ചയത്തെ
അഹോ, കരസ്വസ്തികബന്ധമൊന്നാ-
ലടക്കിനിർത്തുന്നിതകിഞ്ചനന്മാർ

തണുപ്പിനാൽക്കോച്ചി വലിച്ചിടുന്ന
കൈകാൽകളിൽക്കിഞ്ചന ചോരയോടാൻ
തോട്ടങ്ങളിൽച്ചപ്പില കൂട്ടി നന്നായ്-
തീയിട്ടു കായുന്നു കൃഷിപ്പണിക്കാർ

ജ്വാലയ്ക്കു നേരേ മുകളിൽക്കമഴ്ത്തി-
പ്പിടിച്ചിടും പാണികൾകൊണ്ടു നൂനം
അനുഗ്രഹിക്കുന്നു, ഹിമാർത്തി തീർത്തു
രക്ഷിച്ച് ധൂമധ്വജനെജ്ജനങ്ങൾ

ചെന്തീക്കനൽച്ചാർത്തകമേ നിറച്ച
വെറും നെരിപ്പോടിനെ ലോകരിപ്പോൾ
രത്നങ്ങളുൾത്തിങ്ങിയ പൊൻകുടത്തെ-
പ്പോലാണുമാനിപ്പതു കാലഭേദാൽ

ഗൃഹത്തിലെജ്ജോലി കഴിച്ചു, കാന്തൻ
വരുന്നതും കാത്തമരും വധുക്കൾ
പൂമച്ചിലന്തിക്കു പുകച്ച മട്ടി
പ്പാലിൻ മണം ഹാ, പകരുന്നു പാരിൽ

അതാതിടം കൊയ്ത്തു കഴിഞ്ഞിടാത്ത
പാടങ്ങൾ പാടേ വിളവാർന്ന നെല്ലാൽ

തണ്ടാരിൻ മാതൻപൊടു നൃത്തമാടും
തങ്കത്തറയ്ക്കൊത്തു വിളങ്ങിടുന്നു

ചെമ്പോത്തിനും പ്രീതി കുറഞ്ഞിതെന്നെ-
ക്കൊണ്ടാടുവാനെന്നഴലാർന്നപോലെ
നിറഞ്ഞ മഞ്ഞിൻനിരയാൽ നിതാന്തം
വിവർണ്ണമായ്ത്തീർന്നിതു വെണ്ണിലാവും

പാടത്തു നെൽകാപ്പതിനായ്ച്ചുവട്ടിൽ-
ത്തീയിട്ട മാടത്തിലെഴും ജനങ്ങൾ
ഇടയ്ക്കിടയ്ക്കീ നിശപോലെ നീണ്ടു-
നില്ക്കും നിനാദത്തൊടു കൂക്കിടുന്നു

മഞ്ജുശ്രീയണിമഞ്ഞുകാല-
മിതിനെപ്പാടിപ്പുകഴ്ത്തുംവിധം
കർണ്ണത്തിന്നമൃതാം കളസ്വനമുതിർ-
ക്കുന്നോരിളന്തത്തകൾ
നിത്യം നൽപവിഴപ്പൊളിക്കുശരിയാം
കൊക്കിന്നലങ്കാരമായ്
മിന്നും പൊന്നെതിർനെൽക്കതിർ-
ക്കുല മുദാ നേടുന്നു സമ്മാനമായ് ■

പട്ടിൽ പൊതിഞ്ഞ തീക്കൊള്ളി

ചട്ടറ്റ കർക്കടകമാസി കറുത്തവാവാ-
ണൊട്ടല്ല രാത്രിയുടെ തീവ്രഭയങ്കരത്വം;
വെട്ടം പ്രദേശമിതുതന്നുടെ പേരു പാഴാം-
മട്ടത്ര കൂരിരുളിലാണ്ടു കിടന്നിടുന്നു.

വാരാണ്ടിടും പരിഖപോലെയിതിൻ പടിഞ്ഞാ-
റാരാൽ കിടക്കുമറബിക്കടൽ തന്നിരമ്പം
സ്ഫാരാട്ടഹാസരവതുല്യമുയർന്നിടുന്നൂ;
ഘോരാഭമിപ്രകൃതിതൻ കരിതേച്ചവേഷം!

തോരയ്ക്കുമില്ല, പഴുതെന്ന നിലയ്ക്കിരുട്ടു
പാരത്രയും പടുകരിമ്പടമിട്ടു മൂടി;
വാരഞ്ചുമീ മറ തുലോമുപയുക്തമാകാം
ക്രൂരർക്കു, തൻകുടിലവൃത്തികളാചരിപ്പാൻ.

ആകാശമണ്ഡലമഖണ്ഡഘനാവകീർണ്ണം
പാകാതെയില്ലിരുളിളാവലയത്തിലെങ്ങും
ആകാ തിരിച്ചറിയുവാനൊരു വസ്തു കണ്ണി-
ന്നേ;കാഭ,മിന്നുലകൊരൂക്കനിരുമ്പുഗോളം.

നീലപ്പുതപ്പുടയ വാനിലതാതിടത്തായ്
നാലഞ്ചുതാരകകൾ മങ്ങിമയങ്ങി നില്പൂ
ആ ലക്ഷ്മിതൻ മിഴികളിൽപ്പതിയാത്ത വേശ്മ-
ജാലത്തിലെച്ചെറുവിളക്കുകളെന്നപോലെ.

മന്നായ മന്നഖിലമാശു വശീകരിച്ച
സന്നാഹിരാവിനി,രുളാകുമുടുപ്പുതന്മേൽ
പൊന്നാൽച്ചമച്ച പുകൾമുദ്രകളെന്നപോലെ,
മിന്നാമിനുങ്ങുകളതാതിടമുജ്ജ്വലിപ്പൂ.

നാമിങ്ങു നില്ക്കെയിനി വല്ലയിടത്തുമുണ്ടോ
ഭൂമിക്കിരുട്ടുകുറവെന്നറിയുന്നതിന്നോ,
വ്യാമിശ്രവാരിദകദംബമിടയ്ക്കിടയ്ക്കു
തൂമിന്നലാം മിഴി തുറന്നിഹ നോക്കിടുന്നു!

ചെന്തിയ്യു വീണഖിലമൊന്നു കരിഞ്ഞു കാടിൻ
പന്തിക്കു കാണുമസിതാംബരമണ്ഡലത്തിൽ
പൊന്തിത്തഴയ്ക്കുമിടിയൊച്ചയിടയ്ക്കു കേൾപ്പൂ
ദന്തിപ്രമാഥിയുടെ ഗർജ്ജിതമെന്നപോലേ.

നേരം നിശീഥമൊടടുത്തുതുടങ്ങി;യിത്ര-
നേരത്തെമട്ടു മഴപെയ്യുവതില്ലിദാനീം
നീരന്ധ്രമേഘനിര തെല്ലിട വിശ്രമിപ്പാൻ
പാരം തിടുക്കമൊടൊരുങ്ങുകയോ നഭസ്സിൽ!

രാവത്ര രാക്ഷസതപൂണ്ടതു കണ്ടു ഭീതി
കൈവന്നപോലെ, സുദൃഢസ്വപനച്ഛലത്താൽ
ജീവങ്ങൾ മുറ്റുമിഹ കണ്ണുമടച്ചു വാഴ്കെ,
യാവൽക്കുലം, ഹഹ, പറന്നുകളിച്ചിടുന്നു.

'വെട്ടംനൃപർക്കു' പരദേവതയായ്, പ്രശസ്തി
നട്ടജ്ജഗജ്ജനനി മേവിന കോവിൽതാനും
തിട്ടം, കവാടനയനങ്ങളടച്ചനക്കം
വിട്ടത്രയും നിഭൃതമായ്സുഖനിദ്രകൊൾവൂ.

തിക്കും നിലയ്ക്കിലകളൊത്തു പടർന്നു പന്ത-
ല്ക്കൊക്കുന്ന കൊമ്പുകൾ ചുഴന്നു വടുദ്രുമങ്ങൾ
തൃക്കുന്നിൽമാതിനുടെ കോവിലിതിൻനടയ്ക്കൽ
നിൽക്കുന്നു, കൂരിരുളിനങ്ങതിപുഷ്ടികൂട്ടി.

ക്ഷേത്രത്തിനിത്തിരി വടക്കുവശം ദിവാന്ധ-
ഗോത്രത്തിലുള്ള ചിലർ മൂളുവതുണ്ടു കാട്ടിൽ
മാത്രയ്ക്കു ചേർന്ന തിമിരാഞ്ജനസംപ്രയോഗാൽ
നേത്രം തെളിഞ്ഞിരവു കണ്ടു രസിച്ചപോലെ

ആ രാത്രിതൻ കൊടുമയും ഘനമാമിരുട്ടു-
മോരാതൊരാളിരുളിനൊക്കുമുടുപ്പുമായി
ധീരാനുരൂപഗതി, തെക്കുവശത്തുനിന്നാ-
നാരായണീനിലയമുഖ്യനടയ്ക്കലെത്തി

തുച്ഛൻ പുമാനൊരുവനല്ലിതവന്റെ ഗാത്രം
സ്വച്ഛപ്രഭം സമവിഭക്തസുലക്ഷണാംഗം
സ്വച്ഛന്ദരാത്രിചരണോചിതമാമുടുപ്പാൽ
പ്രച്ഛന്നമാകിലുമതിൻ മഹിമാവു കാട്ടി

ശ്രേയസ്കരാകൃതിയവൻ; നിയതം വയസ്സാ-
സ്വായത്തയൗവനനു നാല്പതിലേറെയായി
കായം തദീയമനഘം സുഖവൃത്തികൾക്കാ
പ്രായത്തിൽ മുറ്റുമുളവാം തടി പൂണ്ടിരുന്നു

വ്യായാമദാർഢ്യമൊടു നീണ്ടുനിവർന്നതായെ-
ന്തായാസമോടുമെതിർനില്ക്കുവതായ മെയ്യും
ആയാമിയാം മണികവാടമണിഞ്ഞ നെഞ്ചു-
മായാളൊരൊത്ത ഭടനെന്നു വിളിച്ചുചൊല്ലി

എന്നാൽ, വളർപ്പുരികമൊത്തളികം പരന്നു
മന്നാസനീണ്ടുമൊരു ഗൗരവമാർന്ന വക്ത്രം
എന്നാളുമാജ്ഞകളെ മൂളുവതല്ല, ചൊല്ലു-
ന്നൊന്നാണിതെന്നു ഹൃദി തോന്നിടുമാറു മിന്നീ

വൻപന്നു തക്കൊരു തുണയ്ക്കു പിടിക്കു താഴെ
പൊൻപറ്റണിഞ്ഞ വടിയുണ്ടു വലത്തുകയ്യിൽ
സമ്പന്നശില്പഗുണമാമതിനുള്ളു വാളാം
വൻപന്നഗം മരുവിടും മടയായിരുന്നു

സുക്ഷത്രിയാഭനവനോ, വടിവാളിടത്തെ-
ക്കക്ഷത്തിൽവെച്ചു കരതാമരസങ്ങൾ കൂപ്പി
ത്ര്യക്ഷന്റെ മങ്കയുടെ മുമ്പിൽ മുഹൂർത്തനേര-
മക്ഷയ്യഭക്തിയൊടു വീർപ്പുമടക്കി നിന്നാൻ

ധീരപ്രശാന്തത വിളഞ്ഞ മുഖത്തു,രണ്ടു
താരംകണക്കെ വിലസുന്ന വിലോചനത്തെ
ദൂരത്തു നാലിടവുമൊന്നുനടത്തിയിട്ടാ-
സ്ഫാരപ്രഭാവനഥ യാത്ര തുടർന്നുകൊണ്ടാൻ

ഏകാകിയാകിലു,മധൃഷ്യനിജാനുഭാവോ-
ദ്രേകാലവൻ, ഭടർ ചുഴന്നവനെന്നു തോന്നീ
പ്രാകാശ്യമോടു പുതുമിന്നൽവിളക്കു പൊങ്ങീ
നാകാന്തരത്തിലിടിയാം പടഹം മുഴങ്ങി

ഘോരാർദ്ധരാത്രി പകലായ്ക്കരുതിഗ്ഗമിക്കു-
മാ രാജലക്ഷണസമന്വിതനാം പുമാനിൽ
പാരാതെ പെയ്തിതിളകുന്ന ദളങ്ങൾകൊണ്ട-
പ്പേരാൽമരങ്ങൾ മഴനീർക്കണപുഷ്പവർഷം

മിന്നാളുമല്ലിനുടെ വിഭ്രമപർവതങ്ങൾ
തന്നാഭപൂണ്ട ചില പൊന്തകളങ്ങുമിങ്ങും
മിന്നാമിനുങ്ങുകൾ പതിഞ്ഞു, തദധ്വപാർശ്വേ
പൊന്നാലണിഞ്ഞ കൊലയാനകൾപോലെ കാണായ്

ഉച്ചങ്ങൾ തെങ്ങണികളോ,ലകൾതൻ തലയ്ക്ക-
ലുച്ചണ്ഡവർഷഭവവാരികണങ്ങളാലേ
നൽച്ചന്തമാർന്നരിയ വെള്ളിയലുക്കണിഞ്ഞ
പച്ചത്തുകിൽക്കുടകൾപോലെ വിളങ്ങി മാർഗ്ഗേ

ഈന്തൽദ്രുമങ്ങളുടെ,തിങ്ങിവളർന്നു തൂങ്ങി
പ്രാന്തം മറച്ചു പുതുപട്ടകൾ കാറ്റിലാടി
താൻതന്നെ പോമവനുപച്ചനിറത്തിലുള്ള
കാന്തങ്ങളാം തഴകൾതൻ തൊഴിലാചരിച്ചു

തൂമപ്പെടുന്ന മഴനീരൊലിവിൻനിനാദ-
സാമഗ്രികൊണ്ടു വയൽ, തോടിവ പാട്ടുപാടി
ആമന്ദ്രമാമിടിമുഴക്കമിടയ്ക്കു കേൾപ്പ-
താ മഞ്ജുഗാനകലവിക്കു മൃദംഗമായി

വൻപാടവേന നയനശ്രവണങ്ങളർപ്പി-
ച്ചെമ്പാടുമുറ്റ പരിശോധനചെയ്തുകൊണ്ടും
തൻപാണിയഷ്ടിലത വീശിയുമല്ലിലാ നി-
ഷ്കമ്പാശയൻ വൃഷഭഗാമി ഗമിച്ചു താനേ

തന്നിച്ഛപോലെയരയോജന നീണ്ട മാർഗ്ഗം
പിന്നിട്ടനേരമവനങ്ങൊരു കാഴ്ച കാണായ്
മുന്നിൽക്കുറച്ചകലെയുണ്ടൊരു;കൊള്ളി മെല്ലെ
മിന്നിച്ചൊരാൾ സരഭസം നടകൊണ്ടിടുന്നു

മൂലം കരിഞ്ഞൊരെരികൊള്ളി വലത്തുകയ്യി-
ലോലപ്പെരുങ്കുടയിടത്തുകരത്തിലേവം
ആലക്ഷ്യമാകിയ വപുസ്സതു വെള്ളവസ്ത്ര-
ത്താലത്രയും മറയുമാറു പുതച്ചിരുന്നു

തിക്കൊത്തിടും തിമിരമാമുരകല്ലുതന്മേ-
ലക്കൊള്ളിവീശൽ ചില പൊൻവര ചേർത്തിടുമ്പോൾ
തൽക്കൊച്ചുമെയ്‌വടിവൊരിത്തിരി കാൺകയാല-
ച്ചൊൽക്കൊണ്ട പാന്ഥനതൊരംഗനയെന്നു തോന്നീ.

'ആരാണിതാണൊരുവനും തനിയേ നടപ്പാൻ
പോരാത്ത പാതിരയിതെങ്ങൊരു പെണ്ണിതെങ്ങോ?
ഘോരാർത്തി വല്ലതുമിവൾക്കു പിണഞ്ഞിതോ?'' എ-
ന്നാരാമയെ സ്വയമവൻ പഥി പിന്തുടർന്നു.

ആലോലമാം വിറകുകൊള്ളിയതിൻ വെളിച്ച-
ത്താലോട്ടുകൈവളകൾ മിന്നിയ തൽഭുജാന്തം
ആലോകപദ്ധതിയിലല്പമണഞ്ഞനേര-
ത്താലോകമാന്യനറിയാതൊരു ഞെട്ടൽ ഞെട്ടി.

''അന്തസ്സെഴും ധരണിദേവകുലേ പിറന്നോ-
രന്തർജ്ജനം നിശി ബഹിർജ്ജന തുല്യമട്ടിൽ
പന്തംകൊളുത്തി നടകൊള്ളുകയോ തനിച്ചി-
തെന്തക്രമം മിഴി ചതിക്കുകയല്ലി നമ്മെ

നാലായിരം ക്ഷണികശങ്കയൊടാ നിശീഥ-
കാലാടനപ്പതിവുകാരനനുവ്രജിക്കേ
ലോലാക്ഷിതൻ ഗതി വഴിക്കൊരു പൊട്ടവീടിൻ
കോലായിലാണു വിരമിക്കുവതെന്നു കാണായ്

കന്നാല പോലെയെഴുമക്കുടിലിങ്കലെത്തീ-
ട്ടന്നാരി കൊള്ളി, കുടയെന്നിവ താഴെ വെച്ചു
ചെന്നാ സ്ഥലത്തവഹിതേന്ദ്രിയനായ് വളപ്പിൽ
നിന്നാൻ നിഗൂഢമവൾതന്നനുയായിതാനും

നീലത്തഴക്കുഴലി കോമളമാം കരത്താൽ
നാലഞ്ചുവട്ടമഥ വാതിലിൽ മുട്ടിയപ്പോൾ
ആലസ്യമറ്റതിഥിസൽക്രിയകൾക്കൊരുങ്ങും
പോലങ്ങകത്തു ചെറുതൊച്ചയനക്കമുണ്ടായ്

തിങ്ങും നിശാനിഭൃതതയ്ക്കിടിവേകുമൊച്ച-
പൊങ്ങുമ്പടിക്കു നടവാതിലൊരാൾ തുറന്നു
അങ്ങുള്ളിൽനിന്നഭിഗമിച്ചൊരു കൈവിളക്കിൻ
മങ്ങും വെളിച്ചമവൾതൻ തളിർമെയ് തലോടി.

പൂ തോറ്റ പാണിയിണകൊണ്ടു പുതപ്പെടുത്തു
കാൽ തോർത്തുമക്കമനിതൻ കമനീയരുപം
ചേതോഭവന്റെ വിളയാട്ടമൊടാ വെളിച്ച-
ത്തേ,തോ സുരാംഗനയുടേതുകണക്കു കാണായ്

ചുറ്റിട്ട കാതിണ തുടുംകവിളിൽപ്പതിഞ്ഞും
നെറ്റിക്കു ചന്ദനവരക്കുറി ചെറ്റു മാഞ്ഞും
തെറ്റിത്തെറിച്ച മിഴി തുള്ളിയുമാവെളിച്ചം
പറ്റിത്തിളങ്ങിയരുണാധരിതൻ മുഖാബ്ജം

ചേലോലുമാ യുവഗൃഹസ്ഥനൊരല്പനേരം
നീലോൽപലാക്ഷിയെ മിഴിച്ചു പകച്ചുനോക്കി
ആലോചിയാതെയൊരു ഭാഗ്യമണഞ്ഞ ഭാവ-
മാലോലമായ് വിലസിതൻമുഖമണ്ഡലത്തിൽ

ലോലസ്വരത്തിലവനോതിയിതെന്റെ ''കുഞ്ഞാ-
ത്തോലല്ലയോ: തിരുമനസ്സു മനയ്ക്കലില്ലേ?''
''ആലത്തിയൂർക്കവിലിനായ് നടകൊണ്ടു സായം-
കാലത്തി''ലെന്നുകളവാണിയകത്തു പുക്കാൾ.

''ദ്വാരം തുറന്നവനൊരന്ത്യജനീ വിരുന്നു-
കാരത്തിയോ ദ്വിജകുടുംബിനിതന്നെയല്ലോ
ആ രണ്ടുപേരുടെയിടയ്ക്കു കിടക്കുമത്ര
ദൂരം മനോഭവശരത്തിനെറുമ്പുചാലോ?''

സല്ലാപസാരമിതു കേട്ടു വളപ്പിൽ നില്ക്കും
ചൊല്ലാർന്ന മർത്ത്യനുടലാസകലം തരിച്ചു
ഒല്ലാക്കിനാവുകളിലോടിനടക്കയാണോ
നില്ലാതെ തൻകരണമെന്നുമവന്നു തോന്നി.

ഹേലേശമില്ല പിഴ; ധാർമ്മികനങ്ങു കണ്ട
പോലേ, കുലീനയിവൾകുത്സിതവൃത്തിതന്നെ
മേലേത്തരത്തിലുടയോരുടെ ഹീനകൃത്യം
മേലേത്തരത്തിലുലകിങ്ങനെയല്ലി പണ്ടും?

ഉപ്പഞ്ചിടും വയലിൽ നന്മഴനീരുപോലെ
കുപ്പസ്ഥലത്തു തുളസീദളമാലപോലെ
അപ്പട്ടടക്കുഴിയിലാഹുതിപോലെ, വിപ്ര-
ത്ത്യപ്പത്നിയക്കുടിലിനുള്ളിലണഞ്ഞശേഷം

ഒന്നാത്മചിന്തയിലുറച്ചതു കണ്ടു നില്പോൻ
ചെന്നാശു കൊള്ളിയതെടുത്തു കരസ്ഥമാക്കി
ഇന്നാട്ടുവിപ്രരുടെ തറ്റുടുവസ്ത്ര ഖണ്ഡ-
മൊന്നാലതിൻകട സുവേഷ്ടിതമായിരുന്നു

“അല്ലേ കെടുംവിറകുകൊള്ളി; മമ പ്രമാദം
ചൊല്ലേണ്ടതെന്തബലയാളിലമർന്ന നിന്നെ
മല്ലേഷുവെയ്തൊരു മഹാനലബാണമാണെ-
ന്നല്ലേഷ ഞാൻ പരിഗണിച്ചതൃജുസ്വഭാവാൽ!

ആ മേദുരസ്മരമദാൽ സ്വസതീവ്രതാഖ്യ-
പ്പൂമേട ചുട്ടുകളയുന്നതിനാണു നിന്നെ
ഈ മേന്മയുള്ള കുലനാരി വഹിച്ചതെന്നു
നാമേതുമാദ്യമെരികൊള്ളിനിനച്ചതില്ല!

ചാരിത്രമെത്ര വിലയേറിയതീക്കുമാരി
ഭൂരിശ്രമത്തൊടതു വിറ്റുകളഞ്ഞ ദിക്കോ
ദാരിദ്ര്യമഗ്നമൊരു പാഴ്ക്കുടിലെന്തുതന്നെ
ചേരില്ല, ഹാ, യുവതിചാപലജൃംഭിതത്തിൽ

പാരിന്നലംകൃതികളാം കുലനാരിമാർക്കു
ചാരിത്രഭഞ്ജനമിതാത്മഹതിക്കു തുല്യം
നേരിട്ടതിന്നു തുണനില്ക്കുകയെന്ന കുറ്റം
പൂരിച്ച നിന്നെയെരികൊള്ളി വൃഥാ വിടാ ഞാൻ

ഹാ, മന്ത്രപൂതമുഖനാമൊരു വിപ്രനിഷ്ട-
ക്ഷേമം ഗ്രഹിച്ചൊരു കരത്തിലിരുന്നു നീ താൻ
ഈമട്ടതിന്റെയുടമസ്ഥയെ നിത്യദുഃഖ-
ഭീമക്കുഴിക്കടിയിൽ വീഴ്ത്തുകയല്ലി ചെയ്തു.”

തെറ്റേശാത്ത വിചാരമീവിധമിയ-
　　ന്നദ്ദിക്കു വിട്ടാനവൻ
മറ്റേതോ നരനല്ലിതാച്ചരമനാം
　　വെട്ടത്തുരാജാവു താൻ
പിറ്റേന്നാൾമുതലർക്കരശ്മി ജഡനാ-
　　മാബ്രാഹ്മണീജാരനിൽ
ചെറ്റേറ്റീലരചന്റെ കല്ലറയവ-
　　നെന്നേക്കുമാവാസമായ്

രാവിൻമൂടുപടത്തിൽനിന്നു ഭുവനം
വേർപെട്ടിടുമ്പോൾ, നൃപൻ
ഇന്നലെ കേൾവിപ്പെട്ട മനയ്ക്കലേക്കഹഹ, ത-
ന്നാജ്ഞാവശന്മാർവശം
പൂവിന്നൊത്ത പുതുത്തുകിൽപ്പൊതിയിൽ വെ-
ച്ചെത്തിച്ച തൽക്കൊള്ളിതാ-
നാ,വിപ്രാംഗനയെബ്ബലേന, കുടയും
തല്ലിപ്പുറത്താക്കിപോൽ.

■

കർമ്മഭൂമിയുടെ പിഞ്ചുകാൽ

ആറ്റിലേക്കച്യുതാ ചാടൊല്ലേ, ചാടൊല്ലേ
കാട്ടിലെപ്പൊയ്കയിൽപ്പോയി നീന്താം
കാളകൂടോൽക്കടകാകോളമാളിന
കാളിയൻ പാർപ്പുണ്ടിക്കാളിന്ദിയിൽ.

ആരിതെറിഞ്ഞുകൊടുത്തു; യശോദതൻ
മാറിലേത്തുമണിമാല്യമതാ
കാളിന്ദിതന്നുടെ കാളിമാവേന്തിയ
ചേലയിൽച്ചീളെന്നു ചെന്നുവീണൂ

പല്ലവംപോലുള്ള രണ്ടിളംകൈകൾ വ-
ന്നുല്ലസല്ലീലമായ്ത്തല്ലുകയാൽ
വെൺമുലപ്പാൽനുര ചിന്നിച്ചിതറി ന-
ല്ലമ്മയാമന്നദിക്കാർദ്രനെഞ്ചിൽ

കണ്ണന്റെ പൊന്നുടൽ കാനനധൂളി വി-
ട്ടുണ്ണിക്കതിരോന്റെ ബിംബംപോലെ
പേർത്തും വെളിവുപൂണ്ടപ്പുഴതന്നല-
ച്ചാർത്തിലിളകിമറിഞ്ഞു മിന്നീ

മുങ്ങുമൊരേടത്തു; മറ്റൊരേടത്തു പോയ്-
പ്പൊങ്ങുമലകൾ മുറിച്ചു നീന്തും-
ഇങ്ങനെ സംസാരനാടകമാടിനാ-
നങ്ങവൻ വാരുണരംഗത്തിങ്കൽ?

ദൂരത്തൊരേടത്തു ശാന്തമായ്മേവിയ
നീരിന്നകത്തൊരിളക്കമുണ്ടായ്
സ്ഫീതങ്ങളായങ്ങു പൊങ്ങീ കുമിളക-
ളേതോ വിപത്തിൻമുളകൾപോലേ

ആറ്റിലൊലിച്ചു വരുന്നതെന്തെന്തിതൊ-
രായിരംകൊമ്പുള്ള മാമരമോ?
അയ്യോ, സഹ്രസഫണോഗ്രക്കരിമ്പാമ്പെ-
ങ്ങിയ്യോമൽക്കോമളപ്പൈതലെങ്ങോ?

നെഞ്ചത്തു കൈവെച്ചു കേണാർക്കുമമ്പാടി-
ക്കുഞ്ഞുങ്ങളോടൊപ്പമാറ്റുവക്കിൽ
മൂക്കു വിടർന്നുയർന്നുള്ള ശിരസ്സോടും
നോക്കിനില്പായീ പകച്ച കണ്ണാൽ

വൃന്ദാവനത്തിലെപ്പട്ടിളമ്പുല്ലുകൾ
തിന്നു തടിച്ചുകൊഴുത്ത പൈക്കൾ:
ആയവർക്കുള്ളേകപ്രാണമരുത്തല്ലോ
പായുന്നു, പാമ്പിന്റെ വായിലേക്കായ്!

കണ്ടാളുമാറ്റിലെ വെള്ളമിടയ്ക്കിടെ
രണ്ടായ്പ്പകുത്തുകൊണ്ടപ്ഫണീന്ദ്രൻ
ചീറ്റി മുന്നോട്ടു വിടുന്ന വിഷക്കൊടും-
കാറ്റിക്കിടാവിനു പൂന്തെന്നലോ?

തുംഗശരീരനസ്സർപ്പത്താൻ ബാലനു
പൊങ്ങുതടിയായ് നുറുങ്ങുനേരം
കാലപാശോപമം കാളിയൻതന്റെ വാ-
ലോലപ്പാമ്പിന്റെ വാലെന്നപോലേ

ചേലിൽപ്പിടിച്ചു വലിച്ചാൻ കുറച്ചിട-
പേലവമാകിയ കൈമലരാൽ
ദംഷ്ട്രാകരാളമാം വക്ത്രം പിളർത്തതി-
ലിട്ടാൻ കരങ്ങളിടയക്കുട്ടൻ.

വാൽകൊണ്ടു തല്ലിയും വട്ടത്തിൽച്ചുറ്റിയും
വാശിയാൽ കീഴുമേലായ് മറിഞ്ഞും

കാളിന്ദിയിട്ടു കലക്കിനാൻ കാളിയൻ
കാട്ടാന കൊച്ചുകുളത്തെപ്പോലേ

പൂമ്പൈതൽ പിന്നെയപ്പൂരിതക്രോധനാം
പാമ്പിന്റെ പൊങ്ങിയ പത്തിതോറും
ചെങ്കഴൽകൊണ്ടു ചവുട്ടിത്തുടങ്ങിനാൻ
തങ്കച്ചിലങ്ക കിലുങ്ങുംവണ്ണം

പീലിപ്പൂരിങ്കുഴൽ കെട്ടഴിഞ്ഞുണ്ണിതൻ
തോളിൽപ്പതിഞ്ഞതിൻ തുമ്പുകളിൽ
വെള്ളത്തിൻതുള്ളികളൊട്ടൊട്ടു നിന്നാടീ
വെള്ളിയലുക്കുകളെന്നപോലെ

ചിന്നിപ്പരന്നിതു ഹാഹാമഹാരവം
മന്നിലും വാനിലും നാലിടത്തും
ആവൂ, കുരുന്നുകാലാരോമൽക്കുഞ്ഞിനു
നോവുകയില്ലേ, മുറിപ്പെടില്ലേ?

പാരിച്ച പാമ്പിന്റെ പത്തിപ്പരപ്പിതു
പാറയെക്കാളും കഠോരമേറ്റം
ചോര തെറിക്കുന്നുവല്ലോ കുമാരകാ
പോരുമേ പോരുമേ സാഹസങ്ങൾ!

കൈക്കുഞ്ഞിൻകാൽച്ചവുട്ടേറ്റു വശംകെട്ടു
മേൽക്കുമേൽക്കക്കിയ ശോണിതത്താൽ
ചീർത്ത പടങ്ങൾ കുനിച്ചിതാ, കുങ്കുമം
ചാർത്തിച്ചു കാളിയൻ കാളിന്ദിയെ

ആ വിഷം നീങ്ങിയ പുണ്യസരിത്തിനെ
ദ്യോവിൽനിന്നീക്ഷിച്ച ദേവർഷിമാർ
ശുഭ്രമേഘങ്ങളിലൂടെ, പൊഴിച്ചാരൊ-
രുൾപ്പൊരുളഞ്ചിന പുഞ്ചിരിയെ

ധ്വസ്തഭുവനാമാം ധൗഷ്ട്യമേ, നിൻതല-
യെത്ര പരത്തിയുയർത്തിയാലും
ഇക്കർമ്മഭൂമിതൻ പിഞ്ചുകാൽ പോരുമേ
ചിക്കെന്നതൊക്കെച്ചവുട്ടിത്താഴ്ത്താൻ!' ■

ഭാരതസ്ത്രീകൾ തൻ ഭാവശുദ്ധി

"തസ്കരനല്ല ഞാൻ; തെമ്മാടിയല്ല ഞാൻ
മുഷ്കരനല്ല ഞാൻ മുഗ്ദ്ധശീലേ
ദേവിതൻ ദാസ്യം കൊതിക്കുമൊരുത്തൻ ഞാൻ
ഈ വീടിവിടേക്കു ദാസഗൃഹം
ഭക്തന്റെയല്പമാമർച്ചനം കൈക്കൊണ്ടു
ഭദ്രമാക്കീടുകെൻ ഭാവികാലം

ആനീലസുസ്നിഗ്ദ്ധപക്ഷ്മനിബിഡമാ-
മീ നീളമേറിയ ലോചനത്താൽ
പെണ്മാൻ കണക്കെപ്പകച്ചിങ്ങു നോക്കുവാൻ
തന്മുന്നിൽച്ചെന്നായയല്ല നില്പൂ
സാമാന്യ പൂരുഷനല്ല ഭുജിക്കേണ്ടൂ
ഭാമിനി, ദിവ്യമാം ത്വത്സൗന്ദര്യം
ഇപ്പീയൂഷത്തെസ്സുൽപ്പാത്രത്തിലാക്കാനാ-
ണത്ഭുതദർശനേമൽപ്രാരംഭം
നമ്മുടെ സാമ്രാട്ടാം പൊൻതിരുമേനിയായ്
സമ്മേളിപ്പിക്കുവാൻവേണ്ടിയത്രെ
ക്ഷേത്രത്തിൽനിന്നു തിരിച്ചുപോം ദേവിയെ-
സൂത്രത്തിൽ ഞാനിങ്ങു കൊണ്ടുപോന്നു

ദേവിതൻ മേനാവെടുപ്പവരിങ്ങോട്ടു-
നേർവഴി മാറ്റി നടക്കാനായ് ഞാൻ
സ്വർണ്ണനാണ്യങ്ങൾ ചൊരിഞ്ഞപ്പരിഷതൻ
കണ്ണുകൾ മഞ്ഞളിപ്പിച്ചിരുന്നു.

പൊങ്ങിപ്പരന്ന മാർത്തട്ടിതു നിശ്വാസം
തങ്ങിത്തുളുമ്പുവതെന്തിനയ്യോ
കാലേ സമാഗതമാകിയ ഭാഗ്യത്തിൻ-
കാൽകഴുകിപ്പതു കണ്ണീർകൊണ്ടോ?

ജാതി പോമെന്നൊരു ചിന്ത ഭവതിതൻ
വാർതിങ്കൾവക്ത്രത്തിൽക്കാറാകൊല്ലേ
എൻ തമ്പുരാനുടെയന്തഃപുരത്തിലെ
ഹിന്ദുസ്ത്രീയെന്നെന്നും ഹിന്ദുസ്ത്രീതാൻ
അപ്പപ്പോൾ തന്നോടുചേരും നദികളെ-
യുപ്പുപിടിപ്പിക്കില്ലിസ്സമുദ്രം
അന്യമതദ്വേഷമുണ്ടോ മുഹമ്മദ-
മന്നോർമണികൾക്കു പണ്ടുപണ്ടേ?
ഈ ഹുമയൂൺചക്രവർത്തി വിശേഷിച്ചു
മാഹിതാത്മാവതിസാമ്യനിഷ്ഠൻ
അള്ളാവിനൊപ്പമക്കല്യൻ പ്രജകളി-
ലെല്ലാം പുലർത്തുന്നൂ സ്വസ്വധർമ്മം.''

എന്തോ കഥിപ്പാൻ മുതിർന്ന സുമുഖിതൻ
ചെന്തൊണ്ടിവായ്മലർ ചെറ്റിളകി
അപ്പോഴേക്കുർവീശസേവകനുസ്മാൻഖാ-
നല്പം പതുക്കെയായ്ക്കെത്തുടർന്നാൻ:

''പത്തു നാൾ മുമ്പൊരു കേളീസഞ്ചാരത്തി-
ലത്തിരുമേനിക്കീ മഞ്ജുവക്ത്രം
ഗ്രാമത്തിൽദ്ദേവിതൻമാളികതന്നിലെ-
ത്തൂമണിക്കണ്ണാടിജ്ജന്നലിങ്കൽ
കാണുമാറായ് വന്നൂ, നേർത്ത ശരൽഘന-
ശ്രേണിയിലേണാങ്കബിംബംപോലേ
രണ്ടുനാലാവൃത്തി തൃക്കൺപതിച്ചണി-
വണ്ടിയിൽപ്പിൻനിൽക്കുമീ ഞാൻ കേൾക്കെ
''വിണ്മലർത്തോപ്പിലെപ്പൊൻപനിനീർപ്പൂവെ''
ന്നുന്മുഖനായരുൾചെയ്തുതാനും

അത്തിഥിതൊട്ടാ വിശിഷ്ടാനുഭാവന്റെ
വിസ്തീർണ്ണഗംഭീരമായ ചിത്തം
ഇക്കൊച്ചുമെയ്യാൽ നിറഞ്ഞിരിക്കുന്നതായ്
നൽക്കാഴ്ച കൂടുമെൻ കൺകൾ കണ്ടു.

പോരയോ ഭാഗ്യമിതാരുമറിയാതെ-
യാരണ്യസ്ഥാനത്തു നിന്ന പുഷ്പം
ഭാരതലക്ഷ്മിയാൾ ചുംബിച്ച തൃക്കയ്യിൽ-
ച്ചേരുവാനല്ലോ തുടങ്ങീടുന്നു

ഇന്ദിരാതുല്യയാം ദേവിയെ വേട്ടവ-
നിന്നൊരു സമ്പന്നനായിരിക്കാം
എന്നാലിതോർക്കേണം മൂടൽമഞ്ഞാർന്നൊരു-
കുന്നെങ്ങീ പ്രാലേയശൈലമെങ്ങോ?
കൊള്ളാമോ ശ്രേയസ്സിൽ സംതൃപ്തി നമ്മൾക്കു
വെള്ളിനിലാവിൽക്കുളിച്ച രാവും
ചെമ്പൊന്നാമാദിത്യരശ്മിയെയാരാഞ്ഞു
മുൻപോട്ടുപോവതു കാണുന്നില്ലേ?

നാളെക്കിവിടുന്നു ഭാരതാധീശ്വരി
നാളെയ്ക്കീയുസ്മാനോ മുഖ്യമന്ത്രി
ഇന്നെന്റെ ദേവിയെക്കേവലസ്ത്രീയായ്ക്കണ്ടെ-
ന്നിറം കെട്ടു മറഞ്ഞ സൂര്യൻ
നാളെ ശ്രീ ഭാരതരാജ്ഞിയായ്ക്കണ്ടിട്ടു-
നീളെ നിറകതിർ വാരിവീശും

മോശമാമീ വീട്ടിലൊട്ടിട വാഴ്‌വതിൻ
ക്ലേശത്തെദ്ദേവി സഹിക്കവേണം
മാരിനീർത്തുള്ളിക്കുചിപ്പിയുൾപ്പൂകാതെ
മാൺപെഴും തൂമുത്തായ്ത്തീരുവാനും
മാന്യരത്നാർഹമാം മന്നവൻതൻ തിരു-
മാറിലണവാനുമാവതാണോ?''

അർത്ഥമിതൊക്കെയാണുസ്മാനുരച്ചതി-
ന്നുത്തരമെന്തിങ്ങു ചൊല്ലും തമ്പി?

''ധീരനാം രാജാവേ, സാധുവാം സ്ത്രീയുടെ
ചാരിത്രം പോക്കൊല്ലേ'' എന്നുണർത്തി
ക്ഷോണീശിതാവെ നമിപ്പതുപോലെ, താൻ
വാണമഞ്ചത്തിൽക്കമിഴ്ന്നുവീണാൾ!

രണ്ട്

ക്ലിഷ്ടയാം സാധ്വിയെക്കണ്ടു സഹിക്കാഞ്ഞോ
പട്ടണമൊക്കെയും കണ്ണടച്ചൂ
നിശ്ശബ്ദയായി ക്രമേണ നിശീഥിനി
വിശ്വത്തെ വീക്ഷിച്ചു നിന്നാൻ ചന്ദ്രൻ.

ആ ഹുമയൂണെന്ന രാജാധിരാജനും
മോഹനോദാരനിശീഥവേഷൻ
ധൂപമാല്യാദിതൻ തൂമണം വീശുന്ന
ദീപോജ്ജ്വലിതമാം പള്ളിമച്ചിൽ
ചന്തംതികഞ്ഞൊരു ചന്ദനക്കട്ടിലിൽ
വെൺതനിപ്പട്ടുകിടക്കതന്മേൽ
ഏകാകിയായിശ്ശയിച്ചരുളീടിനാൻ
സൈകതത്തട്ടിൽ ഗജേന്ദ്രൻപോലെ

നിദ്രയ്ക്കനുമതി കിട്ടിക്കഴിഞ്ഞിട്ടി-
ല്ലത്തിരുനെറ്റി തലോടിക്കൊൾവാൻ
എന്തോ വിചാരത്തിൽ സഞ്ചാരം ചെയ്കയാം
ഹന്ത, മഹീശന്റെയന്തഃരംഗം
കൊട്ടാരം ചിന്തയാൽ ജാഗരംകൊള്ളുന്നു
കൊച്ചുകുടിൽക്കത്രെ നിദ്രാസുഖം
എന്നാലവിടേക്കു രാജ്യതന്ത്രത്തില-
ല്ലിന്നേരം ബുദ്ധിയെന്നൂഹിക്കുന്നേൻ
താരനേർക്കണ്ണു വിടർന്നു തെളിയുന്നു
ധീരമാം വക്ത്രത്തിൽ ശൃംഗാരവും
മന്മഥനെന്ന മഹാകവിയാകണ-
മിമ്മനോരാജ്യത്തിൻ ഗ്രന്ഥകാരൻ

നേരിയ കാലൊച്ചയൊന്നു പുറത്തള-
ത്താരാൽ ശ്രവിപ്പതായ്ത്തോന്നുകയാൽ
കൈമുട്ടു ശീർഷോപധാനത്തിൽക്കുത്തിയും
കാർമുകിൽമീശ വളർന്ന ഗണ്ഡം
മാറ്റുകൂടുന്ന തൃക്കൈത്താരിൽച്ചായ്ച്ചുമൊ-
ന്നേറ്റു ചെരിഞ്ഞു കിടന്നാൻ ഭൂപൻ

ചിക്കെന്നൊരത്ഭുതജ്യോതിപ്രവാഹമ-
പ്പൊൽക്കുളിർപ്പൂമച്ചിൽ വന്നലച്ചു
കണ്മയക്കീടുമാ മിന്നലിൻ മേഘമോ
നമ്മുടെയുസ്മാൻഖാനായിരുന്നു
ആയവനെപ്പോഴും ചെല്ലാം തിരുമുമ്പി
ലാരും തടയില്ലരുളപ്പാടാൽ

വിണ്മലർത്തോപ്പിലെപ്പൊൻപനിനീർപ്പൂവോ
തന്മുന്നിൽക്കാണ്മൂ കിനാവുപോലെ
സംഭ്രമം കിഞ്ചന സ്പഷ്ടമായ്പ്പോംവിധം
തമ്പുരാനങ്ങെഴുന്നേറ്റിരുന്നു.
തീരെ തിരുവുള്ളിലോരാതുള്ളൊന്നല്ലോ
ഈ രുചിരോത്സവപ്രാദുർഭാവം

പൃത്ഥീശ്വരേശ്വര, പത്തുനാളങ്ങുന്നു
ഹൃത്തിനാൽസേവിച്ച ദേവിയിതാ
പ്രത്യക്ഷയായ്വന്നു; കാമം വരിച്ചുകൊൾ
കെത്രയോപേർക്കിഷ്ടമേകിയോനേ

ദേവിയുമുസ്മാനുമാ രാജരാജന്റെ
ചേവടിയിങ്കൽ നമസ്കരിച്ചാർ
നീ വിരലുകൾ കോർത്തുപിടിച്ചഴ-
കാണ്ട കരങ്ങൾ മടിയിൽ വെച്ചും
കാഞ്ചനരേഖാങ്കവെൺപട്ടുറയിട്ട
കാൽതൂക്കിയിട്ടുമിരുന്നരചൻ
തെല്ലഴഞ്ഞുള്ള കാർകുന്തലോവാർകുനു-
ചില്ലിയോ ചില്ലൊളിപ്പൂങ്കവിളോ

ഏതേതു നോക്കേണമെന്നു മൃഗാക്ഷിതൻ
മെയ്തന്നിൽപ്പായുന്ന കണ്ണിണയെ
ആയാസപ്പെട്ടു നിയന്ത്രിച്ചു സാകൂത-
മായൊന്നു നോക്കിനാനാശ്രിതനെ
''കാണിക്കയായ് വെച്ചേൻ പൊന്നുതൃക്കാല്ക്കലീ-
മാണിക്യക്കല്ലിനെ''യെന്നാനവൻ.

ക്ഷിപ്രമവിടുത്തെയുൾപ്രസാദാങ്കുരം
തൃപ്പല്ലവാധരമദ്ധ്യേ കാണായ്
വെൺകളിയായിതസ്സുസ്മിതമുസ്മാന്റെ
സങ്കല്പസൗധത്തിനെന്നേവേണ്ടൂ

സുന്ദരിയോടഥ സാദരം ചോദിച്ചു
മന്ദമധുരമായ് മന്നോർമന്നൻ
''ഭദ്രേ ഭവതിക്കു സമ്മതംതാനല്ലീ
ഭക്തനാമെന്നുടെ ദേവീപദം?''

സങ്കുചിതാംഗിയായ്സാഞ്ജലിയായ് നിന്ന
മങ്കയാൾ ഗദ്ഗദംപൂണ്ടു ചൊന്നാൾ:
'കന്യകയല്ലാ ഞാൻ കാന്തനെൻ പ്രാണനാ-
ണന്യനെയപ്രീതി തോന്നരുതേ!''

ഭാവം പകർന്നൂ നൃപന്നുപരസ്ത്രീയെ-
പ്പാവയായെണ്ണുമപ്പുണ്യശ്ലോകൻ
''ഇസ്സാധ്വിയെങ്ങനെയിങ്ങു വന്നെത്തി''യെ-
ന്നുസ്മാനോടൂർജ്ജസാ ചോദ്യം ചെയ്താൻ
നമ്രാംഗി നീണ്ടൊരു വീർപ്പിലടക്കിത്തൻ
നന്ദി നരേന്ദ്രന്റെ നേർക്കയച്ചാൾ

വാസ്തവമെല്ലാമുണർത്തിച്ചു സേവകൻ
ഭീത്യാ വരണ്ടുള്ള കണ്ഠവുമായ്
പാർത്ഥിവനേത്രത്തിൽനിന്നിടിവാളൊന്നാ-
സ്വാർത്ഥപരന്റെ ശിരസ്സിൽപ്പാഞ്ഞു
''ആരങ്ങിവനെയീ മൽപ്രജാദ്രോഹിയെ-
ക്കാരാഗൃഹത്തിലടച്ചിടട്ടേ''

സ്വത്തു നിക്ഷേപിപ്പാൻ തീർത്ത നിലവറ
ലുബ്ധനു പാഴ്തുറുങ്കായ്ത്തീരുന്നു
ആ മണികങ്കണസമ്മാനമാശിച്ചി-
ട്ടാമമേ കൈകൾക്കു നേടിയുസ്മാൻ

''മങ്കേ കരയായ്ക, മാലോകർകണ്ണീരെൻ
ചെങ്കോലിതാഴിയിലേക്കൊഴുക്കും
മാപ്പിളമാർ ചെയ്ത തെറ്റു മറന്നു നീ
മാപ്പീഹുമയൂണിന്നേകിയാലും
ഇപ്പൊഴേ നമ്മുടെ പല്ലക്കുകാർ നിന്നെ
ത്ത്വൽഭർത്തൃമന്ദിരം പ്രാപിപ്പിക്കും
എന്നനുജത്തി, നീ സൗഖ്യമായ് വാണാലും''
എന്നരുൾചെയ്ത നരേന്ദ്രനോടായ്
തമ്പി കൃതജ്ഞത കാണിച്ചപേക്ഷിച്ചാൾ
''എന്നിൽത്തിരുവുള്ളമുണ്ടെന്നാകിൽ
ഭൃത്യന്റെ കുറ്റം പൊറുക്കുമാറാകണം
മർത്ത്യന്നു കൈപ്പിഴ ജന്മസിദ്ധം''

ഗീരിതരചനു രോമാഞ്ചമേറ്റിഹാ,
ഭാരതസ്ത്രീകൾതൻ ഭാവശുദ്ധി
''ഉസ്മാൻ, നീയാരെയോ കഷ്ടപ്പെടുത്തിയി-
ന്നസ്സാധ്വിതാൻ നിന്നെസ്സംരക്ഷിച്ചു
ബാലികേ, കൈക്കൊൾക മാമകപ്രീതിത-
ന്നീ ലഘുചിഹ്ന''മെന്നൂഴിനാഥൻ

ഏറെ വിലപ്പെട്ട നന്മുത്തുമാല്യമ-
ങ്ങൂരിയെടുത്തവൾതൻ കഴുത്തിൽ,
അച്ഛൻ മകളുടെ കണ്ഠത്തിലെന്നപോ-
ലിച്ഛയാ ചാർത്തിച്ചാൻ തൃക്കൈകളാൽ. ■

ഒരു ചിത്രം

നീയ്യിതു കാൺകൊരാൺകുഞ്ഞിതാ തൻകുഞ്ഞി-
ക്കയ്യിൽച്ചെറിയ പാൽപാത്രവുമായ്
പയ്യിനെക്കാലേ കറന്നീടുമമ്മതൻ
മെയ്യിൻ വലംവശം ചാരിനില്പൂ

മാതാവോ പൈക്കറ നിർത്തി, മണിവള-
വ്രാതമണിഞ്ഞ വലത്തുകയ്യാൽ
പൈതലെപ്പേർത്തുമണച്ചു പുണർന്നതി-
പ്രീതയായ് കോൾമയിർക്കൊണ്ടിടുന്നു

ചേലുറ്റ പാത്രത്തിലമ്മ നറുംചൂടു-
പാലും പകർന്നു കൊടുത്തതിനാൽ
ബാലന്റെ ചെന്തൊണ്ടിവായ്മലരിൽച്ചെറ്റു-
പാലഞ്ചും പുഞ്ചിരി തഞ്ചിടുന്നു

താമരത്താരിതൾപോലേ നെടുതായി
ത്തൂമയ്യെഴുതിയ കണ്ണിണയിൽ
പ്രേമവും ഹർഷവുമുൾക്കൊള്ളുമുണ്ണിത-
ന്നോമനവക്ത്രമിതെത്ര രമ്യം

എമ്മട്ടെന്നോതുവാനേതും കഴിവില്ലാ-
ത്തിമ്മധുരാനനമൊന്നു കണ്ടാൽ
അമ്മയ്ക്കു മാത്രമല്ലാർക്കുമേ ചെന്നെടു-
ത്തുമ്മവെച്ചീടുവാൻ തോന്നുമല്ലോ

കേവലഭംഗ്യാ കൊഴുത്തുരുണ്ടുള്ളോരി-
പ്പൂവൽമെയ് പൂണ്ടോർതാൻ പുണ്യവാന്മാർ
ലാവണ്യദുഗ്ദ്ധം കടഞ്ഞെടുത്തീടിന-
തൂവെണ്ണയോ ഇതു തമ്പുരാനേ?

ക്ഷോണിക്കിരുൾ നീങ്ങാൻദൈവംതാൻ കത്തിച്ചു
കാണിക്കും കാഞ്ചനക്കൈവിളക്കോ
ചാണയ്ക്കുവെച്ചേറെച്ചന്തംവരുത്തിയ
മാണിക്യക്കല്ലോയീ മഞ്ജുരൂപം?

വെൺതിങ്കൾബിംബത്തിൻ സൗമ്യപ്രകാശവും
മുന്തിരിസ്സത്തിന്റെ മാധുര്യവും
പൂന്തയ്യൽത്തെന്നലിൻ പൂർണ്ണക്കുളിർമ്മയും
മാന്തളിർത്തൊത്തിന്റെ മാർദ്ദവവും

വാനിൽ നവരത്നതോരണം കെട്ടുന്ന
വാർമഴവില്ലിന്റെ നല്ലഴകും
വാടാതെ സന്ധ്യയ്ക്കു മന്ദം വിരിയുന്ന
വാസന്തിപ്പൂവിന്റെ വാസനയും

മറ്റുമാനന്ദമേകുന്ന പദാർത്ഥങ്ങൾ
മുറ്റുമൊത്തിട്ടുണ്ടിക്കൊച്ചുമെയ്യിൽ
മറ്റാരുമല്ലിതു മാന്യയശോദ തൻ
കുറ്റക്കിടാവായ കണ്ണനത്രെ

അമ്മയ്ക്ക് പാൽപാത്രം കാണിച്ചു നിന്നീടു-
മിമ്മലർക്കോമളതൃക്കയ്യല്ലോ
അമ്മഹാമല്ലരാം ചാണൂരമുഖ്യരെ-
ച്ചമ്മന്തി പ്രായമരച്ചുവിട്ടു

ആറേഴുനാളൊരു കുന്നിനെയൊറ്റക്കൈ-
ത്താരാൽക്കുടയായ്പ്പിടിച്ചോനിവൻ
ഏറിയാൽമൂഴക്കു കൊള്ളുമിപ്പാത്രത്തെ-
ക്കൈ രണ്ടുകൊണ്ടും പിടിച്ചിരിപ്പൂ

പീലികൾ വെച്ചു മേൽപോട്ടാക്കിക്കെട്ടിയ
നീലിമകോലുന്ന കൂന്തലിന്മേൽ
മാലിന്യമേലാത്ത മുത്തുമണിമയ-
മൗലി വിഭൂഷണമൊന്നണിഞ്ഞും

നന്മഷിക്കോലിനെ വെല്ലുന്ന ചില്ലികൾ-
തൻ മദ്ധ്യഭാഗത്തായ്ത്തെല്ലു മീതേ
ഗോപിമാർ ചുംബിച്ച നിർമ്മലനെറ്റിമേൽ-
ഗ്ഗോപി ചെങ്കുങ്കുമംകൊണ്ടു തൊട്ടും

കർണ്ണങ്ങൾ രണ്ടിലും കഞ്ജകുസുമത്തിൻ
കർണ്ണികയ്ക്കൊത്ത കുടക്കടുക്കൻ
കണ്ണാടിച്ചില്ലൊക്കും ഗണ്ഡത്തിൽ ബിംബിച്ചു
കണ്ണാടിച്ചിന്നുമാറുജ്ജ്വലിച്ചും

കൊച്ചിളം കണ്ഠത്തെ മാറോളം തൂങ്ങിയോ-
രച്ഛഹാരത്താലലങ്കരിച്ചും
പിച്ചിപ്പൂമാലകൾ പോലാം ഭുജങ്ങളിൽ-
പ്പച്ചക്കൽ വെച്ച വളകളിട്ടും

മൊട്ടുള്ള പൊൻതുടർ മിന്നുമരയിങ്കൽ-
പട്ടാടക്കോണമുടുത്തും ചെമ്മേ
പട്ടും പണിയുന്ന പാദങ്ങളിൽ വില-
പ്പെട്ടുള്ള രത്നച്ചിലമ്പുപൂണ്ടും

അമ്മതൻ മെയ്ചാരിനില്പോനേ, ലോകങ്ങൾ-
ക്കമ്മയുമച്ഛനുമായവനേ
ധർമ്മസംരക്ഷയ്ക്കായ്ക്കൂടെക്കൂടെജ്ജന്തു-
ധർമ്മം കൈക്കൊള്ളും പരമാത്മാവേ!

ഭാവം പാർത്തമ്പാടിപ്പെണ്ണുങ്ങൾ തൻ മുന്നിൽ-
പ്പാൽവെണ്ണയൊട്ടൊട്ടു കിട്ടുവാനായ്
മൂവടി കൊണ്ടു മുപ്പാരുമളന്ന തൃ-
ക്കാൽ വെച്ചു തത്തിക്കളിക്കുവോനേ

ഓടക്കുഴലൂതിശ്ശീലിച്ചുപോരുമി-
പ്പാടലപേലവച്ചുണ്ടിനാലേ
പ്രൗഢനാം ഫൽഗുനന്നുല്ക്കൃഷ്ടധർമ്മത്തിൻ
ഗൂഢമാം സത്തുപദേശിച്ചോനേ

ബാലകരൂപനാം നിന്നുടെയത്ഭുത-
ലീലകൾക്കുണ്ടോ പറഞ്ഞാലറ്റം?
നീലകളേബര, നിശ്ശേഷവിശ്വൈക
പാലക, പോറ്റി, പണിഞ്ഞിടുന്നേൻ

വൃക്ഷവൃന്ദങ്ങളിൽച്ചെന്തെങ്ങാണങ്ങുന്നു
നക്ഷത്രവർഗ്ഗത്തിൽ ശുക്രനത്രെ
രക്ഷിക്കും ബാന്ധവശ്രേണിയിലമ്മതാൻ
പക്ഷികുലത്തിലോ, പച്ചക്കിളി;

നാനാചെടികളിൽത്തൃത്താവാകുന്നു നീ
മാനായ ജാതിയിൽക്കൃഷ്ണമൃഗം
നൂനമൃതുക്കളിൽ മാധവമാസം നീ
പാനവസ്തുക്കളിൽ പാലുതന്നേ

ഗാനയന്ത്രങ്ങളിൽ വീണാപ്രകാണ്ഡം നീ
സൂനങ്ങളിൽ പനിനീർപ്പൂവു നീ
സ്നാനം കഴിക്കേണ്ടും തീർത്ഥശതങ്ങളിൽ
വാനവഗംഗ നീ വാസുദേവ

എന്തിലും മീതേ വിളങ്ങുന്ന ദൈവമേ
ചിന്തിത സർവസ്വചിന്താമണേ
അന്തിക്കു നാമം ജപിക്കുമ്പോൾ നിത്യമീ-
നിൻ തിരുമെയ്യുള്ളിൽതോന്നേണം മേ! ■

ഒരരിപ്പിറാവ്

പുലർകാലമെനിക്കുപുണ്യമിന്നു,-
ജ്ജ്വലതേജസ്സെഴുമോമനപ്പിറാവേ!
ഉലകിൽ പ്രിയദർശനൻ ഭവാനെൻ
നിലയോപാന്തമലങ്കരിച്ചുവല്ലോ

ചിറകിന്റെ ചിതപ്പെടുന്ന നാനാ-
നിറവും തുണ്ഡപദങ്ങൾതൻ തുടുപ്പും
പറവാൻ പണി, ഗാത്രസൗഭഗം തേ
പറവച്ചാർത്തിനു മാനഹേതു പാരം

ഇരുകണ്ണിതു, കുങ്കുമദ്രവത്താൽ
നറുതേൻവാണികൾ തൊട്ട പൊട്ടുപോലെ
ചുരുളിപ്പൊഴുതേ വിടുർത്ത വാഴ-
ച്ചെറുകൂമ്പിൻപടി കോമളം തവാംഗം

അലസാതൊരു സൂചിശില്പദക്ഷൻ
പല വർണ്ണങ്ങളിലുള്ള പട്ടുനൂലാൽ
നലമോടിഹ തയ്ച്ചു തീർത്തതോനിൻ
മലർമെയ്യെത്ര മനോഹരം പിറാവേ

ജനിസിദ്ധമനോജ്ഞ മാർദ്ദവത്താൽ-
ത്തനിവില്ലീസൊടിടഞ്ഞ താവകാംഗം
കനിവിൽത്തടവുന്നു ബാലസൂര്യൻ
പനിനീർപ്പൂ പണിയുന്ന തൻകരത്താൽ

സ്ഫുരദംഗമരീചിവീചിയാലെൻ
പുരമുറ്റത്തു, പുരന്ധ്രിമാർ കണക്കേ
വിരവോടു വിചിത്രമംഗളപ്പൂ-
നിര കാലത്തു വിരിച്ചിടുന്നിതോ നീ

ഭുവനത്രയശില്പി ചിത്രരത്ന-
പ്രവരശ്രേണി പതിച്ചതിൻ പ്രകാശം
തവ മെയ്യിലിതാ, പതിന്മടങ്ങായ്
നവസൂര്യക്കതിരേറ്റു മിന്നിടുന്നു

അതിരറ്റഴകുള്ളതായ കാർവി-
ല്ലതിവേഗേന മറഞ്ഞുപോകുമല്ലോ
അതിനാൽ വിധി പേർത്തു തീർത്തതാവാ-
മതിനൊന്നൊളി വീശുമിഖഗത്തെ

തവ ഗേഹിനിയെങ്ങു ലോകനേത്രോ-
ത്സവമേ, താങ്കൾ തനിച്ചു പോന്നതെന്തേ?
അവൾ കൊച്ചുകിടാങ്ങൾ തൻ തുണയ്ക്കായ്
ഭവനത്തിങ്കൽ വസിക്കയായിരിക്കാം

പ്രകൃതിസ്പൃഹണീയ, നിൻ കുടുംബ-
പ്രകൃതപ്രശ്നസമുദ്യമം വൃഥാ മേ
പ്രകൃതീശ്വരി തന്നെ കാത്തുപോരും
സുകൃതാത്മാക്കളിലെങ്ങു സൗഖ്യഭംഗം?

അരി ഞാൻ വിതറിത്തരാം നിനക്കെ
ന്നരികത്തേക്കണകൊന്നരിപ്പിറാവേ
ശരിയായ് മമ മന്ദിരാഗതൻ നീ-
യരിമപ്പെട്ട വിരുന്നുകാരനത്രെ

മിതമാകിലുമുൾപ്രിയത്തൊടെന്നാൽ
കൃതമാതിത്ഥ്യമിതാദരിച്ചിടാതേ
ധൃതമൗനമൊഴിഞ്ഞുപോവതെന്താ-
ണിതരാമ്പേഷണസക്തനാംവിധം നീ!

അഥവാ, തവ കുറ്റമല്ലിതോർത്താൽ
കഥമെന്നിൽ പ്രതിപത്തി തോന്നിടും തേ
കഥയേറുകയാൽ സ്വകാര്യമാത്ര-
പ്രഥമാനോദ്യമനല്ലയോ മനുഷ്യൻ?

നരർ മേന്മ നടിച്ചു ജന്തുഹിംസാ-
കരമാം ജീവിതസംഗരം മുതിർക്കേ
പരപീഡ പെടാതെ നാൾ കഴിപ്പൂ
ചിരമിസ്സാധുഖഗങ്ങൾ ശാന്തവൃത്ത്യാ

ധരതൻ ദയകൊണ്ടു വല്ലതും തെ-
ല്ലിര കിട്ടീടിലിതിന്നു തൃപ്തിയായി
മരണംവരെയും മനുഷ്യനുണ്ടോ
ദുര മാറുന്നു, സുഖോപഭുക്തിയിങ്കൽ?

അതിമോഹനരത്നമേട കേറി
സ്ഥിതി ചെയ്താലുമവന്നു തുഷ്ടി തോന്നാ
ഇതിനോ, ചെറുതായ വല്ല പൊത്തും
മതി, പൈതങ്ങളുമായ് സുഖിച്ചു പാർപ്പാൻ

അവനീശത വേണമാഢ്യനുർവ്വീ-
ധവനാശിപ്പതു ചക്രവർത്തിയാകാൻ
അവനോ, ഭുവനാധിപത്യലുബ്ധൻ
ശിവനേ, മർത്ത്യനു തൃഷ്ണ തീരലുണ്ടോ?

ഗുരുഗർവൊടു തന്റെ മേന്മമാത്രം
കരുതും ബുദ്ധിവിശേഷമുള്ള മർത്ത്യൻ
ഒരു കോലളവൂഴി കിട്ടുവനായ്-
പുരുരക്തക്കടലായിരം ചമപ്പൂ

മുടിയും ഭുവനങ്ങളൊക്കെയെന്നാൽ
മുടിയട്ടെ, നരനത്ര ഭീരുവാണോ
ചൊടികൂടുമവന്നു തൻജയപ്പൊൻ-
കൊടി പൊങ്ങിക്കണമിന്ദ്രനാട്ടിലോളം

അതിനിഷ്ഠുരജീവിതാഹവാഹ-
ങ്കൃതിയാലെത്ര ഭയങ്കരം പ്രപഞ്ചം
അതിനൊട്ടൊരു സൗമ്യഭാവമേകു-
ന്നതിനാണീദൃശസത്ത്വസൃഷ്ടി നൂനം

മഴവില്ലു പിഴിഞ്ഞെടുത്ത സത്താ-
മഴകേ, മന്ദമകന്നകന്നുപോയ് നീ
അഴലിങ്ങരുളായ്ക സൗകുമാര്യ-
പ്പുഴതൻ കൊച്ചുതരംഗമേ, പിറാവേ

ഭുവി കൊക്കുകൾകൊണ്ടു കൊത്തിയും തൻ
പവിഴച്ചെങ്കഴൽ മെല്ലെമെല്ലെ വെച്ചും,
സവിലാസമിവന്റെ കൺകുളിർപ്പി-
ച്ചിവിടെത്തെല്ലിടകൂടി ലാത്തണേ നീ

ഇവനിൽക്കനിയാതെ തോപ്പിലുൾപ്പു-
ക്കവശം ചപ്പിലയിൽച്ചരിക്കൊലാ നീ
തവ, പട്ടുവിരിപ്പിൽ വെച്ചിടേണ്ടു-
ന്നവയാം കാൽകളിൽ മുള്ളു തട്ടിയാലോ?

വളരെച്ചെറുരക്തരേഖ ചേരും
ഗളമേതാനുമുയർത്തിയെന്നെ നോക്കി
പുളകപ്രദമാം മൃദുസ്വനത്താൽ
കളകണ്ഠോത്തമ, യാത്രചൊൽവിതോ നീ?

എന്നാലങ്ങനെയെങ്ങു തൃപ്തി തവമെ-
യ്യീക്ഷിപ്പവർക്കൊട്ടിട-
യ്ക്കെന്നാലും സുഖമെൻ മിഴിക്കരുളിയോ-
രങ്ങയ്ക്കിതാ വന്ദനം!

ചെന്നാശ്വാസമണയ്ക്ക സമ്പ്രതിഭവൽ-
പ്രത്യാഗമം കാത്തിരി-
ക്കുന്നാത്മീയ കുടുംബകത്തിനി,തുതാ-
നത്രേ ഗൃഹസ്ഥവ്രതം. ■

ഒരു നായർ സ്ത്രീയും മുഹമ്മദീയനും

പുരുഷമണി പുലസ്ത്യ പൗത്രഹന്താ-
വരുളിന വില്വമഹാദ്രിതൻ പ്രദേശം
ഒരു പകലറുതിക്കു പോക്കുവെയ്ലേ-
റ്റുരുകിയ തങ്കമൊഴിച്ചപോലെ മിന്നീ

പ്രകടതരമുയർന്ന താപമാറി-
സ്സകലരുമൊട്ടു സമാശ്വസിക്കുമാറായ്
പകലിനെ മറുദിക്കിലേക്കയപ്പാൻ
മികവെഴുമന്തിമ സന്ധ്യ വന്നടുത്തു

സ്വയമലഘുതരാഭിതാപകൃത്താ-
കിയ പകലിന്റെ കഠോരമാം കഴുത്തിൽ
നിയതിയുടെ ബലേന കത്തി വീണൂ
വിയതി വിസൃത്വരമായ് നിണത്തുടുപ്പും

അകലുഷഗിരിതൻ മുടിസ്ഥലത്തും
സ്വകടകഭൂവിലുമുള്ള കോവിൽതോറും
പകലൊളിയിൽ മയങ്ങി മിന്നി, ചാമ്പേ-
യകമലർമൊട്ടണിപോലെ ദീപജാലം

പെരുമലയുടെ നേർകിഴക്കു നാനാ-
തരുലതികാദി നിറഞ്ഞു കാനനാന്തം
അരുണകരമണഞ്ഞിടാത്തതായി-
ട്ടൊരു പുകപോലിടചേർന്നിരുണ്ടു കാണാം

ധ്രുവമിഹ സുലഭം ബഹുപ്രകാരോ-
ത്സവകരമാം വനമെന്നു കാൺകയാലോ

സ്വവസതി തിരുവില്വശൈലമാക്കീ
ദിവസശതങ്ങൾ വനേ രമിച്ച രാമൻ

ഗിരിയിതിലരുളുന്ന രാഘവശ്രീ-
ഹരിയുടെ തൃച്ചരണത്തിൽനിന്നു വീണ്ടും
പരിചിലവതരിച്ച ഗംഗപോല-
ങ്ങരിയ നിളാനദി നിർമ്മലം വിളങ്ങീ

തളരുമിനകരാങ്കുരങ്ങളൊട്ടൊ-
ട്ടിളകിന വീചികളിൽ പതിക്കയാലേ
വളരുമൊരഴകാർന്നിരുന്നു പേരാ-
റിളയുടെ പൊന്നണിമുത്തുമാലപോലേ

പ്രതിനവമിരകൊണ്ടു കൂട്ടിലെത്തു-
ന്നതിനിനമൊത്തു പറന്നുപോം ഖഗങ്ങൾ
പ്രതിഫലനമിഷാൽ നിളാജലത്തിൽ-
ദ്ധൃതിയൊടു ചെയ്തു ദിനാന്തമജ്ജനത്തെ

പരിണതി പകലിന്നടുത്തതോർത്ത-
സ്സരിതി കുളിച്ചു വിലാസിയാം സമീരൻ
പരിസരവിപിനപ്രസൂനപാളീ-
പരിമളപൂരമെടുത്തെടുത്തു പൂശി

തിരുനിളയുടെ തീരമോടടുത്തു-
ള്ളൊരു വിപുലോന്നതമാം പറമ്പിലൂടേ
തരുണിയൊരുവൾ പോയിരുന്നു, താനേ
പെരുകുമതിൻ വിജനത്വമൊട്ടകറ്റി.

തടിമരവുമിടയ്ക്കിടയ്ക്കു വള്ളി-
ക്കുടിലുമിണങ്ങിടുമപ്പെരുമ്പറമ്പിൽ
വടിവൊടവൾ വിളങ്ങി, വാനിൽനിന്നും
ത്ധടിതി പതിച്ചൊരു കൊച്ചു താരപോലേ

ധവളപടമുടുത്ത രീതി, കണ്ഠാ-
ദ്യവയവമണ്ഡനവൃന്ദ സമ്പ്രദായം

സുവദനശശിതൻ വിശേഷതേജ-
സ്സിവയിവൾ നായർ നതാംഗിയെന്നു ചൊല്ലി

കുളിയതു പൊഴുതേ കഴിഞ്ഞ കൊണ്ടൽ-
ക്കുളിർകുഴലാളുടെ കോമളാമലാംഗം
ഒളിവിതറി, മിനുക്കുവേല തീരും
ലളിതസുവർണ്ണശലാകയെന്നപോലെ

ഹരിണമിഴി ചുരുണ്ടു തുമ്പു കെട്ടി
പരിചൊടു പിൻവശമിട്ട കേശപാശം
പെരികെ വിലസി, നൽക്കളിന്ദജോർമ്മി-
പ്പരിഷകണക്കു നിതംബസൈകതത്തിൽ

സുതനുവിനുടെ ശുഭ്രഭസ്മരേഖാ-
ങ്കിതവുമുദാരവുമായ നെറ്റിയിന്മേൽ
ചിതമിയലിന തെന്നലേറ്റു ചിന്നി-
ച്ചിതറി ലസിച്ചിതു ചൂർണ്ണകുന്തളങ്ങൾ

നളിനവദനതൻ ജപം നിമിത്തം
ലളിതചലന്മൃദുലാധരാന്തരത്തിൽ
തെളിരദനിര ദൃശ്യമായിരുന്നു
തളിരിടയിൽച്ചില മുല്ലമൊട്ടുപോലെ

മലരഴകിൽ നിറച്ചൊരോട്ടുപാത്രം
വിലസി, വിലാസിനി തന്നിടങ്കരത്തിൽ
അലസതനു പൊതിച്ച രണ്ടിളന്നീർ
വലതുകരത്തിലുമുദ്വഹിച്ചിരുന്നു

വരശുഭവിഭവോന്നതിക്കു സർവോ-
ത്തരമുതകുന്നൊരു തിങ്കളാഴ്ച നോമ്പാൽ
ഹരഭജനവിധിക്കു പോകയാണി-
പ്പരമകൃശോദരിയമ്പലത്തിലേക്കായ്

സതി നിജസദനത്തിൽനിന്നു പോരു-
ന്നതിനു കുറച്ചിട താമസിച്ചമൂലം
പതിവുസഖികൾ മുൻകടന്നുപോയ്പ്പോ-
യതിലിവൾ കേവലമേകയായി മാർഗ്ഗേ

ചുമലണി വസനത്തിനുള്ളിൽ വിങ്ങും
സുമഹിതവാർമുലയും നിതംബവായ്പും
ശ്രമമൊടനുവദിച്ച വേഗമാർന്ന-
ക്കമനി നടന്നു കരൾക്കൊരിണ്ടലോടേ

മടയവർമണിയാ മരുപ്രദേശ-
ക്കടലൊരുമട്ടു കടന്നു പാതിയോളം
ഉടനടിയവൾതന്റെ മുന്നിലെത്തീ
സ്ഫുടതരരാക്ഷസരൂക്ഷരൂപനേകൻ

കൊടിയൊരുടലെടുത്ത രൗദ്രമാമ-
ത്തടിയനെ മുന്നിലടുത്തു കാൺകയാലേ
ഝടിതി പതറിയൊന്നു ഞെട്ടി,നാല-
ഞ്ചടിയറിയാതവൾ പിന്നിലേക്കു മാറി.

പിരിമുറുകി വളഞ്ഞ മീശ, ചെന്തീ-
പ്പൊരി ചിതറും മിഴി, വട്ടമൊത്ത താടി-
ഹരി, ഹരി, യമനും നടുങ്ങുവൊന്ന-
ക്കരിമലയന്റെ കരാളമായ വക്ത്രം

വെറിയനവനതാതിടത്തു തട്ടി-
പ്പറി തൊഴിലായ്പ്പുലരും മുഹമ്മദീയൻ
മറിമൃഗമിഴി നിസ്സഹായമാർഗ്ഗം
കുറിയതുമല്ല, മനുഷ്യഗന്ധശൂന്യം

പകലിരവവനാചരിക്കുമോരോ-
വക ദുരിതത്തൊഴിലിന്റെ ലാഞ്ഛനങ്ങൾ
അകരുണതരനാമവന്റെ പൈശാ-
ചികവദനത്തെയലങ്കരിച്ചിരുന്നു

ഒരുവക വലുതായ കത്തി കൂറ്റൻ
തിരുകിയിരുന്നു വലത്തുപാടരയ്ക്കൽ
പരുഷമതു രസേന പാന്ഥരക്ത-
ക്കുരുതിയിലൂളിയിടാത്തനാൾ ചുരുങ്ങും

ഒരു ചിരി കൊടുതായ്ച്ചിരിച്ചു,ചെമ്പ-
ല്ലിരുവരിയും ശരിയായ്പ്പുറത്തു കാട്ടി

തരുണിയോടതി നീചഭാഷയിൽത്താൻ
കരുതിയ കാര്യമവൻ കഥിച്ചുകൊണ്ടാൻ

പരധനഹരനാമിവന്റെ നോട്ടം
വരതനുവിൻ മണിഭൂഷണത്തിലല്ല
ഹര, ഹര, ശിവ, തൽസതീത്വരത്നം
വിരയെ ഹരിപ്പതിനാണിവൻ കൊതിപ്പൂ

"പെരിയ ഭയമിതെന്തിനാണു ശോണാ-
ധരികളെയൂത്തനുപദ്രവിക്കയില്ല
വരിക, മമ പുരയ്ക്കലേക്കു പോകാം"
ത്വരിതമിതാണുരചെയ്തതുഗ്രശീലൻ

കയൽമിഴിയുടെ കണ്ണിരുട്ടടഞ്ഞു
മയമിയലും മനമത്രയും മയങ്ങി
ഉയരുമഴലറിഞ്ഞിടായ്‌വതിന്നീ-
ഭയപരിമൂർച്ഛ തുണച്ചിതൊട്ടുനേരം.

ചടുലപദമൊരുന്നതാചലത്തിൻ
കൊടുമുടി തന്റെ മുനമ്പിൽ നിന്നു, താഴേ
പടുകുഴിയിൽ വീഴാൻ തുടങ്ങിടുമ്പോൾ-
പ്പെടുമൊരവസ്ഥയിലായിതയ്ക്കുമാരി

ശിലയുമലിയുമോമനസ്വരത്തിൽ-
പ്പലതരമർത്ഥന ചെയ്തുനോക്കിയിട്ടും
ഫല,മഹഹ, ലഭിച്ചതില്ലവൾക്ക-
ഖലനൊരുമിച്ചു ഗമിച്ചിടേണ്ടിവന്നു.

സ്മരഹര, ഭഗവൻ, ഭവൽപദാബ്ജ-
സ്മരണയിലാണ്ടൊരു സദ്വ്രതാഢ്യയാളെ
സ്മരവശനൊരു നീചനാക്രമിപ്പാൻ
സരസമൊരുങ്ങുവതങ്ങു കാണ്മതില്ലേ?

ചപലതയുടെ ശാസനത്തിനാലോ
വിപദി കഥഞ്ചന ധൈര്യമേല്ക്കയാലോ
അപഭയനിലയെ ക്രമേണ പൂണ്ടാ-
ദ്വിപനടയാളവനിൽ പ്രസന്നയായി.

തരുതതിമതിലൊത്തു പുല്ലു മേഞ്ഞു-
ള്ളൊരു കുടിലിൽ ദ്രുതമെത്തി രണ്ടുപേരും
ഉരുതരകൃതകൃത്യഭാവമോടാ-
ത്തരുണിയുമൊത്തിറയത്തിരുന്നിയൂത്തൻ

സുതനുവിരുകരിക്കിലൊന്നിനാൽത്താൻ
വ്രതജ പിപാസയടയ്ക്കുവാനൊരുങ്ങീ
ഇതരമൊരുപചാരമായ്ക്കൊടുത്താ-
ളതനു നവജ്വരമാർന്ന മാപ്പിളയ്ക്കായ്

അലഘുദുരിതനക്കരിക്കെടുത്ത-
ക്കൊലകൾ പയറ്റിയ കത്തിയാൽത്തുരന്നു
മലരൊരുപിടി വാരി വായിലാക്കി-
ക്കുലവനിതയ്ക്കു കൊടുത്തു കത്തി പിന്നെ

ആരണ്യായതനത്തിലങ്ങതിഥിയായ്-
ച്ചെന്നഗ്ഗൃഹസ്ഥന്നു സൽ-
ക്കാരം ചെയ്ത നതാംഗിയോ
വിനയമോടക്കത്തി കൈക്കൊണ്ടുടൻ

ഘോരം വട്ടമുഖം മലർത്തിയിളനീർ-
വെള്ളം ചെലുത്തും ജളക്രൂരൻ
തൻ നെടുതാം കഴുത്തിലൊരു
വെട്ടൂക്കിട്ടു വെട്ടീടിനാൾ

ഹള്ളാ എന്നു മലച്ചു മാപ്പിളനിലത്ത-
ക്കാലപാശത്തെയും
തള്ളാൻ പോന്ന കരാളനെങ്ങു
കമലത്തണ്ടൊത്ത കൈയ്യെങ്ങഹോ?

ഉള്ളാ നായർവധൂമണിക്കെരികയാൽ-
പ്പേർകേട്ട തൽപൂർവകർ-
ക്കുള്ളാക്ഷത്രിയരക്തമൊട്ടിട-
യുണർന്നുൾപ്പാഞ്ഞിരിക്കാമതിൽ ■

സന്താനസൗഖ്യം

ചിന്താശതം ചേർന്നു സദാ ഹൃദന്തം
വെന്താളുമിപ്രാണിനിരയ്ക്കുപാരിൽ
സന്താനസൗഖ്യത്തൊടു തുല്യമായി
ട്ടെന്താണു നിർവാണദമൊന്നു വേറേ?

പൈതങ്ങളെസ്സംസ്കൃതപണ്ഡിതന്മാർ
പോതങ്ങളെന്നോതുവതെത്ര സാർത്ഥം
ആതങ്കസിന്ധുക്കളിൽനിന്നു ബന്ധു-
വ്രാതത്തെയിക്കൂട്ടർ കരേറ്റുമല്ലോ

കരൾക്കു ദുർവ്വാശിപെടും കിടാവിൻ
കരച്ചിലും നൽക്കുളിരേകിടുന്നു
പരക്കെയാഹ്ലാദസുധാവിശേഷം
പുരണ്ട പൂപ്പുഞ്ചിരിയെന്തു പിന്നെ?

ഹാ, കള്ളവെള്ളച്ചിരിയാൽ നിറഞ്ഞ
ലോകത്തിൽ നമ്മൾക്കു സമാശ്വസിപ്പാൻ
ആകന്ദ്രനിഷ്കൈതവമായ്ക്കിടാവാൽ-
ത്തൂകപ്പെടും പുഞ്ചിരിയൊന്നുമാത്രം

കാന്തം കുമാരസ്മിതമൊന്നു, ചന്ദ്ര-
കാന്തത്തിനിന്ദുച്ഛവിയെന്നപോലെ
ശാന്തത്വമറ്റെത്ര കടുപ്പമേന്തും
സ്വാന്തത്തിനും നല്ലലിവേകുമല്ലോ

കിടന്നുരുണ്ടും ഭുവി,മുട്ടുകുത്തി
നടന്നുമൊട്ടൊട്ടു പിടിച്ചുനിന്നും

ഇടർച്ച വായ്ക്കുമ്പടി പിച്ചവെച്ചു-
മിടയ്ക്കിരുന്നും,ധൃതി പൂണ്ടെണീറ്റും

പൂവമ്പിളിക്കീറിനു വാനിലേക്കു-
പൂവൽക്കരം നീട്ടിയുമാശയോടെ
പാവയ്ക്കു കാട്ടും പലഹാരമൊന്ന-
പ്പാവം ഭുജിക്കാത്തതു പാർത്തുഴന്നും

മൊട്ടിന്നുനേർ പല്ലുകൾ കാണുമാറു-
പൊട്ടിച്ചിരിച്ചുംസഹസാ കരഞ്ഞും
പട്ടിക്കു പിമ്പേ പതറിക്കുതിച്ചും
തട്ടിത്തടഞ്ഞാശു കമിഴ്ന്നുവീണും

തമ്മിൽത്തകർക്കും കളിവിട്ടഴിഞ്ഞ
ധമ്മില്ലകം വേർത്ത മുഖത്തു ചിന്നി
അമ്മിഞ്ഞയെന്നമ്മയൊടോതിരേണു-
സമ്മിശ്രമാം മെയ്യൊടു പാഞ്ഞണഞ്ഞും

താതന്റെ മേൽക്കേറിമറിഞ്ഞുമേറെ
സ്വാതന്ത്ര്യമോടേ പലമട്ടിലേവം
പൈതങ്ങൾ ചേഷ്ടിപ്പതു കണ്ടിരിക്കെ-
ച്ചേതസ്സിലാർക്കന്യവിചാരലേശം? (കളകം)

ദേഹപ്രഭിന്നൻ പരമുണ്ണി മർത്ത്യ-
വ്യൂഹത്തിനെത്രയ്ക്കു സുഖം വളർത്താ
സ്നേഹത്തിൽനിന്നാണു സുഖാപ്തി പുത്ര-
സ്നേഹം സമസ്താതിഗമാണുതാനും

തപസ്സു, ദാനം മുതലായ പുണ്യ-
പ്രപഞ്ചമന്യത്ര സുഖത്തിനത്രെ
അപങ്കമായുള്ള കുലത്തിലുണ്ടാ-
മപത്യമോസൗഖ്യദമങ്ങുമിങ്ങും

എന്താണുപൊന്നിമ്മലപോലെടുത്താൽ-
പ്പൊന്താത്ത വിത്തം നരർ നേടിയാലും
അന്താവശിഷ്ടം കടമാകെ വീടാൻ
സന്താനസമ്പത്തിതു വേറെ വേണം?

അഖണ്ഡമായ്ഗേഹിനിതൻ മുലയ്ക്കു-
മുഖം കറുക്കുംപൊഴുതിൽപ്രിയന്നോ
സുഖം തരും സന്തതിലാഭമോർത്തു
മുഖം മുഴുക്കെത്തെളിവാർന്നിടുന്നു

തുംഗപ്രഹർഷം ജനയിത്രി കുഞ്ഞിൻ
മംഗല്യസന്ദർശനമൊന്നിനാലേ
തൻ ഗർഭഭാരപ്രസവാദിഖേദ-
സംഗത്തെയൊട്ടുക്കു മറന്നിടുന്നു

താനാഞ്ഞുപുൽകും ശിശുവിൻ മുഖാബ്ജ-
ത്തേനായ ലാലാജലമാരിൽ വീഴ്‌വൂ
നാനാതരം പുണ്യമൊരാൾക്കു തീർത്ഥ-
സ്നാനാൽക്കിടയ്ക്കുന്നതവന്നു സിദ്ധം

പെറ്റമ്മമാർ പിച്ച നടത്തിടുന്ന
കറ്റക്കിടാവിൻ പദപങ്കജങ്ങൾ
ചെറ്റങ്ങുമിങ്ങും പതിയുന്ന വീട്ടിൻ-
മുറ്റത്തണിപ്പൂവിടൽ വേണ്ട വേറേ?

തകർത്തുമണ്ടിപ്പല കാടുകാട്ടും
മകന്റെ പൂമേനി പുണർന്നിടുമ്പോൾ
പകർന്ന പങ്കം മനുജർക്കുടൽക്കൊ-
രകല്മഷാനർഘതരാംഗരാഗം

അമായമായ്പ്പൈങ്കിളികൾക്കു തുല്യം
കുമാരർ കൊഞ്ചും കളഭാഷിതത്തെ
സമാസ്വദിപ്പാൻ കഴിയാത്ത കർണ്ണം
പുമാനു തന്നാനനഭൂഷമാത്രം

ആ വർണ്ണശുദ്ധ്യാദിഗുണങ്ങളെന്തി-
ന്നീവത്സർതൻ ജല്പിതമെത്ര രമ്യം
ഹാ, വശ്യവാക്കാം കവിതൻ കൃതിക്കു-
മീവണ്ണമുണ്ടോ ഹൃദയംഗമത്വം?

നിരന്തരം വീടിനു നൈവിളക്കുമെ-
യ്ക്കൊരത്ഭുതപ്പാൽക്കിഴികണ്ണിനുത്സവം
ഉരഃസ്ഥലത്തിന്നു മണിപ്പതക്കമീ
നരർക്കു നാനാസുഖസംഗ്രഹം സുതൻ. ■

മാതൃഭൂമിയോട്

എന്തിഹ തിരുമുഖം താഴ്ത്തിക്കൊണ്ടിരിക്കുന്നു
നിന്തിരുവടിയമ്മേ, നിഭൃതം കരകയോ?
മാലിയന്നനേകമാപത്തുകൾ പലനാളായ്
ശീലിച്ച ഭവതിക്കും കണ്ണുനീർ പൊടിയുന്നോ?

അഥവാ സ്വദുഃഖത്തിൽപ്പാറയായാലും പര-
വ്യഥയിൽ നറുംവെണ്ണതാനല്ലോ തവ ചിത്തം
ഞങ്ങളിത്തൂമ്പത്തഴമ്പുയർന്ന കരങ്ങൾകൊ-
ണ്ടെങ്ങനെ തുടയ്ക്കേണ്ടു കോമളം തവ മുഖം?

ഇന്നു കിട്ടിയ പണിക്കൂലിയുമിതാ,കൊണ്ടു-
വന്നു നിൻതൃപ്പാദത്തിൽ സമർപ്പിക്കുന്നൂ ഞങ്ങൾ
അയച്ചുകൊള്ളുകിതുമാപത്തിൽപ്പതിച്ച നിൻ-
പ്രിയസോദരിമാർക്കങ്ങായതായെന്നേ വേണ്ടൂ

ഞങ്ങളെപ്പറ്റിച്ചിന്ത തേടേണ്ട തെല്ലുമൊരു
മംഗളവ്രതമമ്മേ നിന്മക്കൾക്കുപവാസം
ഉള്ളം കൈക്കുഴിതന്നിലൊതുങ്ങും വെറും പച്ച-
വെള്ളത്താൽദ്ദിനവൃത്തി സുഖമായ്ക്കഴിപ്പാനും

ഉള്ള വാരിധികളെയൊക്കെയുമൊന്നായെടു-
ത്തുള്ളംകൈച്ചുഴിയിൽച്ചേർത്താചമിച്ചിടുവാനും
ത്രാണിയുള്ളവരല്ലോ താവകസന്താനങ്ങൾ
പാണിസംസ്ഥിതമിവർക്കാത്മസംയമഗുണം

പട്ടിണികിടന്നേറ്റം ചടച്ച കൈകൊണ്ടു, നിൻ–
കുട്ടികൾ പെരുംകുന്നുമൊരടിക്കമർക്കില്ലേ
പട്ടണപ്രാസാദവും പാഴ്കൊടുംകാന്താരവും
പട്ടുമെത്തയും പാറപ്പുറവുമവർക്കൊപ്പം?

ത്യാഗമോ സർവോൽകൃഷ്ടമാകിയ ധർമ്മം, മഹാ–
ഭാഗയാം തവ പുത്രർക്കങ്ങയാലുപദിഷ്ടം
ഏതോ പക്ഷിയെ രക്ഷപ്പെടുത്താൻവേണ്ടി,സ്വന്തം
മെയ്തന്നെയുപേക്ഷിപ്പോർ മറ്റേതു രാജ്യത്തുണ്ടാം?

തുഷ്ടിദം ധർമ്മോദ്ഗീതം കേട്ടുകൊണ്ടല്ലോകളി
ത്തൊട്ടിലിൽക്കിടന്നുറങ്ങുന്നുതേ നിൻപൈതങ്ങൾ
സത്യധർമ്മത്തെസ്സംരക്ഷിക്കുവാൻ സർവസ്വവും
നിസ്തർക്കം വെടികെന്നതായവരുടെ ശീലം.

അടരിൽദ്ധർമ്മാർത്ഥമായ്പ്പൊരുതും നിൻപുത്രർക്കു
വെടിയുണ്ടകളും പൂമഴയുമൊരുപോലെ
ചെറ്റേറെനാളായ്ക്കഷ്ടം തുരുമ്പുപിടിക്കിലും
പറ്റലർപ്പടയ്ക്കു നിൻ പള്ളിവാളിടിവാൾ താൻ

ഗർവകത്തൊതുങ്ങാത്തശ്ശത്രുക്കളവരുടെ
സർവശക്തികളെയും പുകച്ചുകളയട്ടേ
അപ്പുക കാറ്റേറ്റകന്നാകാശം തെളിയുമ്പോൾ
തൽ പ്രിയസഖികൾതൻ വെറ്റിപ്പൊൻപതാകകൾ

രവിബിംബത്തെത്തൊട്ടു തുടയ്ക്കുന്നതായ്ക്കാണാം:
അവർതൻ ജയമല്ലോ നമുക്കും ജയമമ്മേ! ■

ഒരു ദിനാന്തസഞ്ചാരം

ക്രമേണ മേല്പോട്ടു പടുത്തുചക്ര-
വാളത്തിൽ മുട്ടിച്ചൊരു കോട്ടപോലെ
കിഴക്കുഭാഗത്തകലെപ്പരന്നു-
കിടന്നിടും കുന്നിതു നന്നു കാണ്മാൻ

ആദ്യത്തിലാരാൽപ്പുകപോലെ കണ്ട-
തടുത്തിടും നമ്മുടെ കാഴ്ചയിങ്കൽ,
മരങ്ങൾ പൂവല്ലികൾ മറ്റുമോരോ-
ന്നായി ക്രമാൽ വേർതിരിയുന്നു ഭംഗ്യാ

പ്രായേണപത്രങ്ങൾ നിറഞ്ഞു തിങ്ങി-
നിൽക്കുന്ന വല്ലീതരുമണ്ഡലത്താൽ
പരക്കെ നൽപച്ചനിറംപെടുന്നീ-
ക്കുന്നെത്രയും കൺകുളിരേകിടുന്നു

ഇപ്പച്ചവർണ്ണത്തിനിടയ്ക്കിടയ്ക്കു-
ശില്പജ്ഞർ ചായപ്പണിചെയ്തപോലെ
കാണപ്പെടുന്നുണ്ടു ചുകന്ന മണ്ണും
രണ്ടിന്നുമേറെ പ്രഭ ചേരുമാറായ്

മരങ്ങൾതൻ പച്ചില,പല്ലവങ്ങൾ
പുഷ്പങ്ങൾ, പുല്ലെന്നിവയിങ്കലെല്ലാം
ഇപ്പോക്കുവെയ്ലേൽക്കുകയാൽ വിചിത്ര-
വർണ്ണം വഹിക്കുന്നിതു കുന്നിതേറ്റം

ചിലേടമാച്ഛാദനശൂന്യമായും
ചിലേടമോരോ മുകിലാൽ മറഞ്ഞും
താന്നും ചിലേടം, ചിലദിക്കുയർന്നും
നാനാപ്രകാരം വിലസുന്നു ശൈലം

പത്രങ്ങളൊട്ടൊട്ടിളകുന്ന വൃക്ഷ-
ലതാഗണത്തിൻ പഴുതിങ്കലൂടെ
ഇളങ്കറുപ്പേന്തിടുമംബരാന്തം
കാണുന്നിതങ്ങേപ്പുറമാഴിപോലെ

നൂനം മഹത്തുക്കളിൽവെച്ചു സാധു-
സംസേവ്യനായ്ത്തീരുവതിജ്ജഗത്തിൽ
ക്രമാൽ സമഭ്യുന്നതി നേടിയോനാ-
ണെന്നീ നഗം തൻനിലയാൽക്കഥിപ്പൂ

പലേതരം പക്ഷികൾ വിശ്വകൃത്തിൻ
നിർമ്മാണവൈചിത്ര്യസമൃദ്ധി കാട്ടി
ചേലിൽച്ചലിക്കും ചിറകോടുകൂടി-
ത്തത്തിക്കളിപ്പൂ തരുശാഖതോറും

സദാ സഹർഷാശയരാമിവറ്റിൻ
കല്ലോലല്ലളൽകൂജിതമെത്ര രമ്യം
അഭ്യാസമേറുന്നൊരു ഗായകന്റെ
പാട്ടിന്നുമില്ലിത്ര മനോഹരത്വം!

തുറിച്ച കണ്ണാലകലേക്കു നോക്കി-
ക്കൊണ്ടിങ്ങിതാ, പൊങ്ങിയ പാറതന്മേൽ
വാഴുന്നു വൻപോടൊരു ഗൃദ്ധ്രവര്യ-
നിക്കുന്നിനെല്ലാം പ്രഭുവെന്നമട്ടിൽ

നിത്യപ്പൊറുപ്പിന്നു ശവങ്ങൾ തേടു-
മിവന്നുതൻകണ്ണിണകൊണ്ടുതന്നേ
നാം വെച്ചു നോക്കും കുഴലൊന്നുമില്ലാ-
തതീവ ദൂരസ്ഥമടുത്തു കാണാം

ഇപ്പർവതത്തിൻ ചെരുവിങ്കലായി-
ട്ടിതാമഹത്താം ഗുഹയൊന്നു കാണ്മൂ
ഇതിന്നുപൂത്തുള്ള ചെടിപ്പടർപ്പു
മേൽക്കട്ടിയായ്ത്താൻ വിലസുന്നു മീതേ

പണ്ടിസ്ഥലം വല്ല തപോധനർക്കു-
മേകാന്തസൗഖ്യത്തെ വളർത്തിരിക്കാം
ഇതിൽച്ചിരം തത്ത്വവിചിന്തനങ്ങൾ
തിങ്ങിപ്പുറത്തേക്കു വഴിഞ്ഞിരിക്കാം

മൈതാനമൊന്നീ മലതൻ വടക്കു-
വശത്തിതാ, വിസ്തൃതമായ്ക്കിടപ്പൂ
ഇളങ്കുളിർപ്പുല്ലുകളാൽ നിറഞ്ഞു
നൽപച്ചവില്ലീസു വിരിച്ചപോലെ

തന്മെയ്യിൽനിന്നെണ്ണയൊലിപ്പതായി-
ത്തോന്നിച്ചിടും കാലികളിസ്ഥലത്തിൽ
തിങ്ങുന്നിളം പുല്ലുകൾ തിന്നുകൊണ്ടു
മേയുന്നു മന്ദേതരഭംഗിയോടേ

ചെമ്മണ്ണെഴും നീണ്ടു വളഞ്ഞ കൊമ്പൊ-
ത്തൊരൂക്കനാം വെള്ളെരുത,ങ്ങുമിങ്ങും
അന്തസ്സിൽ വൻപൂഞ്ഞ തുളുമ്പുമാറു-
ലാത്തുന്നു പൈക്കൾക്കെജമാനനായി

പുറത്തൊരോമൽക്കിളിയെച്ചുമന്നും-
കൊണ്ടിങ്ങു മേയുന്നൊരു പോത്തിദാനീം
വട്ടച്ച കൊമ്പുള്ള ശിരസ്സു പൊക്കി
നോക്കുന്നു നമ്മെക്കൊടുതായ കണ്ണാൽ

സംഭ്രാന്തനോട്ടത്തൊടു, സർവജീവി-
സാമാന്യമാം ശൈശവഭംഗി കാട്ടി
അങ്ങിങ്ങു, വാൽ പൊക്കിയിടയ്ക്കിടയ്ക്കു
ചാടിക്കുതിക്കുന്നു പശുക്കിടാങ്ങൾ

കന്നാലിമേയ്ക്കും പല പിള്ളേർ, തമ്മിൽ-
പ്പൊത്തിപ്പിടിച്ചും കരണംമറിഞ്ഞും
ഇടയ്ക്കു കൂട്ടത്തൊടു കൂക്കിയാർത്തു-
മോടിക്കിതച്ചും കളിയാടിടുന്നു

അകിട്ടിൽമുട്ടിച്ചുടുപാൽ കുടിക്കും
കിടാവിനെ പ്രേമരസാർദ്രയായി
നെറ്റിക്കു ചൂട്ടുള്ളൊരു പയ്യിതാതൻ
നാവാൽച്ചിരം നക്കിമിനുക്കിടുന്നു

ഇസ്സാധുജന്തുക്കൾ വെറും തൃണത്താൽ-
സ്സംതൃപ്തിപൂണ്ടുത്തമമാത്തമദുഗ്ദ്ധം
പ്രായേണ തീരാദ്ദുരതീണ്ടിയോരാം
മർത്ത്യപ്രഭുക്കൾക്കു കൊടുത്തിടുന്നു

ഇക്കോമളപ്പുൽത്തകിടിക്കു താഴേ
തടങ്ങളിൽ പ്രൗഢതരുക്കൾ തിങ്ങി
സ്വച്ഛാംബുചേരും പുഴയൊന്നു നീണ്ടു
വളഞ്ഞുകൊണ്ടുണ്ടൊഴുകുന്നു മന്ദം

സായന്തനത്തെന്നൽ നനുത്തൊരോള-
മിയറ്റുമീ നിമഗ്നനിർമ്മലാഭം
മിന്നുന്നു, നൈസർഗ്ഗികലക്ഷ്മി ചാർത്തു-
മനർഘമുക്താമണിമാലപോലെ

മലയ്ക്കുടുപ്പൂന്തുകിലാമിതിന്റെ
യോളങ്ങളിൽപ്പൊൻകസവിട്ടപോലെ
തടദ്രുമൗഘാന്തരപാതിയായ
വൃദ്ധാംശുമൽച്ചെങ്കതിർ മിന്നിടുന്നു

തീരത്തുതാലദ്രുദളങ്ങൾതോറും
മനോജ്ഞമാം മർമ്മരശബ്ദമേറ്റി
പൂവല്ലിവൃന്ദത്തെ വിലാസനൃത്തം
ചെയ്യിച്ചിളങ്കാറ്റിഹ വീശിടുന്നു

കാറ്റിൽ ചലിക്കുന്നൊരു ചാഞ്ഞ കൊമ്പിൻ
തുമ്പാൽ ജലം തൊട്ടെഴുമുങ്ങുവൃക്ഷം
ആരോമലാമാറ്റിനെ മെല്ലെ മെല്ലെ
സ്നേഹാൽത്തലോടുന്നതുപോലെ തോന്നും

മരങ്ങൾ തന്മേൽച്ചില കൂരിയാറ്റ-
ക്കൂടുണ്ടു ചന്തത്തൊടു തൂങ്ങിനില്പൂ
ശിരസ്സു കീഴായ് നിലകൊള്ളുമുഗ്ര-
തപസ്വിമാർതൻ ജടയെന്നപോലെ

ചാഞ്ഞിങ്ങു നീർതൊട്ടു കിടന്നിടുന്ന
വൻപാറമേൽ ശാന്തസരിൽപ്രവാഹം
ആമന്ദ്രശബ്ദത്തൊടു ചെന്നലയ്ക്കെ-
ച്ചിന്നുന്നു നീർത്തുള്ളി, പളുങ്കുപോലെ

നല്ലോരു മഞ്ഞക്കിളിതെല്ലുലച്ചിൽ
തേടുന്ന വല്ലിച്ചെറുചില്ലയിന്മേൽ
ഇതാ, നദീബിംബിതമൂർത്തിയായി
ട്ടൂഞ്ഞാലിലാടുമ്പടി മേവിടുന്നു

കരയ്ക്കിതാകാലികൾ നീർ കുടിപ്പാ-
നിറങ്ങിടും ഭാഗമിടിഞ്ഞു കാണ്മൂ
സ്വതന്ത്രരായ്സേവകരാക്രമിക്കും
പ്രഭുക്കൾതൻ പ്രാഭവമെന്നപോലെ

കാശങ്ങൾ കാറ്റേറ്റിളകിക്കളിക്കും
വെൺപൂങ്കുലച്ചാമരപംക്തിയാലേ,
ഹാ, രണ്ടു വക്കത്തുമിണങ്ങിനിന്നി-
ത്തരംഗിണീറാണിയെ വീശിടുന്നു

കണ്ണാടിയിൽപ്പോലെ, നിതാന്തമന്തി-
ച്ചോപ്പാർന്ന വാനം നിഴലിക്കയാലേ
ചെന്താമരപ്പൂക്കൾ നിറഞ്ഞപോലായ്-
ക്കാണ്മൂ സരിത്തിൻ നടുഭാഗമിപ്പോൾ

സന്ധ്യാവധൂരത്നസമാഗമത്തിൽ-
സ്സൗരഭ്യമെങ്ങും ചിതറുംപ്രകാരം
നാനാമലർച്ചെപ്പുകളിങ്ങു മെല്ലെ-
മെല്ലെത്തുറക്കുന്നിതു ഗന്ധവാഹൻ

ഇന്നേക്കു വേണ്ടുന്നിര ശേഖരിച്ചു
തൻകൊക്കിലാക്കിപ്പല പക്ഷിജാലം
പക്ഷങ്ങൾ വീശിഗ്ഗഗനേ പറന്നു
വന്നിങ്ങു തൻകൂടുകൾ പൂകിടുന്നു

കാറ്റേറ്റു വെള്ളത്തിൽ വീഴും വിചിത്ര-
പുഷ്പങ്ങൾകൊണ്ടീപ്പുഴയെത്തരുക്കൾ
നിശാഗമം കണ്ടണിയിച്ചിടുന്നൂ
നവോഢയെബ്ബന്ധുജനങ്ങൾപോലെ

അകൃത്രിമശ്രീയളിഗീതി, നല്പൂ-
മണം, കുളിർകാറ്റമൃതൊത്ത വെള്ളം-
ഇതൊക്കെയൊത്തീ നദി മേവിടുന്നൂ
പ്രാണിക്കു പഞ്ചേന്ദ്രിയനിർവൃതിക്കായ്

പ്രപഞ്ചമേ, നീ പല ദുഃഖജാലം
നിറഞ്ഞതാണെങ്കിലുമിത്രമാത്രം
ചേതോഹരക്കാഴ്ചകൾ നിങ്കലുള്ള-
കാലത്തു നിൻപേരിലെവൻ വെറുക്കും?

പോകാം നമുക്കിനി; മറഞ്ഞിതു ലോകചക്ഷു-
സ്സിക്കണ്ണുകൊണ്ടിഹ നടക്കുകയില്ല കാര്യം
പാരാകെ നല്ലൊരു കരിമ്പടമിട്ടു മൂടു-
മക്കൂരിരുട്ടു വിളയാടുവതിന്നടുത്തു

വിശ്രാന്തി, ജീവിതരണശ്രമമാർന്ന ലോക-
ത്തിന്നേകുവാൻ പതിവുപോലിരവെത്തിടുമ്പോൾ
തൻതൂങ്ങുകൊമ്പുകളെവിട്ടുതൊഴിൽക്കൊരുമ്പെ-
ട്ടാവല്ക്കുലം പലവഴിക്കു പറന്നിടുന്നു ■

ഒരു യുവാവിന്റെ ആത്മസംയമം

സാരമായുള്ളതിന്നൊക്കെ നിദാനമാം
ഭാരതഭൂവിൻ വടക്കുഭാഗേ
ചേലേന്തും വില്ലിന്റെ ഞാൺപോലെ കാണാകും
പ്രാലേയശൈലത്തിൻ പ്രാന്താരണ്യം

പശ്ചിമദിക്കിനെ പ്രാപിച്ച സൂര്യന്റെ
നൽച്ചെങ്കതിരുകളേൽക്കയാലേ
കൺകക്കും വൈചിത്ര്യം പൂണ്ടു വിളങ്ങുന്നു
തങ്കച്ചാറേറ്റം തളിച്ചപോലെ

സായാഹ്നകാലമദ്ദിക്കിനു നൂതന-
മായോരോ മോടി പിടിപ്പിക്കുമ്പോൾ
ആയതിലൊന്നും കൺചെല്ലാതെ യൗവന-
പ്രായസ്ഥനേകനുണ്ടങ്ങു നില്പൂ

അക്കൃതകേതര സൗന്ദര്യലക്ഷ്മിതൻ
പക്കൽനിന്നിയ്യാൾതൻ മാനസത്തെ
ഉൽക്കടമായ് വരുമെന്തൊരു ചിന്തയോ
തക്കത്തിൽത്തട്ടിപ്പറിച്ചതാവോ?

ആരഹോ, ഗാത്രത്തിൽനിന്നെല്ലാം സൗന്ദര്യ-
പൂരം പൊഴിക്കുമിപ്പൂരുഷേന്ദ്രൻ
ധീരപ്രശാന്തമായ് രമ്യമാം തന്മുഖ-
സാരസത്തിങ്കലെത്തേജസ്സിനാൽ

മാറത്തു പൂണുനൂലില്ലെങ്കിൽക്കൂടിയു-
മാരണനാണിതെന്നാർക്കും തോന്നും
അങ്ങതിഭംഗിയിൽ നീണ്ടുവളഞ്ഞുപോം
ഗംഗയിൽച്ചെന്നു നീരാടിയാടി

മാമലത്തോപ്പണിമാകന്ദവൃന്ദത്തിൻ
പൂമണമാവോളം പൂശിപ്പൂശി
ഉത്തമപുഷ്പിതവല്ലികൾതോറും തൻ
നർത്തനശിക്ഷണം കാട്ടിക്കാട്ടി

മത്തുള്ള വണ്ടിണ്ടയാലേ പുകഴ്ത്തപ്പെ-
ട്ടെത്തുന്ന സായാഹ്നത്തെന്നൽപോലും
ചിന്തയാലുള്ളെരിഞ്ഞീടുമസ്സൗമ്യനു-
ഹന്ത,തെല്ലാശ്വാസമേകുന്നീല.

ദുഃഖസുഖങ്ങളും വിൺനരകങ്ങളു-
മൊക്കെ മനസ്സിന്റെ സൃഷ്ടിയല്ലോ
ചിന്നുന്ന സായന്തനാതപമേറ്റൊട്ടു
മിന്നുന്ന തൂമഞ്ഞിൻ കട്ടകളെ

പാർത്തവനാർത്തിയോടൊന്നതിദീർഘമായ്
വീർത്തവയോടായിട്ടേവം ചൊന്നാൻ:
''നിങ്ങളെ വന്നു ചവുട്ടിയലിക്കയാ-
ലിങ്ങെന്നിൽ വൈരമിയന്നപോലെ,''

എൻകാലിൽത്തേച്ചിരുന്നോരു ദിവ്യൗഷധി
പങ്കം കഴുകിക്കളഞ്ഞു നിങ്ങൾ
''ഇന്നിവനില്ലത്തു ചെൽവതു കാണേണ
മെന്നെന്നെ നോക്കിച്ചിരിക്കയല്ലീ''

കാലേ തിരിച്ചെത്താമൗഷധമാഹാത്മ്യ-
ത്താലേ മദ്ഗേഹത്തിലെന്നോർത്തല്ലോ
ആയിരം യോജനയാം വഴി പിന്നിട്ടി-
ന്നീയിടത്തേക്കു ഞാൻ പോന്നതയ്യോ

''അസ്തമിക്കാറായി സൂര്യനിന്നെന്നുടെ
നിത്യകർമ്മങ്ങൾ മുടങ്ങുമല്ലോ
വല്ല മുനിയെയും കണ്ടുകിട്ടീടുകി-
ലില്ലത്തു ചെല്ലുവാൻ തക്കമാർഗ്ഗം

ചൊല്ലിത്തന്നേക്കാമദ്ദേഹ''മെന്നപ്പുമാ-
നല്ലൽപൂണ്ടങ്ങു നടന്നു മെല്ലെ
മാമുനിദർശനം തേടുമവന്നങ്ങു
മാമുനിമാർ തൻ മനസ്സുറപ്പും

ഓമനക്കൺകോണാലിട്ടുടയ്ക്കുന്നൊരു-
കാമിനിയാളല്ലോ കാണായ് വന്നു
ഈ വരവർണ്ണിനിയാരായിരിക്കുമാ-
ലാവണ്യരൂപനെക്കണ്ടു കാട്ടിൽ

പൂവമ്പനാണിതെന്നോർത്താരാൽ മാനിപ്പാ-
നായ് വന്ന വാസന്തലക്ഷ്മിതാനോ
മഞ്ഞുമലയിലങ്ങിങ്ങു വിളങ്ങുന്ന
മഞ്ജുളമന്ദാരവല്ലികളിൽ

മത്തമരാളിയോടഞ്ചിതസഞ്ചാര-
വിദ്യ ശീലിച്ചൊരു വല്ലികയോ
ശക്രന്റെ ചൊല്ലിനാൽത്താപസമുഖ്യർത-
ന്നുൾക്കണ്ണിൽ മന്മഥമയ്യെഴുതാൻ

വമ്പൊക്കുമുമ്പർതൻശില്പി പണിപ്പെട്ടു
ചെമ്പൊന്നാൽത്തീർത്ത ശലാകയെന്നോ
ആരാകിലുമങ്ങൊരാളെക്കണ്ടെത്തിയ
നേരമൊട്ടാശ്വാസം തോന്നിച്ചെമ്മേ

സ്ത്രീകളിൽ വേണ്ടതാം മര്യാദ കാണിച്ചാ-
ശ്രീകരനാരാൽച്ചെന്നേവം ചൊന്നാൻ
''അല്ലയോ സോദരി, നീയാരാണോരാതെ-
യല്ലലിലാപ്പെട്ടൊരന്തണൻ ഞാൻ

ഇല്ലത്തേക്കെത്തുവാനേതുമേ നിർവാഹ-
മില്ലാഞ്ഞു ചുറ്റുകയാണിക്കാട്ടിൽ''

വിപ്രന്റെ സംബുദ്ധിവാക്കിതു കേൾക്കയാൽ
ക്ഷിപ്രമസ്സുന്ദരീരത്നത്തിന്റെ

നൽപനിനീർപ്പൂവിന്നൊത്ത കവിൾത്തട്ടി-
ലല്പം കുറഞ്ഞു തുടുപ്പുവർണ്ണം.
നല്ല യുവാവവൻ പ്രേമസ്വരത്തി,"ലെൻ
വല്ലഭേ" എന്നു വിളിച്ചു കേൾപ്പാൻ

തെല്ലല്ലാതാശിച്ചു വന്നവളാണവൾ
ഇല്ല തനിക്കത്ര ഭാഗ്യമെന്നോ
ദൂരത്തുനിന്നാ മനുഷ്യന്റെ സൗന്ദര്യ-
ധാരയെ നീണ്ടിടംപെട്ട കണ്ണാൽ

പാരം നുകർന്നു നുകർന്നവളുന്മാദ-
പൂരത്തിലാകണ്ഠമാണ്ടിരുന്നു
വിപ്രൻ തുടർന്നോതി: "യാതൊന്നിൻ മാഹാത്മ്യാ-
ലിപ്രദേശത്തു ഞാൻ വന്നണഞ്ഞു

അപ്പാദലേപനമീ മഞ്ഞുവെള്ളത്തിൽ-
പ്പൊയ്പ്പോയിതെ,ന്നാശയോടും കൂടെ"
മെല്ലെപ്പടിഞ്ഞാറു ചായുന്ന പത്മിനീ
വല്ലഭബിംബത്തെപ്പേർത്തും നോക്കി

വല്ലാതെ വീർപ്പിടും വൈദികനോടുടൻ
വല്ലകീവാണി വണങ്ങിച്ചൊന്നാൾ
"അപ്രതിമോജ്ജ്വലകോമളമൂർത്തേ,ഞാ-
നപ്സരസ്ത്രീകളിലൊന്നാകുന്നു

നാമം 'വരൂഥിനി'യെന്നെനിക്കങ്ങയെ
ക്കാൺമതേ കണ്ണിന്നു കർപ്പൂരം മേ
ശങ്കവിട്ടെന്നോടു ശാസിക്കാം വേണ്ടതു
കിങ്കരിയങ്ങയ്ക്കുൾപ്രേമത്താൽ ഞാൻ

എൻകരൾപ്പൂവുകൊണ്ടന്തണവര്യ, നിൻ-
ചെങ്കഴൽ പൂജിക്കയാണെൻ പുണ്യം"
പ്രേമവും നാണവും പ്രൗഢിയുമുൾക്കൊണ്ട-
കോമളഭാഷിതമോരോന്നേവം

വായ്മലർത്തേൻതുള്ളിപോലാ വരാംഗിത-
ന്നോമന്മുഖത്തുനിന്നുദ്ഗളിക്കേ
മുത്തുമണികൾ തിരഞ്ഞെടുത്തൗചിത്യ-
മൊത്തു നിരത്തിയമാതിരിയിൽ

ചന്തവും വെണ്മയും ചേർച്ചയും പൂണ്ട ത-
ദ്ദന്തനിരയുടെ രശ്മിരാജി
അദ്വിജശ്രേഷ്ഠൻതൻ സ്വച്ഛവിശാലമാം
ഹൃത്തിലനുരാഗപ്പൊന്നീരാളം

ഇമ്പത്തിൽത്തുന്നിപ്പിടിപ്പിക്കുവാനുള്ള
വെൺപട്ടുനൂൽ പോലെ കാണപ്പെട്ടു.
ആരണൻ വെമ്പൽപൂണ്ടോതിനാൻ: "ദിവ്യസ്ത്രീ
ഹീരമേ, സ്നേഹമുണ്ടെങ്കലെങ്കിൽ

സന്ധ്യയ്ക്കുമുന്നമെൻസദ്മത്തിൽച്ചെന്നെത്താ
നെന്തിനി മാർഗ്ഗമെന്നോതുക നീ
പോയി ഹാ നേരമെന്നില്ലമോ ഇങ്ങുനി-
ന്നായിരം യോജന ദൂരത്തല്ലോ.

വേട്ടിരിക്കുന്നവനായ ഞാനെങ്ങനെ
കാട്ടിൽക്കഴിക്കുന്നു നിത്യകർമ്മം?
അഗ്നിഹോത്രാദിക്കു വിഘ്നംഭവിക്കിലോ
മഗ്നനാമല്ലോ ഞാൻ മാപാപത്തിൽ

നിത്യനൈമിത്തികകർമ്മലോപത്തെക്കാ-
ളത്ര ഗൃഹാശ്രമിക്കെന്തധർമ്മം?"
ആശയാതങ്കമോടേവമുരച്ചവ-
നാശയാ തന്മുഖം നോക്കിനില്ക്കേ,

താമരപ്പൂമാലപോലാം കൈ കങ്കണ-
സ്തോമം കിലുങ്ങുമാറൊന്നുയർത്തി
തൂവിരൽച്ചെന്തളിർപ്പൊന്മണിമോതിര-
ശ്രീവിരിച്ചീടിന പാണിയാലേ

തെല്ലഴഞ്ഞുള്ള വാർകൂന്തൽ തിരുകിക്കൊ-
ണ്ടുല്ലസൽസുസ്മിതമോതി തന്വി:

‘‘യാതൊന്നിനായിട്ടു യാഗാദികർമ്മങ്ങൾ
ചെയ്തുപോരുന്നു യുഷ്മാദൃശന്മാർ

ആ മഹാസ്വർഗ്ഗവുമിക്കുളിർക്കുന്നിന്റെ
നാമം ശ്രവിക്കിൽ നമസ്കരിക്കും
അത്ര സമൃദ്ധവിശുദ്ധമാം ദേശത്താ-
ണത്രഭവാനെത്തിച്ചേർന്നതിപ്പോൾ

അത്രയല്ലപ്സരസ്ത്രീപോലും വന്നിതാ
ഭൃത്യയായ്ക്കല്പന കാത്തുനില്പൂ
ഭാഗ്യത്തിൽഭാഗ്യമിതെല്ലാമുപേക്ഷിക്ക
യോഗ്യമോ സൗഭാഗ്യപ്പാൽക്കുഴമ്പേ?

ശർമ്മപ്രവേശം തടുത്തുകൊണ്ടാരാനും
കർമ്മത്താൽക്കന്മതിൽ കെട്ടാറുണ്ടോ?
മെയ്യോടേ, സ്വർഗ്ഗത്തിൽച്ചെന്നവനെന്തില്ല-
മിയ്യോർമ്മയുള്ളിൽനിന്നാകെ നീക്കി

ഇങ്ങെന്നോടൊന്നിച്ചു ദിവ്യസുഖങ്ങളെ-
ഭംഗ്യാ ഭുജിക്കുക ദിവ്യമൂർത്തേ’’
ഏവം പറഞ്ഞവൾ തീക്ഷ്ണകടാക്ഷമൊ-
ന്നാവഴിപോക്കന്റെ നേർക്കു ചാട്ടി

കാളിന്ദിയോളത്തിൽനിന്നു കരിമത്സ്യം
കേളിയാൽച്ചാടുംപോലുള്ളാ നോട്ടം
സ്രഷ്ടാവാൽ സ്ത്രീകൾക്കു ദത്തമാം ശക്തിവാ-
യ്പൊട്ടുക്കു യോജിച്ചതായിരുന്നു

എന്നാലുമായതു പര്യാപ്തമായീലാ
ചെന്നാ ദ്വിജേന്ദ്രന്റെയുള്ളിൽക്കേറാൻ
തിട്ടമദ്ദേഹത്തിന്നെന്തസ്ത്രമേല്ക്കിലും
പൊട്ടാത്ത ചട്ടയൊന്നുണ്ടു നെഞ്ചിൽ

ധീരനാം ബ്രാഹ്മണൻ ധർമ്മൈകലോലുപൻ
നേരം വൈകുന്നതിൽ സംഭ്രമിച്ചും
നാരിതന്നീദൃശചാപലത്തെക്കരൾ-
ത്താരിൽ വെറുത്തുമീവണ്ണം ചൊന്നാൻ

''ഉള്ള നേരത്തെയുമിങ്ങനെ പോക്കുവാ-
നുള്ളതോ ദുർമ്മതേ, നിന്നാരംഭം?
അല്ലെങ്കിലെന്തിനു നിന്നെപ്പഴിക്കുന്നു
ശല്യം പിണഞ്ഞതെൻ തെറ്റാൽത്തന്നെ

ദേശസന്ദർശനവാഞ്ഛപ്പിശാചെന്നെ
വേശിച്ചീയാപത്തിൽക്കൊണ്ടു വീഴ്ത്തി
ലോകം പുലർത്തും ഗൃഹസ്ഥൻ ഗൃഹം വിട്ടു-
പോകയെക്കാളെന്തബദ്ധമയ്യോ''

ഇത്തിരിയുള്ളലിവുണ്ടെങ്കിലെ,ന്നില്ല-
ത്തെത്തിക്കുകെന്നെ; നീ ദിവ്യയല്ലീ
പാറമേലാണു താനമ്പെയ്തതെന്നു ക-
ണ്ടേറിവരുന്ന വിഷാദത്താലും

മന്മഥവേദനയാലും വലഞ്ഞവൾ
നന്മധുരോക്തിയൊന്നോതി വീണ്ടും:
''ഇല്ലത്തു പോകേണമെങ്കിൽഞാൻ കൊണ്ടാക്കാം
തെല്ലിട വിശ്രമിച്ചിസ്ഥലത്തിൽ

ഭാവനീയാതിഥിയായ ഭവാനെന്റെ
യൗവനാതിഥ്യത്തെക്കൈക്കൊണ്ടാലും
കല്ലുള്ള കാട്ടിൽ നടന്നു കഴച്ച നിൻ-
പല്ലവപേലവതൃപ്പദങ്ങൾ

മെല്ലെ മടിത്തട്ടിൽ വെച്ചു തലോടുവാൻ
വല്ലഭ, വെമ്പുന്നിതെൻകൈരണ്ടും
കൊന്നതൻ പൂങ്കുലയ്ക്കൊത്ത തൃക്കൈകളാ-
ലൊന്നെൻഗളത്തെയനുഗ്രഹിക്ക''

എന്നവളക്കനൽക്കട്ടയെ രത്നംപോ-
ലന്നെഞ്ചിൽച്ചേർക്കുവാൻ കൈകൾ നീട്ടി.
''ദുഷ്ടേ, തൊടായ്കെന്നെയന്യസ്ത്രീസ്പർശന-
മിഷ്ടപ്പെടുന്നവരല്ല ഞങ്ങൾ''

എന്നുരചെയ്തു കൊണ്ടഞ്ജസാ പിൻവാങ്ങി
ഇവിടെ നിന്നുനിവൃത്തിമാർഗ്ഗൈഷി വിപ്രൻ

അണ്ടർനാരിക്കു ചെഞ്ചുണ്ടു വരണ്ടുപോയ്
വെണ്ടപ്പൂപോലെ വിളർത്തു വക്ത്രം

നീലാളകാഞ്ചിതനെറ്റിമേൽ മുത്തണി-
പോലെപ്പൊടിഞ്ഞു വിയർപ്പുതുള്ളി
പാരാകെക്കീഴാക്കാൻ പോരുമദ്ദൃഷ്ടിയും
പാരാതെ ബാഷ്പത്താൽപ്പങ്കിലമായ്

പുള്ളികൾ മിന്നിയ പൂമ്പട്ടുറൗക്കത-
ന്നുള്ളിൽ ഞെരുങ്ങുന്ന പോർകൊങ്കകൾ
തള്ളിപ്പുറപ്പെടും ദീർഘനിശ്വാസത്താൽ
ത്തുള്ളിത്തുളുമ്പീ, നിലകൊള്ളാതെ

''നിങ്ങൾതന്നൗന്നത്യംകൊണ്ടെന്തു കാര്യ''മെ-
ന്നിങ്ങനെ കീഴ്പോട്ടമർത്തുവാനോ
അപ്പൊൻകുടങ്ങൾക്കു മീതേ കൈവെച്ചവ-
ളിപ്പടി ജല്പിച്ചാൾ ഗദ്ഗദത്തിൽ:

''മൽപ്രാണനാഥ, തൻദാസിയോടീവിധം
കല്പിക്കൊല്ലങ്ങിത്ര കർക്കശനോ?
അങ്ങുപേക്ഷിച്ചാൽ വരൂഥിനി ജീവിക്കി-
ല്ലങ്ങുന്നോ, പെൺകൊലപ്പാപിയുമാം

എട്ടു ഗുണങ്ങളിൽ മുഖ്യം ദയയല്ലോ
ശിഷ്ടനാമങ്ങയ്ക്കിതൊട്ടുമില്ലേ?
ബ്രാഹ്മതേജോമൃതം തൂകും വാർതിങ്കളാം
നിന്മുഖമൊന്നു മുകർന്നാവൂ ഞാൻ

സ്വല്പം പ്രസാദിക്കുകാർത്തസംരക്ഷണം
സൽപ്പുമാന്മാർക്കുപേക്ഷിക്കാവതോ
ആഹന്ത, പെണ്ണുങ്ങൾക്കാണുപോൽക്കാഠിന്യ;-
മാണുങ്ങളെത്ര ദയാന്വിതന്മാർ?''

മാനസം നീറുമാ മാനിനീമൗലിതൻ
ദീനപ്രലാപങ്ങൾക്കെങ്ങൊരറ്റം
എന്നാലിതൊന്നുമാ വിപ്രന്റെ കർണ്ണത്തെ-
ച്ചെന്നാക്രമിച്ചീല ചെറ്റുപോലും

അദ്ദേഹം പാവകദേവനെയേകാഗ്ര-
ചിത്തനായ്ദ്ധ്യാനിക്കയായിരുന്നു
''മുഗ്ദ്ധേ വരൂഥിനി, പോരും വിലാപമി-
തസ്ഥാനത്തായിപ്പോയ് നിന്റെ രാഗം

മെത്തവിരിപ്പാനല്ലീശ്വരപൂജയ്ക്കാ-
ണിത്തരം പുഷ്പങ്ങളുത്തമങ്ങൾ
തീർത്ഥജലത്താൽക്കുറിക്കൂട്ടു ചാലിപ്പാ-
നോർത്തതു നിന്നവിവേകംതന്നെ

നീ വിചാരിച്ചല്ലോ സംപൂജ്യമാം പാമ്പിൻ-
ക്കാവിനെക്കേളീനികുഞ്ജമാക്കാൻ
സാളഗ്രാമത്തെത്താൻകൈക്കൊണ്ടു കന്ദുക
കേളിക്കൊരുങ്ങായ്ക ബാലികേ, നീ''

നേരായ്ഭവതിക്കു സൗന്ദര്യസാരസ്യം
പോരാഞ്ഞിട്ടല്ലിണങ്ങാഞ്ഞു വിപ്രൻ
ഭാരതഭൂമിയാം ഭവ്യമാതാവിന്നു
ചാരിത്രമെന്തിലും മീതെയത്രെ

അത്ര പരസ്ത്രീപരാങ്മുഖരായ തൽ-
പുത്രരാം പൂരുഷാഗ്ര്യർക്കു മുറ്റും
നീയല്ല, നിന്നേക്കാൾ സുന്ദരിയായോളും
ചായം തേച്ചോരു മരപ്പാവതാൻ

ധ്യാനം ചെയ്തഗ്നിയെത്തങ്കൽച്ചേർത്തുദ്ദീപ്യ-
മാനതേജസ്സായാ ബ്രാഹ്മണേന്ദ്രൻ
മിന്നൽപോലാശു ഗമിച്ചു മറഞ്ഞാനി-
ത്തന്വി കണ്ണീരോടും നോക്കിനില്ക്കേ. ■

കീറത്തലയണ

പെരുതഴലുപധാനമേ, നിനക്കീ
യുരുദുരവസ്ഥ പിണഞ്ഞുകാൺകയാൽ മേ
ഒരു തല വഴിപോലെ താങ്ങുവാൻ നീ
വിരുതിയലുന്നവനായിരുന്നുവല്ലോ

ചളിതടവി വിവർണ്ണമിന്നുവില്ലീ-
സൊളിനിര വീശിയിരുന്ന നിൻശരീരം
വെളിവിലിഹ മുതിർന്ന കാല ജാല-
ക്കളിയുടെ ചാതുരി നമ്മളെന്തു കണ്ടു?

തൊടുവതിനിരുകൈ തുടച്ചു വേണം
തുടുതുടെ മിന്നിയിരുന്ന നിന്നെ മുന്നം
കെടുതികലരുമിപ്പൊഴോത്വദംഗ-
ത്തൊടു പെരുമാറുകിൽ വേണ്ടതാണതെന്നായ്

ലളിതമുഴുമുഴുപ്പുറപ്പുവർണ്ണ-
ത്തെളിവിവ തിങ്ങിയിരുന്ന താവകാംഗം
ചുളി പെരുകിയതാതിടത്തു കീറി-
പ്പൊളിയുകകാരണമെത്ര ശോച്യമായി

പുരുമലിനിമപൂണ്ട നിൻപിളർപ്പിൽ-
ത്തുരുതുരെയുന്തിയ പഞ്ഞിയുണ്ടു കാണ്മൂ
ഒരു വികൃതവധൂടിതൻ കചത്തിൽ-
ത്തിരുകിയ കുന്ദസുമോൽക്കരംകണക്കേ

വിലപെറുമുപധാനമേ, പുരാ നിൻ-
നില ദൃഢമെത്ര മികച്ചതായിരുന്നു

ലലനകൾ മണിയാമൊരോമലാൾതൻ
മലരൊളിമെത്തയിലല്ലി നീ വസിച്ചു
ചിരമവളുടെ വെൺകിടക്കയിന്മേൽ
പരമദുകൂലമണിഞ്ഞു നീ വിളങ്ങി

ശരദമലസരിത്തുതന്നിൽ നൈശാ-
കരരുചിപൂണ്ട മണപ്പുറം കണക്കേ
നിയതമൊരു നിരപ്പുകേടു നിന്മെയ്-
ക്കിയലുകിലായവൾ നിങ്കൽ മെല്ലെ മെല്ലെ

സ്വയമിരവിലുറങ്ങുവാൻ കിടത്തും
പ്രിയശിശുവിൻ തുടയിങ്കലെന്നപോലെ
സുലളിതമൃദുവായ കൈത്തലത്താൽ
പലവുരു തല്ലിടുമപ്പൊഴൊക്കെയും നീ
മലർനിര വിതറുമ്പോഴാസ്വദിച്ചോ-
രലഘുസുഖം ലഘുവായ്ഗ്ഗണിച്ചിരിക്കും!

(യുഗ്മകം)

ധവനധരരസം കൊതിക്കെ, ലജ്ജാ-
വിവശിതയായ നവോഢതൻ മുഖാബ്ജം
അവനധികമസൂയ ചേർത്തനേകം
തവണ ഭവാങ്കലഹോ, പതിഞ്ഞതില്ലേ?

നിജമൃദുലശിരസ്സു നിങ്കൽ വെച്ചാ-
വിജനവിലാസഗൃഹക്കിടക്കയിന്മേൽ
രജനികളിൽ മുറയ്ക്കു തമ്മിലോരോ
ഭുജലതയാൽത്തഴുകിസ്സുഖം ശയിക്കേ

പരമസുഭഗരാം നവീനജായാ-
വരരവർതൻ വദനത്തിൽനിന്നു മന്ദം
കരളിൽ വിരിയുമുത്തമാനുരാഗോ-
ത്തരളമലർക്കുലതൻമധൂളിപോലെ

പല പരിചിലുതിർന്ന നർമ്മലാപം
തലയണകൾക്കണിരത്നമായ നീ താൻ

സുലഭരുചി നുകർന്നശേഷമേ, തൽ-
സ്ഥലപവമാനനുമാർന്നതുള്ളുവല്ലോ

(വിശേഷകം)

ഉലകിടമെരിയും നിദാഘരാവിൽ
പ്പലകുറി,പട്ടുകിടക്കതൊട്ടിടാതെ
അലസമവർ നിലത്തുതാൻ കിടക്കും-
നിലയിലുമങ്ങയെ വേർപിരിഞ്ഞതില്ല

ഹരിണമിഴി ദിനാന്തമജ്ജനാർദ്ര-
പ്പുരികുഴൽ നിന്നിലഴിച്ചു ചിന്നിടുമ്പോൾ
കരിമുകിൽ ചിതറും ശരന്നഭസ്സിൻ
പരിചു വഹിച്ചു, സിതാംശുകാസ്തൃതൻ നീ

തരുണികൾ മണിതന്റെ താരണിഞ്ഞു-
ള്ളിരുളെതിർമഞ്ജുളകുന്തളത്തൊടേവം
പെരുതു ദിനമിണങ്ങി വാഴ്കയാൽ, ന-
ല്ലൊരു മണമിന്നുമിരിപ്പതുണ്ടു നിങ്കൽ

അതിസുഖമയമാ മനോജ്ഞമാർഗ്ഗം
ഗതിയറിയാതെ ഭവാൻ കടന്നുപോന്നു
അതിനെയിഹ വൃഥാ തിരിഞ്ഞുനോക്കി-
ക്കൊതിയൊടു നീ നെടുവീർപ്പിടുന്നതുണ്ടാം

ബത, ബത, തവ മുൻവശത്തിദാനീം
വിതതമരുക്ഷിതിയൊന്നുകാണ്കയാൽ നീ
ഗതസരണിയിലെസ്സുഖത്തെയെല്ലാം
ശതഗുണമായ് വിലകൂട്ടിയോർപ്പതുണ്ടാം.

തവ പുനരഥവാ, പ്രപഞ്ചപാന്ഥർ-
ക്കവസിതയിൽപ്പെടുമല്ലലേറ്റുകൂടാ
ദിവസമനുപരോപകാരധർമ്മ-
പ്രവണതയാൽപ്പരിപൂത ജീവിതൻ നീ

പകലിരവു പലർക്കു സൗഖ്യമേകി
സ്വകതനു ജീർണ്ണവിവർണ്ണമാകിലെന്തോ

മികവെഴുമൊരു കർമ്മയോഗിതൻമ-
ട്ടകമവികാരമഖണ്ഡനിർമ്മലം തേ

അരചനുടെയുടൽക്കുമിങ്ങവസ്ഥാ-
ന്തരമിതുതാനൊടുവെന്നു കണ്ടു താൻതാൻ
ചിരമഹഹ, ചിരിക്കയോ ശുഭാന്തഃകരണ
വെളിക്കു തുറിച്ച പഞ്ഞിയാൽ നീ?

പരാർത്ഥത്തിന്നല്ലോ തവ പിറവിസാധിച്ചിതതു നീ
ചിരാസംഗാൽ വന്നീലിതിൽമതി നിനക്കെങ്കിലുടനേ
ജരാക്രാന്തം തൻപാർപ്പിടമിതുവെടിഞ്ഞിട്ടു തവ സു-
സ്ഥിരാത്മാവെത്തട്ടെ പുതിയൊരുപുരത്തിൽപ്പുരുസുഖം ■

ഭാരതപ്പുഴ

ഉലകിൽപ്പുകളാർന്ന സഹ്യശൈല-
ത്തലവന്നുള്ളൊരു തുംഗശൃംഗമായി
വിലസീടുമൊരാനയെന്നു പേരാം
മലതൻ നിർമ്മലദാനധാരയായും

സ്വവരാത്മജകേരളോർവിയെ ശ്രീ-
ധവമൂർത്ത്യന്തരമാം മുനിക്കു നൽകി
ധ്രുവമക്കലശാബ്ധി മേന്മ തേടും
ലവണാബ്ധിക്കവരോധനാഥയായും

അനഘം, മധുരം, മനോഭിരാമം
ഘനസന്താപഹരം പയസ്സജസ്രം
അനപേക്ഷിതദോഹയത്നമായ്ത്താൻ
ജനതയ്ക്കേകുമപൂർവധേനുവായും

ലളിതപ്രകൃതിപ്രഭാവമാകും
നളിനപ്പൂവിലെ നന്മധൂളിയായും
വെളിവായി വിശുദ്ധിലക്ഷ്മി നിത്യം
കളിയാടും കളധൗതശാലയായും

ശതനാഴിക നീണ്ട,താതിടത്ത-
ഞ്ചിതമാകും വളവൊത്തയൽസ്ഥലത്തിൽ
കൃതസസ്യസമൃദ്ധിയായ്പ്പടിഞ്ഞാ-
ട്ടിതപോകുന്നു, കിഴക്കുനിന്നു 'പേരാർ.'   (കുളകം)

തടസീമനി നിന്നിടുന്നു പച്ച-
ക്കുടകൾക്കൊത്ത കരിമ്പനദ്രുമങ്ങൾ

സ്ഫുടകാശഗണങ്ങൾ വീശിടുന്നു-
ണ്ടിടയിൽപ്പൂങ്കുലയായ ചാമരത്താൽ

വിലസദ്വിടപസ്ഥപക്ഷികോലാ-
ഹലമാകും ജയശബ്ദഘോഷമോടെ
ഇലയാമിളകുന്ന കൈയിനാൽത്തൂ-
മലർ തൂകുന്നു കരയ്ക്കെഴും ദ്രുമങ്ങൾ

പല വൃക്ഷലതാദികൊണ്ടു വേണ്ടും-
നിലയിൽപ്പച്ചയുടുപ്പണിഞ്ഞപോലായ്
തല വാനിലുരുമ്മുമാറു പൊക്കി-
ച്ചലനംവിട്ടമരുന്ന പർവതങ്ങൾ

പതിയായ പയോധിയോടു ചേരു-
ന്നതിനീസ്സഹ്യഗിരീന്ദ്രവംശനല്ലാർ
മതിമോഹനമോടിയിൽ ഗമിക്കും
ഗതി വീക്ഷിച്ചു രസിപ്പിതെന്നു തോന്നും

(യുഗ്മകം)

ഇളനീരിലെ വെള്ളമൊത്ത തണ്ണീ-
രിളകിക്കൊണ്ടൊഴുകും മൃദുസ്വനത്താൽ
നിള, നല്ലൊരു പാട്ടുകാരിപോലെ
കളസംഗീതസുഖം ചെവിക്കണപ്പൂ

ചില ദിക്കിലിതിൽക്കിടക്കുമോരോ
ശിലമേൽത്തല്ലി മുറിഞ്ഞുപോകയാലേ
അലമാലയിൽ നിന്നണിപ്പളുങ്കിൻ
കുലമങ്ങിങ്ങു തെറിച്ചിടുന്നു ഭംഗ്യാ

പരിചേറിയ കേരപാരിജാതം
മരിചൈലാദികകല്പവല്ലിജാലം
അരിയോരഴകിങ്കലപ്സരസ്ത്രീ
പരിഷയ്ക്കൊത്ത പതിവ്രതാജനങ്ങൾ

കുലശുദ്ധി തികഞ്ഞുദഗ്രതേജോ-
ബലമേന്തും ദ്വിജർ ദേവസന്നിഭന്മാർ

പലതീവകയാർന്നു വിണ്ണിനൊക്കും
മലയാളത്തിനിതഭ്രഗംഗയത്രേ (യുഗ്മകം)

എവർതൻ ഗതജീവമായ ഗാത്രം
ശിവഗംഗാസഖിനിങ്കലെത്തിവീഴും
അവരൊക്കെയമർത്ത്യരൂപരായി-
ദ്ദിവമേറും ധ്രുവമംബ, നിൻ പ്രസാദാൽ

സതി, നിന്നല തൊട്ട തെന്നലേറ്റാൽ
മതി, നൽസ്വർഗ്ഗസുഖം നരർക്കു കിട്ടാൻ
അതിപാവനി, നിൻ ജലത്തിൽ മുങ്ങു-
ന്നതിനാലുള്ളൊരവസ്ഥയെന്തു പിന്നേ?

ഒടുവാം തിഥിയിൽജ്ജനങ്ങൾ നിന്മേ-
ലിടുമോരോ ബലിപുഷ്പവും ഗുണാഢ്യേ
നെടുതാം പിതൃമണ്ഡലത്തെ വിണ്ണേ-
റ്റിടുമോരോ പടവായ്‌വരുന്നുപോലും

കുലപാവനതീർത്ഥമേ, ത്വദീയാ-
മലതീരത്തരയാൽത്തരുക്കൾതന്മേൽ
അലമുഗ്രതപസ്സു ചെയ്കയാണോ
തലകീഴായ് നിലകൊള്ളുമാവൽ വൃന്ദം

പരമേഷ്ഠിമുഖേഡ്യനാമെവൻ തൻ
ചരണക്ഷാളനവാരി ഗംഗയായി
പരപൂരുഷനാമുകുന്ദനും നിൻ
വിരഹത്തെസഹിയാഞ്ഞു നിന്നടുക്കൽ

തിരുവില്വമഹാദ്രി നാവമുമ്പാം
പുരുപുണ്യായതനങ്ങൾ പുക്കിരിപ്പൂ
ഗുരുശംബരവട്ടനാഥനോ, ന-
ല്ലൊരു നീർദ്ദേവതയായ് വസിപ്പൂ നിന്നിൽ!

(യുഗ്മകം)

ഉയരെത്തിര തള്ളിയാർത്തിരമ്പി-
ഭയദാഗാധത പൂണ്ടലംഘ്യയായി

സ്വയമർണ്ണവപത്നിവർഷനാളിൽ
പ്രിയഭർത്താവൊടനൂനലീലയാം നീ

മലവെള്ളമടിച്ചുകേറി മേന്മേ-
ലലയും വെൺനുരയും ചുഴിപ്പുമായി
നില വിട്ടൊഴുകിത്തടം തകർത്താർ-
ത്തലറും നിൻവടിവോർക്ക കൂടി വയ്യാ

നരർ കൂസണമെങ്കിൽ വേണമൊട്ടി-
ത്തരമാം രൗദ്രനടിപ്പുമെന്നിതോർത്തോ
ശരദി സ്ഫുടമാം മണൽപ്പുറത്താൽ
വരകല്ലോലിനി, നീ സ്വയം ചിരിപ്പൂ

അതുലദ്യുതി നിൻമണൽപ്പുറം ഹാ
ചതുരം ശാരദവാനിനോടെതിർപ്പാൻ
ഇതു കൺകുളിരെത്ര നല്കിടുന്നൂ
പുതുകർപ്പൂരസമുച്ചയംകണക്കേ

കുളിർവെണ്മതി, പുണ്യപൂതമാം നിൻ-
പുളിനത്തിൽപ്പുതുസൗഭഗോദയാർത്ഥം
ലളിതാഭനിലാവുകൊണ്ടു നൂനം
വെളിവിൽപ്പാലഭിഷേകമാചരിപ്പൂ

ചെടി പുല്ലിവ ചേർന്ന നൽത്തുരുത്തും
സ്ഫടികശ്രീസലിലം നിറഞ്ഞ ചാലും
തടിനി, ത്വദുപാന്തഗോവിനുണ്ടോ
തടിവാട്ടം ശരി വേനലും ശരത്തും?

നിരഘക്കുളിർനീർപെറും നിളേ നിൻ
കരയിൽപ്പാർത്തുവരുന്നവർക്കു മുറ്റും
വരളിച്ച വളർത്ത വേനൽനാളിൻ
വരവെന്തോ വലുതായൊരുത്സവംതാൻ.

എരിവേനലിലന്തിവേളയിങ്കൽ
പരിണാമശ്ലഥപാടലാതപത്താൽ
ശരിയായ്ക്കസവിട്ടപോലെയാമി
ത്തരിവെൺപൂമണലായ മെത്തയിന്മേൽ

പല ചായമിണങ്ങിടും വിഹായ-
സ്ഥലമാം ചിത്രപടം വിചിത്രശോഭം
നലമോടു തെളിഞ്ഞുനിന്നിടും നിൻ-
ജലമാം ചില്ലിനകത്തമർന്ന മട്ടും

ഉലകിന്റെ മനോജ്ഞശാന്തമാമ-
ന്നിലയും കണ്ടു രസിച്ചുകൊണ്ടിരിക്കേ
മലർമഞ്ജുളനീർക്കണങ്ങൾ ചിന്നി-
ച്ചലതോറും തവ കേളിയാടിയാടി

തടവാടികളിൽത്തഴച്ച തെങ്ങിൻ
മടലിന്മേൽ മൃദുമർമ്മരപ്രണാദം
തടവിച്ചണയുന്ന തൈമണിക്കാ-
റ്റുടൽ പുല്കുന്നൊരു സൗഖ്യമാണു സൗഖ്യം!
(കലാപകം)

കരുണാനിധി കംസവൈരി മേവും
തിരുനാവായിൽ നികന്ന നിൻതടാന്തം
ഒരു കാലമുദാരകേരളീയർ-
ക്കുരുമല്ലക്കളമായിരുന്നുവല്ലോ

പരമാണ്ടുകൾ പന്തിരണ്ടുകൊണ്ട-
ന്നരചന്മാർ പലരെന്തു ശക്തിനേടും
ചിരകാലമതിന്റെ മാറ്റു നോക്കാ-
നുരകല്ലായിതു നിൻകരപ്പുറം പോൽ

നെടുവാൾ പരിചപ്പയറ്റിൽ മുന്തും
പടുനായർപ്പടയാളിവീരരന്നാൾ
തൊടുവിച്ചു, രണക്ഷതാംഗരക്ത-
ത്തുടുകാശ്മീരവിശേഷകങ്ങൾ നിങ്കൽ

ഉരപെറ്റ മഹാമഹോത്സവേ നിൻ-
കരയാകും മണിമണ്ഡപാന്തരത്തിൽ
തരളായുധപാതതാളമോടേ
സരസം നർത്തനമാടി വീരലക്ഷ്മി

ആ രംഗം സർവമാച്ഛാദിതമഹഹ
ചിരാൽ കാലമാം ജാലവിദ്യ-
ക്കാരൻതൻ പിഞ്ഛികോച്ചാലന-
മുലകിൽ വരുത്തില്ലയെന്തെന്തു മാറ്റം?

നേരമ്പോക്കത്രെ കണ്ടൂ ഭവതിയിഹ-
പദംതോറും എന്തൊക്കെ മേലിൽ
സൈ്വരം കാണും പുരാണപ്രഥിതനദി
നിളാദേവി, നിത്യം നമസ്തേ! ■

ഒരു വീരപത്നി

സചിത്രവസ്തുക്കൾ കൊണ്ടഴകാർന്ന പൂ-
മച്ചിന്നകത്തൊരു മഞ്ചം ചാരി
എന്തോ വിചാരത്താൽ സ്തബ്ധയായ് മേവുന്നു
ചെന്തൊണ്ടിവായ്മലരാളൊരുത്തി

ശീമയിൽപ്പേർകേട്ട ശില്പികൾ തീർത്തൊരു
കോമളതങ്കപ്പെൺ പാവപോലേ
കാർകുലംപോലെ കറുത്തു മിനുത്തുള്ള
വാർകുഴൽ പിന്നിലഴിഞ്ഞുതിർന്നും

നീലാളകാവൃതമാകിയ നിർമ്മല-
ഫാലദേശത്തൊരു മങ്ങൽ പാഞ്ഞും
നീണ്ടിടംപെട്ടതിഭംഗിയും ദീപ്തിയും
പൂണ്ട നേത്രങ്ങൾ കുറച്ചടഞ്ഞും

കണ്ണാടി ചെമ്പട്ടിൽ വെച്ച പോലോമന-
ഗ്ഗണ്ഡം കരത്തളിർതന്നിൽച്ചാഞ്ഞും
നീളമുള്ളുന്നതമാറണിപ്പൂഞ്ചേല
തോളത്തു നിന്നിടം കൈമേൽ വീണും

തന്നന്തികത്തിലായ്, ശുക്ലപക്ഷത്തിലെ-
ച്ചിന്നപ്പൂന്തിങ്കൾപോലുള്ളൊരുണ്ണി
ആടുക, പാടുക മുമ്പാകുമോരോരോ
കാടുകാട്ടുന്നതും കണ്ടീടാതെ

ശുദ്ധം നിലത്തിരുന്നീടുകയാണിവ-
ളിത്തരുണിക്കിത്ര ചിന്തയെന്തോ

അമ്മതൻ ദുഃഖത്തിൽപ്പങ്കുകൊണ്ടീടുന്നീ-
ലമ്മകൻ ക്രീഡാരസൈകതാനൻ

ചിന്താപരിക്ലേശമെന്തുള്ളൂ ബാലർക്കു
ഹന്ത, നൽസ്വർഗ്ഗംതാൻ ബാല്യകാലം
പൈതലവനിനി യൗവനമാകുമ്പോ-
ളേതൊരു രൂപത്തെപ്പൂണ്ടിടുമോ

ആ രൂപമൊത്തൊരു പൂരുഷനപ്പൊഴാ-
ച്ചാരുവാം മച്ചിൽക്കടന്നുവന്നാൻ
അക്ഷണം തൻകളിപ്പാട്ടങ്ങളിട്ടെറി-
ഞ്ഞക്ഷമനാകിയ കൊച്ചുബാലൻ

'അച്ഛാച്ഛാ' എന്നേവമസ്പഷ്ടവർണ്ണമായ്
സ്വച്ഛാമൃതോപമം കൊഞ്ചിക്കൊണ്ടേ
പാഞ്ഞുചെന്നാ വന്ന ധന്യന്റെ ജാനുക്ക-
ളാഞ്ഞുപുണർന്നാനിളംകൈകളാൽ

ആയാളോ, കുഞ്ഞിനെയാശു കുനിഞ്ഞെടു-
ത്തായാമമേറിയ തന്മാർത്തട്ടിൽ
മൂല്യം മതിക്കാവല്ലാത്തൊരു മാണിക്യ-
മാല്യത്തെപ്പോലവേ ചേർത്തുചാർത്തി

ആയിളംചെഞ്ചോരിവായ്മലർതന്നിലൊ-
രായിരം പ്രാവശ്യമുമ്മവെച്ചാൻ
കുട്ടിതൻ കൊഞ്ചലാൽ ഞെട്ടിയുണർന്നതി-
ന്മട്ടിലെഴുന്നേറ്റ മംഗളാംഗി

കട്ടിപ്പൊൻ കാപ്പിട്ട കൈകളാൽ കാർകുഴൽ
കെട്ടിയൊരുമട്ടൊതുക്കി വെക്കം
സന്തതപ്രേമാർദ്രപ്പുഞ്ചിരികൊണ്ടു ത-
ന്നന്തർഗൃഹാതിഥിക്കർഘ്യമേകീ

യുദ്ധയാത്രോചിതമാകിയ വേഷത്തിൽ-
ഭർത്താവെക്കണ്ടൊരു മാത്രയിൽത്താൻ

അത്തൽ വിട്ടാശ്വാസമുൾച്ചേർന്ന മാതിരി-
ക്കത്തന്വിയാൾക്കു തെളിഞ്ഞു വക്ത്രം

നന്ദനത്തങ്കത്തെ ലാളിച്ചുകൊണ്ടു ത-
ന്മന്ദിരലക്ഷ്മിതൻ ചാരത്തെത്തി
സുന്ദരനായുവാവായവൾതൻ തോളിൽ
മന്ദമായ്ക്കൈവെച്ചുനിന്നു ചൊന്നാൻ

''എന്തിരിപ്പാണിഹ ഞാൻ കണ്ടതോമനേ
എന്തിത്ര ഭീരുവായ്ത്തീരുവാൻ നീ?
ആണുങ്ങൾ വീട്ടിലടച്ചിരിക്കുന്നതി-
ന്നാണോ, കനത്ത കൈ തന്നതീശൻ?

മാതൃഭൂമിക്കരിബാധ വരുമ്പോഴു-
മേതുമനങ്ങാതിരിക്കാമെങ്കിൽ
അത്രയും കാലം ഞാനെന്തിനു ചെന്നുപോ-
ന്നസ്ത്രക്കളരിയശുദ്ധമാക്കി?

യുദ്ധമെന്നുള്ളൊരു ശബ്ദമേ ഞങ്ങൾക്കു
മുഗ്ദ്ധമധുരമാം ഗാനമത്രേ
പോരിതോ, സാമാന്യപ്പോരൊന്നുമല്ലല്ലോ
ശൂരർക്കതിൽപ്പരമെന്തു വേണ്ടൂ?''

ചൊല്ലിലെധൈര്യം തികച്ചുമപ്പോരാളി-
ക്കുള്ളിലുണ്ടായിരുന്നില്ലന്നേരം
തെല്ലൊരു തൊണ്ടയിടർച്ചയമർക്കിലും
നില്ലാതതിൽ വെളിപ്പെട്ടിരുന്നു.

പോരെങ്കിൽ, 'കുട്ടാ,ഞാൻ പോയിവരട്ടെ'യെ
ന്നാരോമൽപ്പുത്രനോടായൊടുവിൽ
യാത്രചൊന്നപ്പോഴാക്കല്യനു കൈലേസ്സാൽ
നേത്രം തുടയ്ക്കുക വേണ്ടിവന്നു

ആഹവമുത്സവമാണവന്നായതിൽ
സ്സാഹസശീലനുമാണെന്നാലും

എങ്ങനെ വിട്ടവൻ പോകുമീ പ്രാണനാ-
മംഗനയാളെയും കുഞ്ഞിനെയും

'ഞാനുമുണ്ടച്ഛനോടൊപ്പ്'മെന്നാൻ നറും
തേനുറ്റ ഭാഷയിൽ ബാലനപ്പോൾ;
'പോവാമെൻപൈതൽക്കുംതെല്ലു കഴിഞ്ഞാലെ'-
ന്നാ,വധു കുഞ്ഞിൻ പുറം തലോടി,

പ്രേമവും പ്രൗഢിയും തേടിയ ഭാഷയിൽ
ത്തൂമധു തൂകിനാൾ പ്രാണേശങ്കൽ
''പോർകളിൽ പ്രോത്സാഹശാലിയാമെൻനാഥൻ
പോകുന്നതോർത്തല്ല മാഴ്കിനേൻ ഞാൻ

പോകാതിരുന്നാലോ എന്നായിരുന്നു മേ
ശോകവും ഭീതിയും ശോഭനാത്മൻ''
''ആവതില്ലാത്തൊരീപ്പിഞ്ചുകിടാവു, മീ-
പ്പാവമാം സ്ത്രീയുമെൻവിപ്രയോഗം

എങ്ങനെ ഹാ ഹാ,പൊറുത്തീടുമെന്നായി
ഞങ്ങളിലേറിയ വാത്സല്യത്താൽ
ആയുധം കൈക്കൊണ്ടീലിപ്പോൾ ഭവാനെങ്കി
ലായതിൻ ഹേതു ഞാനാകുമല്ലോ

ഭർത്താവിൻ കർത്തവ്യനിഷ്ഠയ്ക്കു വിഘ്നമായ്
വർത്തിക്കും ഭാര്യതാൻ ഭാര്യയാമോ?
വേളിക്കുശേഷമിതേവരെ നാമൊരു
നാളിലും വേർപെട്ടിട്ടില്ലെന്നാലും

വല്ലഭ, തെല്ലുനാളയ്ക്കീ വിയോഗം ഞാൻ
വല്ല ഭാഷയ്ക്കും സഹിച്ചുകൊള്ളാം.
എന്നാൽഭവാനുടെ വീരപ്രശസ്തിക്കി-
ന്നൊന്നാമതായ് വല്ല മാലിന്യവും

വന്നുപോയെങ്കിലെനിക്കു സഹിക്കാവ-
ല്ലെന്നുമെൻജീവിതസർവസ്വമേ!

ആകയാൽ വൈരിജയത്തിനായ് നിശ്ശങ്കം
പോക; തേ മംഗളമാക മാർഗ്ഗം.''

ധീരപ്രശാന്തമായിങ്ങനെ തൻപ്രിയ-
ദാരങ്ങൾ ചൊല്ലുമുദാരവാക്യം
ശ്രോത്രപുടംവഴിക്കപ്പടയാളിതൻ
ഗാത്രത്തിലെങ്ങുമുൾപ്പുക്കു ഗാഢം

ചോരക്കുഴൽകൾക്കു ചൂടുപിടിപ്പിച്ചി-
ട്ടോരോ ഞരമ്പിനും വേറെ വേറെ
നൂതനമായൊരു കെൽപേകി, ദിവ്യമാ-
മേതോ രസായനമെന്നപോലെ.

തൻകരൾക്കേതാനുമിണ്ടലുണ്ടായിരു-
ന്നെങ്കിലതുമുടൻ വിട്ടുമാറീ
നേത്രതാരങ്ങളിൽ മുമ്പത്തേക്കാളേറെ
ക്ഷാത്രതേജസ്സും സമുജ്ജ്വലിച്ചു

''ഉത്തമസ്ത്രീമണേ, മാപ്പുതരണമെ-
ന്നസ്ഥാനശങ്കയ്ക്കെ''ന്നാത്തഹർഷം
കൊണ്ടാടിപ്പത്നിയെക്കോമളദോർദ്ദണ്ഡം
കൊണ്ടാഞ്ഞു പുല്കിപ്പറഞ്ഞു കാന്തൻ

''ധീരഗൃഹിണിക്കു ചേർന്നതേ ചൊല്ലി നീ
ദാരവാന്മാരിലാരെന്നോടൊപ്പം
എന്നാലിറങ്ങി വരട്ടേ ഞാൻ കുട്ടിയെ
നന്നായ് മനംവെച്ചു നോക്കേണമേ''

വല്ലഭാശ്ലേഷസുഖാൽക്കണക്കക്ഷികൾ
തെല്ലടഞ്ഞസ്സാദ്ധ്വി നമ്രനേർന്നാൾ:
''ദുഷ്ടരെശ്ശിക്ഷിച്ചും ശിഷ്ടരെ രക്ഷിച്ചും
വിഷ്ടപമൊക്കെബ്ഭരിക്കുമീശൻ

ക്ഷത്രധർമ്മസ്ഥനാമെൻ പ്രാണനാഥന്നു
നിത്യവും പിന്തുണയായ് വരട്ടെ

ദുഷ്കരകൃത്യങ്ങൾ സാധിച്ചു മേല്ക്കുമേൽ
മുഷ്കരമാറ്റലർവൻപടയിൽ

ഉത്കടാടോപമായ്ത്തത്തിക്കളിക്കട്ടേ
ത്വത്കരവാളിടിവാളുപോലെ''
''സ്വച്ഛന്ദം മാറ്റാർത്തലയ്ക്കു ചവുട്ടാൻ പോ-
മച്ഛന്റെ തൃക്കാൽ വണങ്ങൂ കുഞ്ഞേ''

പൈതലെപ്പേർത്തിതു ചൊല്കെ, മനസ്വിനി-
യാൾതൻ മിഴികളിൽനിന്നു താനേ
വീണുപോയ്, ഹാ, രണ്ടു വെൺപളുങ്കുമണി
ചേണുറ്റ ഭർത്താവിൻ ചേവടിയിൽ. ■

ദാദാബായി നവറോജി

മാറ്റിത്തമെന്തൊന്നിതു മാരിയേറ്റു
നനഞ്ഞുതൂങ്ങും ചിറകോടുകൂടി
പുരപ്പുറത്തേറിയിരുന്നു, കൂടെ-
ക്കൂടെക്കഠോരം കരയുന്നു കാകൻ

മുഖത്തു നീലാഭ്രനിചോളമിട്ടും
നാനാമരച്ചാർത്തിൽ മറഞ്ഞുനിന്നും
മണ്ഡൂകചണ്ഡധ്വനിയാലിതാദി-
ക്കെല്ലാമുദഗ്രം മുറയിട്ടിടുന്നു

കാറ്റേറ്റ നാനാവിധപാദപങ്ങ-
ളിടയ്ക്കിടയ്ക്കശ്രുകണങ്ങൾ തൂകി
ചലൽപലാശാവലിനിസ്വനത്താ-
ലോരോന്നു തമ്മിൽ പ്രലപിപ്പതെന്തോ?

ഇന്നുള്ള നിൻ പുത്രരിലെന്തുകൊണ്ടും
ജ്യേഷ്ഠൻ വരിഷ്ഠൻ നവറോജി, ഹാഹാ!
അസഹ്യമമ്മേ ഭരതോർവിദേവി-
യ്ക്കാപ്പെട്ട സീമന്തകുമാരദുഃഖം

തൊണ്ണൂറ്റിരണ്ടിൽപ്പുറമായ് വയസ്സെ-
ന്നതീയഴൽക്കെങ്ങനെ ശാന്തി ചേർക്കും
അമ്മയ്ക്കു നൂനം മകനെത്ര വൃദ്ധ-
നായ്പോകിലും പിഞ്ചുകിടാവുതന്നെ

പരാശ്രയോത്താപമിയന്ന നിങ്കൽ-
പലപ്പൊഴും ബാഷ്പയസ്സൊഴുക്കി
നിർവാണമൊട്ടേകിയ നിർവ്യളീക-
നേത്രങ്ങളെന്നേക്കുമടഞ്ഞിതയ്യോ

ഇന്ത്യാവനീദേവിഭവച്ഛിരസ്സിൽ
സ്വാതന്ത്ര്യകോടീരമെടുത്തു ചാർത്താൻ
ആ വൈദികാഗ്ര്യന്റെ കരങ്ങളെപ്പോ-
ലർഹങ്ങളായുള്ളവ വേറെയുണ്ടോ?

ഒന്നാമതായാരുടെ കയ്യുകൊണ്ടാ-
സ്വാതന്ത്ര്യസിദ്ധിക്കിഹ വിത്തുപാകി
അക്കർഷകൻ, സാമ്പ്രതമിന്ത്യയാകും
ഗൃഹത്തിലെക്കാരണവൻ, ഗഭീരൻ

വളർന്നു തൻപുഞ്ച വിളഞ്ഞുവന്ന-
പ്പൊഴേക്കുമെങ്ങോട്ടു ഗമിച്ചിതയ്യോ
അല്ലെങ്കിലസ്സൽപുരുഷൻ തനിക്കാ-
യിട്ടല്ലയല്ലോ തൊഴിൽ ചെയ്തുപോന്നു.

(യുഗ്മകം)

കല്യാണമാമിക്കൃഷി കൊയ്തെടുപ്പാൻ
കരങ്ങൾ നന്നായ്ക്കഴുകേണമെങ്കിൽ
അതമ്മഹാൻതൻ മൃതിയാലുറന്ന
കണ്ണീരുകൊണ്ടോ ശിവരാമ, വേണ്ടൂ!

എൻമാതൃഭൂവെന്നൊരു ചിന്തയല്ലാ-
തുണ്ടായിരുന്നില്ലവിടേക്കു പണ്ടേ
സ്വരാജ്യനിശ്ശ്രേയസയത്നമാണ-
ദ്ധീമാന്റെ വേദത്തിൽ വിധിച്ച യജ്ഞം

സർവോപരി പ്രോജ്ജ്വലരാജ്യഭക്തി-
യാലും പരിത്യാഗഗുണത്തിനാലും
നിറഞ്ഞൊരനന്യാദൃശഹൃത്തിലല്ലോ
യമന്റെ കയ്യാമെരികൊള്ളി വീണു

അധ്യക്ഷനില്ലാസ്സഭപോലെ,കപ്പി-
ത്താനോടു വേർപെട്ടൊരു കപ്പൽപോലെ
അസ്സൽ പുമാൻ വിട്ട ജഗത്തിതൃത്വി-
ഗ്വിഹീനമാമധ്വരശാലപോലെ

സ്വജന്മതാരങ്ങളിലാ മുമുക്ഷു
സന്ദേശമോരോന്നരുൾചെയ്തുപോന്നു;
അതെത്രയുൽകൃഷ്ടപവിത്രമിന്ത്യാ-
സ്വാതന്ത്ര്യമന്ത്രപ്രണവം കണക്കേ

ഇയ്യാണ്ടിലേതഗ്ഗുരുവിന്റെയന്ത്യ-
സന്ദേശമാണെന്നെവനോർത്തിരുന്നു?
ഹാ, മൃത്യുവിന്നേതൊരു വാതിൽപോലും
തോന്നുന്നനേരം കയറിത്തുറക്കാം

ആയീ വൃഥാ ദുഃഖമിതമ്മഹാന്റെ-
യാത്മാവു മേൽപോട്ടു ഗമിച്ചിദാനീം
വാനത്തൊരോമൽപ്പുതുതാരമായി
ച്ചമഞ്ഞിരിക്കും, പുരുപുണ്യയോഗാൽ

കല്പാന്തകാലംവരെ നില്പതാമീ
നക്ഷത്രമേകുന്ന നറുംവെളിച്ചം
'മനുഷ്യ'രായ് നമ്മൾ നടന്നിടേണ്ടും
മാർഗ്ഗത്തിലെക്കൂരിരുൾ നീക്കിടട്ടേ

ത്വൽപാദപീഠത്തിലനന്യഹൃത്താ-
വൃദ്ധർഷിയർപ്പിച്ച സുമങ്ങളമ്മേ-
എന്നെന്നുമെങ്ങെങ്ങു പരത്തുകില്ലാ-
മനം തണുപ്പിപ്പൊരു തൂമണത്തെ?

അദ്ദീർഘദർശിപ്രവരൻ ചമച്ച
വൻചാലിലൂടേ ഗമനം തുടർന്നാൽ
നിൻജീവിതക്കപ്പലെളുപ്പമിന്ത്യേ
ചെന്നെത്തുമാപ്പൊൻ വിളയും കരയ്ക്കൽ

സ്വർഗ്ഗസ്ഥനസ്സൽഗുരുവിജ്ജനത്തി-
ന്നേകേണമേ വീണ്ടുമനുഗ്രഹങ്ങൾ
മാതാവുതൻ തൃച്ചരണം തലോടി
മാഹാത്മ്യമാർജ്ജിച്ച കരങ്ങളാലേ! ■

ഒരു ഭാവന

കരൾ മമ കുളിരുന്നു മേൽക്കുമേലേ
ഹര, ഹര, കോൾമയിർകൊണ്ടിടുന്നു ഗാത്രം
സുരഭിലമൊരു തെന്നൽ വന്നു മൈത്രീ-
ഭരമൊടു തൊട്ടുതലോടിടുന്നു മന്ദം

പരിമളവിഭവത്തൊടെങ്ങുനിന്നാ-
ണരിയ മരുത്തിതണഞ്ഞിടുന്നതാവോ?
ശരി, ചെറുതകലത്തിതാമലർപ്പു-
ഞ്ചിരിയുടയോരു കദംബവാടി കാണ്മൂ

ജലദരുചികലർന്ന കാവിതിൽച്ചെ-
റ്റുലയുമഖണ്ഡശിഖണ്ഡമണ്ഡലത്താൽ
വലരിപുധനുരാഭ വീശി നൃത്ത-
ക്കലവിമുതിർക്കുവതുണ്ടു കേകിവൃന്ദം

ഒളിചിതറിയ പക്ഷയുഗ്മമോടൊ-
ത്തളികുലനീലതമാലവല്ലിതോറും
ലളിതരുതമുതിർത്തുകൊണ്ടനേകം
കിളികൾ പറന്നു കളിച്ചിടുന്നു ഭംഗ്യാ.

വനനടുവിലിതാ,വിഭൂതിവായ്ക്കും
കനകമഹാമണിമണ്ഡപാന്തരത്തിൽ
ഘനതരമൊരു ദിവ്യമായ തേജ-
സ്സനഘമനോഹരമായ് വിളങ്ങിടുന്നു

സുലളിതതരമാമിതെന്തുപെട്ടെ-
ന്നുലകമുണർത്തുമുഷസ്സുതന്നുദിപ്പോ

ഇലകൾ മറയുമാറിളംകുളിർപ്പൂ-
മലർ നിറയും പനിനീർച്ചെടിപ്പടർപ്പോ?

പ്രകൃതിയുടെ നിരർഘസൗകുമാര്യ-
പ്രകൃതിയശേഷമൊരേടമൊത്തുകൂടി
സുകൃതികളുടെയർത്ഥനാബലത്താ-
ലകൃതകഭംഗിയൊരംഗമാർന്നതാമോ?

ചില ഞൊടിയിട നിർന്നിമേഷമായ് നി-
ശ്ചലതയിൽ നില്ക്കുക 'തെണ്ടി'യായ കണ്ണേ
അലമിതു ലഘുവായ കാഴ്ചയൊന്ന-
ല്ലുലകിലിതിൽപ്പരമെന്തു ദർശനീയം

തനതണിയുടൽകൊണ്ടു ഭദ്രസിംഹാ-
സനമതിശോഭനമാക്കി നാലുപാടും
അനവധിജനമൊത്തു വാഴുമീയോ-
മനമടവാർ ഭുവനൈകരാജ്ഞിയാവാം

അലഘുസുഭഗപാദപീഠമേ, നി-
സ്തുലരുചി നിന്നിലെ രത്നരാജിയേക്കാൾ
വില പെരുകിന വസ്തുവാണു, നിന്മേൽ
വിലസിടുമിപ്പരിപൂതപാദയുഗ്മം!

യുവതികളിരുപേർകൾ വീശിടുന്നു-
ണ്ടിവളെ വികസ്വരമായ ചാമരത്താൽ
അവരിലൊരുവൾ പൂനിലാവുതാൻമ-
റ്റവളൊരു കാഞ്ചനവല്ലിയെന്നുതോന്നും

അരുണമധുരസം നിറച്ച തങ്ക-
ത്തിരുചഷകത്തെ വലത്തുകയ്യിലേന്തി
അരുവയർമണിതൻ വലത്തുഭാഗ-
ത്തൊരു തരുണൻ മരുവുന്നു പുണ്യശാലി

അവനഴകിലിടത്തുകയ്യിനാലി-
ശ്ശിവമയിതൻ മൃദുപൂവൽമേനി ചുറ്റി
ഇവളുടെ മുഖമേ നുകർന്നിടുന്നൂ
നവനിബിഡപ്രണയാർദ്രലോചനത്താൽ

അനഘമധുമദാൽത്തുടുത്ത തൃക്കൺ-
മുനയെ മുദാ രമണന്റെ നേർക്കു നീട്ടി
മനതളിർകവരും മൃദുസ്മിതത്താൽ-
ത്തനതധരപ്പവിഴത്തിൽ മുത്തിണക്കി

ഒരു കനകവിപഞ്ചിയെപ്രിയപ്പെ-
ട്ടൊരു നിജപുത്രിയെയെന്നപോലെ മന്ദം
തിരുമടിയിലെടുത്തു വെച്ചിടുന്നൂ
തരുണികൾ മാലികയായ തമ്പുരാട്ടി

(യുഗ്മകം)

കിളിമൊഴിയുടെ കൊച്ചുകൈവിരൽച്ചെ-
ന്തളിരുകൾതൻ മഹനീയമാർദ്ദവത്തെ
തെളിവൊടനുഭവിച്ചു വീണയെന്തോ
കുളിർമ തരും ചില പാട്ടുപാടിടുന്നു.

പ്രണിഹിതസുഖമെൻചെകിട്ടിലേശും
ക്വണിതമിതെന്തമൃതിൻ തനിച്ച സത്തോ
ഗുണികൾ യതിവരർക്കുമുച്ചരിപ്പാൻ
പണിപെടുമാ പ്രണവാർദ്ധമാത്രതാനോ?

അതുലപരിമളം വിരിഞ്ഞ സച്ചിൽ-
പ്പുതുമലരിൽത്തിരളുന്ന തേൻകുഴമ്പോ
ഇതുമതി കൃതകൃത്യതയ്ക്കുകേൾക്കേ-
ണ്ടതു ബത, കേൾക്കുക ധന്യകർണ്ണമേ, നീ!

സതി, തവ വിളയാട്ടുകാവിതിൽത്താൻ
സ്ഥിതി മമ വേണ്ട വികുണ്ഠവാഴ്ചപോലും
അതിനനുമതിയമ്മ നല്കിയേച്ചാൽ
മതിയിവനിങ്ങൊരു മുക്കിൽ നിന്നുകൊള്ളാം

കരതലമധികം ചുകന്നു, ഫാലാ-
ന്തരഭുവി കിഞ്ചന തൂവിയർപ്പു ചിന്നീ
പരമൊരു പുതുശോഭപൂണ്ടുവീണാ-
ചിരപരിവാദനഖിന്നയായ തന്വി

''മതി മതി മണിവീണ മീട്ടൽ പൂപോ-
ലതിമൃദു കയ്യിതു വേദനിക്കു''മെന്നോ
മതിമുഖിയുടെ നേർക്കലിഞ്ഞു നോക്കും
പതിയുടെ കണ്ണിണയിൽപ്പതിഞ്ഞ സൂക്തം

അല്ലാ, കേൾപ്പീല വീണാരണിത-
മിവിടെനിന്നെങ്ങുപോയ് ദേവി, കാണു-
ന്നില്ലാ മുൻകണ്ട പൊന്മണ്ഡപ-
മുപവനവും പാഴ്ക്കിനാവായിരുന്നോ?

എല്ലാം ശൂന്യം മനസ്സേ തവചപലത-
യാലെത്രവേഗത്തിൽ ഞാന-
ഫുല്ലാരാമത്തിൽ നിന്നിപ്പെരുമരു-
നടുവിൽത്തന്നെ വന്നെത്തിവീണു ■

അച്ഛനും മകളും

ഒന്ന്

''ഗുരുപാദരെക്കണ്ടു വന്ദിപ്പാനവസര-
മറിഞ്ഞു വരിക, പോയ് വത്സ, നീ ശുനശ്ശേഫ

ഞാനിങ്ങീയശോകത്തിൻ തണലിൽ നിൽക്കാ''മെന്നൊ-
രാനകമന്ദ്രസ്നിഗ്ദ്ധസ്വരമാകിയ സൂക്തം

പോക്കുവെയിലേശി സ്വർണ്ണമുരുക്കിയൊഴിച്ചതു-
പോലവേ മിന്നും ഹേമകൂടശൈലത്തിൻ പാർശ്വേ

കശ്യപാശ്രമക്കാട്ടിലൊരിടത്തപരാഹ്ന-
നിശ്ശബ്ദസ്ഥിതി ഭഞ്ജിച്ചുദിച്ചൂ പണ്ടേകദാ

നതനാ സ്വശിഷ്യനെയയച്ചത്തപസ്വിയാ-
മതിഥിയശോകത്തിൻ തണൽപുക്കപ്പോഴേക്കും

''ഞാൻ കാട്ടിത്തരാമേ മുത്തച്ഛനെ''യെന്നൊരു
തേൻകൊഞ്ചൽ തൂകിപ്പാഞ്ഞു ചെന്നാനങ്ങൊരു ബാലൻ

ഇത്തങ്കക്കിടാവാരക്കശ്യപഭഗവാനെ
മുത്തച്ഛനെന്നു വിളിച്ചീടുവാൻ ജയന്തനോ?

വാനോർകോനുടെ പുത്രനിത്രയല്ലല്ലോ പ്രായം
മാനുഷപ്രഭാവമാണിവനിൽക്കാണുന്നതും

ആരിതെന്നാരായാനല്ലവനെച്ചിക്കെന്നു തൻ
മാറത്തൊണപ്പാനാണിച്ഛിച്ചതൃഷിപ്രൗഢൻ

സാഹസക്കാരൻ പൈതലാവിമുക്തനെ വീണ്ടു-
മൈഹികത്തിലേക്കതാവലിച്ചു താഴ്ത്തീ ക്ഷണാൽ

കുനിഞ്ഞുവാരിയെടുത്തുണ്ണിയെപ്പുണ്യാകാരൻ
കുനിഞ്ഞുകെട്ടിപ്പൂണ്ടാൻ പെരിയ ബാഹുക്കളാൽ

ലസിച്ചു മാന്തോലേറാപ്പിട്ട തന്മാറിൽപ്പൊങ്കു-
ഞ്ഞസിതാകാശോദ്ദേശത്താതിരത്താരം പോലെ

തോൾവരെ ഞാന്ന കുനുകുന്തളം ലീലയാസ-
ത്തൂവിയർപ്പിങ്കൽപ്പതിഞ്ഞിരുന്നതൊരു കൈയാൽ

സാവധാനമായ് മാടി നീക്കിയക്കുഞ്ഞിൻകവിൾ-
പ്പൂവോടു ചേർത്താൻ താടി നീണ്ട തന്മുഖം ധന്യൻ

നേത്രരഞ്ജകമായിത്തിളങ്ങീ തമ്മിൽച്ചേർന്നാ-
ക്ഷാത്രതേജസ്സിൻ കൂമ്പും ബ്രാഹ്മതേജസ്സിൻ കാമ്പും

അപരിചിതത്തോളിലശങ്കം തലചായ്ച്ചാ-
നറിയപ്പെടാതേതോ ചേർച്ചയാൽപ്പോലെ ബാലൻ

മറ്റൊരു മുത്തച്ഛന്റെ ലാളനമനുഭവ-
പ്പെട്ടതായിട്ടോ തോന്നീ ഹൃഷ്ടനാമവന്നപ്പോൾ

അഥവാ ബാലകർക്കുണ്ടോ സ്വപരവ്യത്യാസങ്ങൾ?
മൃദുവാം കൈയേതിനും തലോടാമപ്പൂക്കളെ

''ഞാനൊന്നു ചോദിക്കട്ടേ സാദരം മഹാമുനേ
ധ്യാനത്തിലുൾച്ചേരുന്നാസ്സച്ചിദാനന്ദം താനോ

മാനിച്ചീയിളംപൂമെയ് പുൽകലിലുളവായോ-
രാനന്ദമിതോ ഭവാനധികം സമാസ്വാദ്യം''

മീലിതാക്ഷനായ്മുനി ബാലസംശ്ലേഷസുഖാൽ
ബാലനോ, കിഞ്ചിദ്ദൂരഗാക്ഷനായ് ചിരികൂട്ടി

'അമ്മേ, ഞാനിതാ' എന്നു വിളിച്ചുചൊന്നാൻ പെട്ടെ-
ന്നമ്മണിനാദം കേട്ടങ്ങണഞ്ഞാളൊരു തന്വി

മുഷിഞ്ഞ വസ്ത്രങ്ങളും മെടഞ്ഞ വാർകൂന്തലും
മെലിഞ്ഞലാവണ്യൈകഭൂഷമാമുടലുമായ്

അത്തലിൻ സ്വരൂപം പോലാ വന്ന യുവതിയെ
സ്നിഗ്ദ്ധമാം നയനത്താൽ ദർശിച്ച നിമിഷത്തിൽ

'മേനകേ, നിനക്കെന്തീ മാറ്റ'മെന്നേവം ചോദി-
പ്പാനാവാം മുതിർന്നതു മുനിതൻ തിരുമുഖം

പിന്നീടിങ്ങനെയത്രെ ചോദിച്ചൂ: ''സ്ഫുടസാമ്രാട്-
ചിഹ്നമാമിക്കുഞ്ഞിന്റെയമ്മയാം നീയാർ വത്സേ?''

അമ്മകനിതിനിടയ്ക്ക, 'യ്യയ്യ, ചായം തേച്ച
മണ്ണയിലതാ, മാർക്കണ്ഡേയങ്ക'ലെന്നും ചൊല്ലി

ബ്രഹ്മർഷി വക്ഷസ്സിങ്കൽ നിന്നൊരു ചാട്ടം ചാടി-
യമ്മതൻ പിടി വിടുർത്തുഴറ്റോടിപ്പോയാൻ.

രണ്ട്

ഉണ്ണിതന്നോട്ടം കണ്ടു നെടുതാം വീർപ്പൊന്നിട്ടു
കണ്ണുനീരൊരുവിധമടക്കിക്കൈയും കൂപ്പി

ഭക്തിയുമതിലേറെ സ്നേഹവുമുൾക്കൊണ്ടാത്മ-
വൃത്താന്തമറിയിച്ചാളൃഷിയെസ്സദ്വൃത്തയാൾ:

''മുക്താത്മൻ, പിറന്നന്നേ വനത്തിൽ മാതാപിതൃ-
ത്യക്ത ഞാൻ കണ്വർഷിയാലെടുത്തു പോറ്റപ്പെട്ടോൾ

മന്നനാം ദുഷ്യന്തനാൽ ഗാന്ധർവപരിണീത-
യെന്നുടെ ജനകനോ, വിശ്രുതൻ വിശ്വാമിത്രൻ.''

''ഞാനോ'' വിസ്മിതനായ്പോയ് താപസൻ,''തവ താതൻ
താനല്ലോ മുനിസുതേ, നിന്നോടിസംസാരിപ്പോൻ.

ഹാ ശരിയോർമ്മിച്ചേൻ നിന്നമ്മ മേനക'' തീർണ്ണ
ക്ലേശനാമവിടെക്കും നീരുറന്നിതോ കണ്ണിൽ?

''ഞാനനുഗൃഹീതയായ് താതദർശനത്താലേ''-
ന്നാനന്ദാകുലം കാൽക്കൽ വീണ നന്ദിനിയാളെ

സത്വരം പിടിച്ചെഴുന്നേൽപ്പിച്ചു നിറുകയിൽ-
പ്പത്തു നൂറുരു ഗാഢം മുകർന്നാൻ മുനിവര്യൻ

തുടച്ചാനവളുടെ കണ്ണുനീർ വലംകൈയാൽ
തടവിക്കൊണ്ടാൻ മന്ദം പുറത്തു മറ്റേക്കയ്യാൽ

നൃപനാം ജാമാതാവിൻ ക്ഷേമവുമന്വേഷിച്ചാൻ
അപത്യവാത്സല്യമേ, വശിയും വശഗൻ തേ

''ഓമനേ തവ പേരെന്തുണ്ണി തൻ പേരും ചൊല്ലൂ
ഭൂമീശമഹിഷി നീ വന്നതെന്തിനിക്കാട്ടിൽ?''

ഉടനെ വീണ്ടും കംബുകണ്ഠിതൻ കണ്ഠത്തിൽ നി-
ന്നിടറിപുറപ്പെട്ടിതങ്ങൊരു വീണാക്വാണം:

''പേരിട്ടാൻ ശകുന്തളയെന്നെനിക്കച്ഛൻ കണ്വൻ
ധാരിതസർവദമനാഭിധൻ ദൗഹിത്രൻ തേ

അമ്മ തന്നനുഗ്രഹാലിദ്ദിവ്യാശ്രമമല്ലോ
വന്മാലിലാഴുമെനിക്കീറ്റില്ലമായിത്തീർന്നു.

ആശ്രമാൽ പ്രീത്യാ താതകണ്വനാലയയ്ക്കപ്പെ-
ട്ടാശയാ കൊട്ടാരത്തിൽച്ചെന്ന ഗർഭിണിയാം ഞാൻ''

സങ്കടം പൊറാഞ്ഞവൾ തെല്ലിട തേങ്ങിക്കേണാൾ
''സന്ത്യക്തയായേനല്ലോ, സൗമ്യനാം കണവനാൽ''

പകർന്നൂ ഭാവം പെട്ടെന്നക്കാലരുദ്രാകാര-
ന്നുതിർന്നൂ മിഴിയിൽ നിന്നെരിതീപ്പൊരി മേന്മേൽ

വളഞ്ഞൂ പുരികങ്ങൾ ചുളിഞ്ഞൂ വാർനെറ്റിത്ത
ട്ടിളകീലിലയുമങ്ങടങ്ങീ കാറ്റെമ്പാടും

''ദുഷ്യന്തനവനാരെന്നാരോമൽക്കുമാരിയെ
ദ്ദുസ്സഹാവമാനത്തിൽത്തള്ളിയിട്ടുയിർക്കൊൾവാൻ?

ഇക്കരമൊന്നേപോരും കാൽക്ഷണാൽ മനുഷ്യരെ-
സ്വർഗത്തിൽ കരേറ്റാനും നരകേ വീഴിപ്പാനും

പൗരവൻ കേട്ടിട്ടില്ലേ ത്രിശങ്കുഹരിശ്ചന്ദ്ര-
ന്മാരുടെയനുഭവം കൗശികപ്രഭാവജം?

ഒരിക്കൽ കൂടിയിതാ കണ്ടുകൊള്ളട്ടേ ലോകം
ശരിക്കിഗ്ഗാധേയന്റെ വൻതപഃപ്രതാപത്തെ

തനിയേ വേട്ടന്തർപത്നിയാം സാധുസ്ത്രീയെ-
ക്കനിവറ്റഹേതുവായ് ത്യജിച്ച ദുരാത്മാവേ.''

ബ്രഹ്മാവെത്തപശ്ശക്ത്യാ വരുത്തിച്ചാരേനിർത്തി
ബ്രഹ്മർഷിപദം ബലാൽ വാങ്ങിയതേതൊന്നാലോ

ആ വലംകരം ക്രോധാൽ ചുരുട്ടി നെഞ്ചിൽച്ചേർത്താ-
ണീ വചസ്സാരംഭിച്ചതൂർജ്ജസ്വി വിശ്വാമിത്രൻ

ആ മുഷ്ടി മുന്നോട്ടേക്കൊന്നെറിയപ്പെട്ടാൽ തീർന്നൂ
സ്വാമിവംശത്തിന്നൊട്ടുക്കിടിവാളായ്പ്പോമല്ലോ

എന്നാലാശ്ശാപാസ്ത്രത്തെ രണ്ടുകൈകൊണ്ടും പിടി-
ച്ചെ,''ന്നെയോർത്തടങ്ങേണമച്ഛനിങ്ങെ''ന്നാൾ മകൾ:

''ഭർതൃനാശിനിയായിത്തീരൊലാ ഭവൽപുത്രി
നിർദഗ്ദ്ധയായും തീരൊല്ലുഗ്രവൈധവ്യത്തിയ്യാൽ

അച്ഛനമ്മമാർ കാലേ വെടിഞ്ഞ നിർഭാഗ്യയെ
സ്വച്ഛന്ദമുപേക്ഷിച്ചാൻ ഭർത്താവുമെന്നേ വേണ്ടൂ

സുബഹിഷ്കൃതമായിക്കൊള്ളട്ടേയെൻ ജീവിതം
സുതനും പുറത്തായിപ്പോകൊലാ മമ ദോഷാൽ''

പുത്രിതൻ കണ്ണീർകൊണ്ടു കോപാഗ്നി ശമിച്ചതി-
ലെത്രയും പ്രസന്നനായഭിനന്ദിച്ചാനച്ഛൻ:

''ഭദ്രം തേ, പിടിച്ചെന്നെക്കരേറ്റി നിൻ സൗശീല്യം
ഭർത്താവോടചിരേണ ചേർന്നാലും സപുത്ര നീ'' ■

ശിഷ്യനും മകനും

മികവുടയ കുബേരപത്തനത്തിൻ
സുകനകമാകിയ താഴികക്കുടങ്ങൾ
പകൽ പകുതി കടന്ന ഭാസ്കരൻതൻ
പ്രകടമരീചികളാൽത്തിളങ്ങിമിന്നീ

പല പല മണിമേട രണ്ടുപാടും
വിലസിന തൽപുരരഥ്യയിങ്കലൂടെ
അലർശരരിപുവിന്മഹാദ്രിതൻ നേർ-
ക്കലഘുവിഭാവനൊരന്തണൻ ഗമിച്ചു

സുമഹിതമുനിവേഷനാമവൻതൻ
ഭ്രമരവൃതാംബുജരമ്യമാം മുഖത്തിൽ
വിമലതയൊടുദിച്ചിരുന്നതേറെ
ശ്ശമഗുണമല്ലൊ,രു വീരലക്ഷ്മിയത്രേ

വരജട വിവിധാക്ഷമാല, മാന്തോൽ
മരവുരി, സർവശരീരഭസ്മലേപം
പരമിതുകളിലൊന്നിലും മറഞ്ഞീ
ലുരപെറുമാ യുവതാപസന്റെ ദർപ്പം

മദവൃഷഗതിയാമവന്റെയോരോ
പദതലവിന്യസനത്തിലും വിളങ്ങീ
സദഭിജനത, കൃത്യനിഷ്ഠ, ധൈര്യം
ഹൃദയസമുന്നതി, ശൗര്യമെന്നിതെല്ലാം

അവിടവിടെ മിഴിച്ചുനോക്കിനിന്നൂ
വിവിധവിചേഷ്ഠിതർ പൗരരപ്പുമാനെ

സവിനയർ ചിലർ വായ്മറച്ച കയ്യാൽ
സവിധഗരോടു,'രിയാടൽ മെല്ലെ'യെന്നാർ

അമലസുഷമനാമവങ്കൽ യക്ഷ-
പ്രമദകൾ സസ്പൃഹവീക്ഷണങ്ങളാലേ
കമലദളവിശാലമാല ചാർത്തി
സ്വമനസി തദ്വിധപുത്രലബ്ധി നേർന്നൂ

ഇരുവശവുമിരിക്കുവോരെണീറ്റു,
തെരുതെരെയധ്വഗർ മാറിനിന്നു ദൂരാൽ
ഒരു ഭയബഹുമാനഭക്തിതിങ്ങി
ത്തെരുവതു ഹന്ത, നിതാന്തശാന്തമായി

പുകഴുമളകനന്ദയിൽക്കുളിച്ചാ-
വികസിതകൽപകപുഷ്പരേണു പൂശി
അകലുഷസരസീജലസ്ഥസൗഗ-
ന്ധികമണമേന്തിയ ശുദ്ധവായുപോലും

പെരികെ നിഭൃതനായൊതുങ്ങിയിട്ടാ-
ണരികിലണഞ്ഞതു തത്സപര്യ ചെയ്‌വാൻ
പരിഘഭുജനിവൻ വഹിച്ച ചെന്തീ
പ്പൊരിചിതറും മഴു കാൺകിലാർ നടുങ്ങാ?

ശമധനനിവനീ,യരിച്ഛടാസ്യ-
ഗ്ലിമലിതമായ കഠാരിയാലെയല്ലോ
സമരചതുരഹേഹയേശബാഹു-
ച്ഛമതകളായിരമാശു വെട്ടിയിട്ടൂ

അതേ, മഹാൻ ഭാർഗ്ഗവരാമനാണീ-
സ്സുതേജസാഭാസുരനാം ദ്വിജേന്ദ്രൻ
ജിതേന്ദ്രിയൻ ധൂർജ്ജടിദർശനത്തിൽ
ധൃതേച്ഛനായ്പ്പോവുകയാണിദാനീം

ആ മാനുഷർഷഭനഗസ്ത്യമുഖാപ്ത 'കൃഷ്ണ
പ്രേമാമൃത' സ്തുതിവശീകൃതരാധികേശൻ
കാമാരിശിക്ഷിതമഹാസ്ത്രനമിത്രദാഹി
ധാമാവണഞ്ഞിതചിരേണ ഹരാചലത്തിൽ

കൈലാസമേറി, മണിഗോപുരവും കടന്നു
ശൈലാദിമുഖ്യബഹുമാനിതനാ മുനീന്ദ്രൻ
വെയ്‌ലാർന്നിടാത്ത വടമൂലതലേ വിളങ്ങും
ശൈലാത്മജാരമണകേളീഗൃഹത്തിലെത്തീ

ശ്രീരത്നവേദിയിൽ വലത്തുമിടത്തുമായ്ത്ത-
ദ്വാരസ്ഥലത്തിരുവർ കാവലിനുണ്ടിരിപ്പൂ
ഹേരംബനും ഗുഹനുമാമവരെപ്പണിഞ്ഞ-
ദ്ധീരൻ നടന്നു സദനത്തിനകത്തു പൂകാൻ

"എന്തിത്ര വെമ്പലിഹ തെല്ലിട നിൽക്ക താത-
നന്തപ്പുരേ കിമപി വിശ്രമമേൽക്കയത്രെ"
ചന്തത്തിലേവമുരചെയ്തു ഗണേശനപ്പോൾ
തൻതമ്പിയായ്ക്കരുതുമാ ദ്വിജനെത്തടുത്താൻ

"ലീലാരസത്തിന്നിടയില്ലധുനാവിളംബ-
മേലാതുണർത്തുവതിനുണ്ടൊരു കാര്യ"മെന്നായ്
കാലാരിശിഷ്യനഗജാതനയന്റെ കൈക-
ളാലാഞ്ഞു പുല്കിയ പിടുത്തമുടൻ വിടർത്തീ

"ഏകാന്തസീമ്നി മരുവും ഗുരുതന്നടുക്കൽ
പ്പോകാവതോ സഹജ, സമ്മതി കിട്ടിടാതേ?
വൈകാതെയച്ഛനിവിടേക്കെഴുന്നള്ളു"മെന്നാ-
ശ്രീകാർത്തികേയനുമുരച്ചു കരം പിടിച്ചു

എന്നാൽ ദ്വിജന്റെ ചെവിതന്നിലിതൊന്നുമേശീ-
ലെന്നാരു കണ്ടു ഭൃഗുരാമനു പിന്മടക്കം
ഒന്നാശു തട്ടി നടവാതിലിണയ്ക്കു നേരേ
ചെന്നാനകല്മഷനകത്തു കടക്കുവാനായ്.

വെമ്പിഗ്ഗമിക്കുമൃഷിതൻ ചുമലിങ്കൽ നീണ്ട
തുമ്പിക്കരം പുനരണച്ചരുളീ ഗജാസ്യൻ.
"മുമ്പിൽസ്സഖേ, തിരുമനസ്സറിയിച്ചിടാതെ
മുമ്പിൽക്കടന്നണകവയ്യ, വരട്ടെ, നിൽക്കൂ"

"എല്ലായ്പൊഴും പ്രണതശിഷ്യനു ദേശികങ്കൽ
ച്ചെല്ലാം സ്ഥലം, സമയമെന്നിവ നോക്കിടേണ്ടാ

നില്ലായ്ക പാഴ്ത്തൊഴിലി''നെന്നു നടന്നു വിപ്രൻ
ചൊല്ലാർന്ന വിഘ്നപതിയേറ്റു വിലക്കി വീണ്ടും

''പോവട്ടെ ഞാൻ വിടൂ'' ''വിടില്ല, കടന്നുകൂടാ''
''ഛീ, വക്രവൃത്തി തുടരുന്നതു രാമനോടോ?''
ഏവം വഴക്കു മുറുകീ, ദ്വിജദേവർതമ്മിൽ
ഭാവം പകർന്നു പിടിയും വലിയും തുടങ്ങീ

പോർവാശിയേശുമവരെ പ്രശമപ്പെടുത്താ-
നാവാഞ്ഞൊഴിഞ്ഞു നിലവായി മയൂരവാഹൻ
ആ വാഗ്വിവാദതുമുലധ്വനി കേട്ടണഞ്ഞ
ശൈവാഗ്ര്യപാർഷദരുമപ്പടി നോക്കിനിൽപ്പായ്

ഖർവാംഗനായ് ദ്വിജഭടൻ പിടിവിട്ടൊഴിഞ്ഞാ-
ദ്ദുർവാരമാം നിജപരശ്വധമൊന്നുലച്ചും
ശർവാത്മജൻ ഝടിതി കാൽക്കുപിടിച്ചെടുത്ത
ഗ്ഗർഗാഢ്യനൈദ്ദിവി ചുഴറ്റി സലീലമായ്ത്താൻ

ഉണ്ണിഗ്ഗണേശ്വരനു പമ്പരമായ്ച്ചമഞ്ഞു
വിണ്ണിൽക്കിടന്നു തിരിയുന്ന മുനിക്കകാണ്ഡേ
മണ്ണിൻചുവട്ടിലമരും ഭുവനങ്ങൾകൂടി
ക്കണ്ണിൽപ്പതിഞ്ഞു പലവട്ടമിതെന്തു മായം

താവൽക്ഷണാലുലകിലൊക്കെയുമൊന്നു ചുറ്റി-
ച്ചാവർണ്ണ്യപൗരുഷനെ മുൻനിലയിങ്കൽ നിർത്തി;
ദേവൻ മദാപഹരണത്തിനു ചെയ്തതുർവീ-
ദേവങ്കലിഷ്ടഫലമല്ലുളവാക്കിവിട്ടു

ഉല്ലസിതഭൃകുടിയായ് ഭൃഗുമുഖ്യനെന്തെ-
ന്നില്ലാത്തൊരീ പ്രഥമമായ പരാഭവത്താൽ
വല്ലായ്മ ദേവകൾ പെടുത്തുവതും ക്ഷമിപ്പൊ-
ന്നല്ലായിരുന്നു ഹഹ, ഭാരതപൂർവരക്തം

അശങ്കമാ മാനി വൃഷാങ്കശിഷ്യ-
നമർഷവേഗത്തിനധീനനായി
അച്ഛൻ കൊടുത്തോരു കൊടുംകുഠാരം
മകന്റെ നേർക്കക്ഷണമാഞ്ഞുവിട്ടു

രാമായുധം ഭീമസുതന്റെ വാമ-
ഗണ്ഡസ്ഥലത്തിൽ സഹസാ പതിച്ചു
അക്കുംഭിവക്ത്രന്റെയിടത്തുകൊമ്പോ-
നിർഗ്ഘാതഘോരാരവമായ് നിലത്തും

അക്കൊമ്പു,ചെമ്മണ്ണടിയിൽക്കിളർന്ന
കൈലാസശൃംഗങ്ങളിലൊന്നിനൊപ്പം
കടയ്ക്കു രക്താങ്കിതമായി വീഴ്കെ
ബ്രഹ്മാണ്ഡമൊട്ടുക്കൊരു ഞെട്ടൽ ഞെട്ടീ

പാടേ നരച്ചുള്ള ശിരസ്സു പൊക്കി
നോക്കുന്ന ഗൗരീഗുരുവാം ഗിരീന്ദ്രൻ
ദൗഹിത്രനേൽക്കും ദുരവസ്ഥയിങ്കൽ
പ്പകച്ചുനിൽക്കുന്നതുപോലെ കാണായ്

കൈലാസശൈലേ കനകാഭിഷേകം
കഴിച്ചുനിന്നീടിന കർമ്മസാക്ഷി,
കാണാവതല്ലീത്തൊഴിലെന്നകാണ്ഡേ
കാർകൊണ്ടലിൻ മൂടലിലായ് മുഹൂർത്തം

കപോലഭിത്തിക്ഷതശോണിതത്താൽ
കാശ്മീരകം ചാർത്തിയ കുഞ്ജരാസ്യൻ
അന്തിച്ചുകപ്പേശിയ ശാരദാഭ്രം
പോലേ തിളങ്ങീ സ്ഫടികാവദാതൻ

സ്കന്ദൻ തദാ പുഞ്ചിരിയിട്ടു, നന്ദി
കൺചിമ്മി വീശി ഗദ വീരഭദ്രൻ
വീർപ്പൊന്നു വിട്ടൂ രുരു; കൈ തിരുമ്മീ
കുണ്ഡോദരൻ, നാവുകടിച്ചു ചണ്ഡൻ

കരുത്തരെന്നാലുമൃഷീന്ദ്രനോടു
കയർത്തതില്ലീശ്വരപാർഷദന്മാർ
സ്വാമിക്കു ശിഷ്യപ്രതിപത്തിയെത്രയ്
ക്കാണെന്നതിങ്ങാരറിയാതെയുള്ളൂ?

ക്ഷണാൽ ഗണങ്ങൾക്കിടയിൽപ്പടർന്ന
ഹാഹാപ്രണാദം ദിവി ചെന്നലയ്ക്കേ

ഇങ്ങോട്ടെഴുന്നള്ളി വിനായകന്റെ
പിതാക്കൾ, നിശ്ശേഷജഗൽപിതാക്കൾ

കൊമ്പൊന്നു പോയ്ച്ചോരയിലാണ്ടു നിൽക്കും
ഗജാസ്യനെക്കണ്ടതിസംഭ്രമത്താൽ
'എന്തെന്തിതെ'ന്നീശ്വരപത്നി പാഞ്ഞു
ചെന്നങ്ങെടുത്തങ്കതലത്തിൽവെച്ചു

തൃക്കാൽക്കൽ വീണീടിന ശിഷ്യനേയും
കൃത്താംഗനായ്ത്തീർന്ന തനൂജനേയും
കാരുണ്യവാത്സല്യക്കഷായമായ
കണ്ണാൽ നിരീക്ഷിച്ചു കലേശചൂഡൻ

ആൾക്കാരുമായ് ഗൗരി പരിക്കുപെട്ട
പുത്രന്നു വേണ്ടും പരിചര്യചെയ്കെ
അഭിജ്ഞനാം ഷണ്മുഖനച്ഛനമ്മ-
മാരെ ഗ്രഹിപ്പിച്ചു നടന്നതെല്ലാം

ഉടൻ മഹാദേവിയിടത്തുകയ്യാ-
ലഴിഞ്ഞ വാർപൂങ്കുഴലൊന്നൊതുക്കി
ജ്വലിച്ച കൺകൊണ്ടൊരു നോക്കുനോക്കി
പ്പാർശ്വസ്ഥനാകും പതിയോടുരച്ചു

"കിട്ടീലയോ ദക്ഷിണ വേണ്ടുവോളം
വിശിഷ്ടനാം ശിഷ്യനിൽനിന്നിദാനീം
ദിവ്യായുധം വല്ലതുമുണ്ടി ബാക്കി-
യെന്നാലതും നൽകിയനുഗ്രഹിക്കാം

മകൻ പരിക്കേറ്റു മരിക്കിലെന്തു,
മഹാരഥൻ ശിഷ്യനടുക്കലില്ലേ
"രാമൻ ജഗൽസത്തമനാണുപോലും
വിദ്യാർപ്പണം പാത്രമറിഞ്ഞു വേണം

തായ് തീർക്കുവാൻ തക്കൊരു നല്ല കൊമ്പു
യാതൊന്നിനിന്നോ മഴുവിന്നു കിട്ടി
അശ്ശ്ലാഖിയെത്തന്നെയതാശു വെട്ടി
വീഴ്ത്തുന്നു കാർത്തജ്ഞവിജൃംഭിതത്താൽ"

എന്തൊക്കെയോ ഹന്ത, കഥിച്ചു വീണ്ടും
സുതാംഗഭംഗാർദ്ദിതയായ ദേവി
ഭർത്താവതിന്നുത്തരമൊന്നുമോതീ-
ലുൽക്കണ്ഠ പാർശ്വസ്ഥിതർ പാഴിലേന്തി

ശിഷ്യൻ പ്രവർത്തിച്ചതു വീരധർമ്മം
സുതാംഗവൈകല്യമൊരുഗ്രശല്യം
സർവജ്ഞനെന്നാലുമിതിങ്കൽ ഞായം
തോന്നാഞ്ഞു ചിന്താവശനായ് മഹേശൻ

നിമേഷമഞ്ചാറിനിടയ്ക്കമംഗള-
പ്രമേയമാ രംഗമതാ മറഞ്ഞുപോയ്
ക്രമേണ സംഗീതമരന്ദസാന്ദ്രമാ-
യുമേശശൈലോപരി വായുമണ്ഡലം

അയത്നസിദ്ധോത്തമമാധുരിത്തഴ-
പ്പിയന്നൊരോമന്മുരളീരവാമൃതം
ലയത്തിനാൽ സർവചരാചരങ്ങളും
മയങ്ങുമാറങ്ങു പൊഴിഞ്ഞു മഞ്ജുളം

പുരാണദിവ്യർഷിനീപീതശേഷമ-
ദ്ദുരാപനാദാമൃതമാസ്വദിക്കയാൽ
ഒരാകുലാവസ്ഥയിൽ നമ്മൾ കണ്ടതാം
ഹരാദ്രി ഹർഷൈകവികാരമായ് ക്ഷണാൽ

പ്രമോദരോമാഞ്ചിതയായ്, സുതവ്യഥാ
വിമോഹമറ്റംബികപോലുമഞ്ജസാ
''നമോ നമസ്തേ ശ്രുതിമാത്രവേദ്യമാ-
മമോഘസംഗീതകലാനുഭാവമേ''

ഉടൻ ചെവിക്കെന്നതുപോലെ കണ്ണിനും
കിടച്ചു കൈലാസചരർക്കൊരുത്സവം
ഇടംപെടും വാനിലുദാരമോഹനം
പടർന്നുകാണായൊരു ദീപ്തിമണ്ഡലം

മുറയ്ക്കു ഹർഷാത്ഭുതസംഭ്രമങ്ങളാൽ
നിറഞ്ഞ ഭൂതങ്ങൾ മിഴിച്ചുനിൽക്കവേ

പറന്നുവന്നാപ്പരിദീപ്തമാം മഹ-
സ്സിറങ്ങി ഗൗരീഹരർതൻ നടുക്കിലായ്

ത്രിലോകഭാണ്ഡം നിറയെത്തുളുമ്പുമാ-
വിലോചനാസേചനകപ്രദീപ്തിയിൽ
അലോലതേജോമയനഷ്ടമൂർത്തിയും
തുലോമണഞ്ഞൂ ദിനദീപരീതിയെ

ഹരന്റെ ചാരത്തു വിളങ്ങി, സൗമ്യമായ്
നിരർഘസൗഭാഗ്യഗുണാഭിപൂർത്തിയാൽ
പരസ്പരച്ചേർച്ച തഴച്ച രണ്ടുപേർ
ഒരത്ഭുതാത്മാവുമൊരത്ഭുതാംഗിയും

വലാഹകശ്യാമളകോമളാംഗനീ
വിലാസി വിദ്യുൽസമഡംബരാംബരൻ
സുലാളൃവേണുജ്ജ്വലപാണിപല്ലവൻ
കലാപിബർഹാങ്കിതകമ്രകുന്തളൻ

യുവാവിവൻ കൈക്കു പിടിച്ച തന്വിയോ
സുവാസിനാശാതടചമ്പകാംഗിയാൾ
നവാതപോദ്യന്നളിനാസ്യയാൾനറും
പ്രവാളനേർപ്പട്ടുടയാട പൂണ്ടവൾ

കരാഞ്ചലം കൂപ്പി വണങ്ങി വന്ദ്യര-
പ്പുരാണജായവരരീ യുവാക്കളെ
'മുരാന്തക, ശ്രീധരാ, ദേവി, രാധികേ,
വരാം, വരാം, സ്വാഗത'മെന്നു സത്വരം

പുരുപ്രഹർഷത്തൊടടുത്തു കൊണ്ടുപോ-
ന്നിരുത്തി മാനിച്ചു മഹാസനങ്ങളിൽ
കുരുന്നുതൃക്കാൽക്കഥ വീണു കൂപ്പിനാർ
കരുത്തരീശാത്മജജാമദഗ്ന്യരും

ഗുരൂത്തമാന്തഃപുരശാപഭീതിയോ
പ്രരൂഢസൗഭാത്രവിഭംഗഖേദമോ
ഒരൂർജ്ജിതാസ്വസ്ഥത ചേർത്തിരിക്കയാൽ
സ്വരൂപവൈവർണ്ണ്യമിയന്ന രാമനെ

ഹ ഹ, പ്രകാരാർദ്രതപൂണ്ടു നോക്കിനാർ
സഹസ്രപത്രായതലോചനങ്ങളാൽ
മഹർദ്ധിഗോലോകനികേതനത്തിലെ
ഗൃഹസ്ഥരശ്ശാശ്വതദമ്പതീശ്വരർ

ത്രിവിക്രമപ്രേയസിയേകദന്തനെ
സ്സവിത്രപോലത്രയുമോമനിച്ചുടൻ
പവിത്രപാണിത്തളിർക്കൊണ്ടവന്റെയ-
ക്കവിൾത്തടം തൊട്ടുതലോടി മെല്ലവേ

ഉണങ്ങി, ഗണ്ഡക്ഷതമായവന്നു തൽ
ക്ഷണം, ഹൃദന്തക്ഷതമദ്രിമാതിനും
ഗുണം തികഞ്ഞീടിന രാധതൻ കരം
പ്രണമ്രദേയാമൃതശീതമല്ലയോ?

വിളിപ്പെടും ഗോകുലറാണിയുൾക്കളം
കുളിർത്ത തന്നങ്കഗനാം ഗണേശനേ
തെളിഞ്ഞ പൊൻകങ്കണരത്നകാന്തിയാൽ
ത്തളിർത്ത കൈവല്ലികൾകൊണ്ടു പുൽകിയും

ഉയർന്ന മാറത്തണിമുത്തുമാലയെ
സ്വയം രദാഗ്രദ്യുതിയാൽപ്പെരുക്കിയും
പ്രിയന്റെ വേണുസ്വനവും തൊഴും ശ്രുതി
പ്രിയസ്വരത്തിൽ ശിവയോടു ചൊല്ലിനാൾ:

''പരസ്പരം കുട്ടികൾ കാടുകാട്ടിയാ-
ലൊരമ്മയിത്രയ്ക്കരിശപ്പെടാവതോ?
ഹരങ്കലാര്യേ, ഭൃഗുസൂനുശിഷ്യനാ-
യൊരന്നുതൊട്ടുണ്ണികൾ മൂവ്വരായ്ത്തവ

നിനയ്ക്കണം പുത്രരിൽ മീതെയായും
കനത്ത വാത്സല്യമൊടിക്കുലീനനെ
നിനക്കു ഗർഭപ്രസവാദിപീഡയാൽ
മനം കലങ്ങാതെ ലഭിച്ച കുഞ്ഞിവൻ'

പ്രതിവിധി നിയതിക്കെന്തുള്ളൂ വേദേതിഹാസ
സ്മൃതിവിഹിതമിഭാസ്യന്നേകദന്തത്വമത്രെ

അതിപടുമതിയാമീ നമ്മൾതൻ ജോത്സ്യനുണ്ണി-
ക്കതിനുടെ വഴി പണ്ടേ ദൃഷ്ടിയിൽപ്പെട്ടിരിക്കും''

ഹരിയും മൃദുഹസിതാഞ്ചിതമുഖനായിദമരുൾചെ-
യ്തരികേ ഗുരുവിനയത്തൊടു മരുവീടിന ഗുഹനെ
വരിവണ്ടിണവനമാലികമണികൗസ്തുഭമണിയും
വിരിവേറിയ തിരുമാറിനൊടുടചേർത്തഥ തഴുകീ

കാന്തൻ സാകൂതമന്ദസ്മിതമൊടുമ-
ഭിവീക്ഷിക്കെ രുദ്രാണി ലജ്ജാ-
ക്രാന്തം വക്ത്രേതന്ദു താഴ്ത്തി
ചരണപതിതനാം രാമനെ പ്രേമഭാരാൽ
താൻതന്നേ ഹന്ത, കൈക്കൊണ്ടതി-
ഭൃശമുപലാളിച്ചിതാസ്വച്ഛധീര
സ്വാന്തൻ വിശ്വൈകയോദ്ധാവൊരു
ചെറുശിശുപോലംബികാംഗേ വിളങ്ങീ

സ്ഫുടം കേൾക്കായ് വാനത്തിടിയൊ-
ടെതിരാമാനകരവം തുടർന്നുണ്ടായ് ശുദ്ധ-
സ്ഫടികരുചിയാം പൂച്ചൊരിയലും
ഉടൻ, നീലക്കാർവില്ലൊളിവിതറിടും
പീലി മുഴുവൻ വിടർത്തി
സ്കന്ദൻതൻ മയിൽ നടനമാടീ മദകളം ■

ഗണപതി

ശീതളാചലകുമാരിയെപ്പുരാ-
ചൂതബാണരിപു വേട്ടു ശങ്കരൻ
ശ്വേതശൈലനിലയത്തിലംഗനോ-
പേതനായ് പ്രഭു മടങ്ങിയെത്തിനാൻ

ബാലയാം പ്രിയയിൽ നാണമാം തിര-
ശ്ശീലകൊണ്ടു മറവാർന്ന കാമനെ
ലോലനായഥ വെളിപ്പെടുത്തുവാൻ
ലീലയാ തുനികയായ് മഹാനടൻ

നീരദാഭഗളനേകദാ, ഗുണോ-
ദാരയാമുമ കുളിച്ചിടുംവിധൗ
ദ്വാരപാലനെയനാദരിച്ചു തൻ-
ദാരസത്മനി കടന്നുചെന്നിതേ

മജ്ജനോചിതമനോജ്ഞവേഷയാ-
മജ്ജഗജ്ജനനി ഭർത്തൃദർശനാൽ
സജ്ജമാർ സഖികൾ സംഭ്രമിക്കവേ
ലജ്ജപൂണ്ടു വിലയിച്ചു തങ്കലേ

വെണ്ണതോൽക്കുമുടലിൽ സുഗന്ധിയാ-
മെണ്ണതേച്ചരയിലൊറ്റമുണ്ടുമായ്
തിണ്ണമേലമരുമാ നതാംഗി മു-
ക്കണ്ണനേകി മിഴികൾക്കൊരുത്സവം

ആ വിഭൂഷണവിയുക്തഗാത്രിയാം
ദേവി നിസ്തുലനിസർഗ്ഗകാന്തിയെ

തൂവിനിൽക്കുമഴകന്നു കണ്ടു ത-
ജ്ജീവിതേശനു കുളിർത്തു മാനസം

അക്കടംത്രപ പൊറാഞ്ഞു ചണ്ഡി ചെം-
തൃക്കടാക്ഷമുനയൊന്നുലച്ചുടൻ
തക്കപോലസമയത്തഗാരമുൾ-
പ്പുക്കദ്ദേവനെ വെളിക്കിറക്കിനാൾ

കുന്നിൽമാതഥമണാളനീ നില-
ക്കിന്നിമേലസമയത്തൊരിക്കലും
വന്നിടായ്‌വതിനു വേണ്ട കൃത്യമെ-
ന്തെന്നിതോർത്തു നിജതോഴിമാരുമായ്

''അന്തകാരിയുടെ ഭൃത്യരൊക്കെയും
ഹന്ത നമ്മളുടെതന്നെയെങ്കിലും
സ്വന്തമായൊരുവനിങ്ങു വേണമ-
ത്യന്തനിഷ്ഠയൊടു വാതിൽ കാക്കുവാൻ''

പേർത്തിതാളികളുരയ്ക്കയാൽ, പ്രഭാ-
പൂർത്തിപൂണ്ടൊരു പുമാനെയക്ഷണം
തീർത്തിതങ്ങു തിരുമെയ്യഴുക്കിനാ-
ലാർത്തിനാശിനി ജഗത്സവിത്രിയാൾ

പർവതോന്നതസുലക്ഷണാംഗകൻ
പർവചന്ദ്രസുഭഗൻ, യുവാവവൻ
ദുർവഹാത്ഭുതകുതൂഹലങ്ങളെ-
ശ്ശർവദാരസഖിമാർക്കു നൽകിനാൻ

ദേവിതന്നെയണിയിച്ച പൊന്മണി-
ത്തൂവിഭൂഷണവരാംബരാദിയാൽ
ആ വിശിഷ്ടപുരുഷന്റെ മെയ്യിലെ
ശ്രീവിലാസമൊരു നൂറിരട്ടിയായ്

അമ്മഹാഭുജനെയങ്കസീമ്നി ചേർ-
ത്തമ്മ മൂർദ്ധനി മുകർന്നു മേൽക്കുമേൽ
സമ്മദോൽപുളകഗാത്രിയായ്പ്പുണർ-
ന്നുമ്മവെച്ചു ചിരമോമനിക്കയായ്

കാരുണീമയി,മൃഡാനി പിന്നെയ-
പ്പുരുഷപ്രവരനോടിതോതിനാൾ:
''ചാരുരൂപ, മമ പുത്ര, നീയൊഴി
ഞ്ഞാരുമില്ലിഹ മദാജ്ഞ കേൾക്കുവാൻ

ധീരനായനിശമപ്രമത്തനായ്
ദ്വാരപാലനമിഹമാചരിക്ക മേ
സൈ്വരമെന്റെയനുവാദമാർന്നിടാ-
താരടുക്കിലുമകത്തു കേറ്റൊലാ''

സാരമായ്ജ്ജനനി ചൊന്നതാനതാ-
കാരനായ് ശിരസി വെച്ച പുത്രനെ
ദ്വാരപാലനവിധിക്കു നിർത്തിനാൾ
ചൂരലൊന്നഥ കൊടുത്തു പാർവതി

കാരണാത്മിക കൊടുത്ത കാഞ്ചന-
ച്ചൂരൽമുദ്രയെ വഹിച്ചുകൊണ്ടവൻ
പാരമേശരമണീമണിഗൃഹ-
ദ്വാരസീമനി വിളങ്ങിനാൻ സദാ

വന്നു തിങ്ങിയ കുതൂഹലേന,പി-
റ്റേന്നുമീശ്വരി കുളിക്കൊരുങ്ങവേ
ചെന്നു ധൂർജ്ജടി, തലേദ്ദിനം കുറ-
ഞ്ഞൊന്നു കണ്ട പുതുകാഴ്ച കാണുവാൻ

വാരണാന്തകനകത്തു പൂകുവാൻ
പാരമുത്സുകതയോടടുക്കവേ,
ആരതെന്നു ധരിയാതെ, നൂതന-
ദ്വാരപാലകനവൻ വിലക്കിനാൻ

ആ വിലാസപരനാം മഹേശനൊ-
ട്ടാവിലാശയതപൂണ്ടു ചൊല്ലിനാൻ
''നീ വിലക്കിടുവതാരെയാണെടോ?
ദേവിതൻപ്രിയതമൻ, പിനാകി ഞാൻ''

ഹാരവാക്യമിതു കേൾക്കുമാ പ്രതീ-
ഹാരവീരനപശങ്കമോതിനാൻ:

‘‘നേരവും നിലയുമോർത്തിടാതുമാ-
ഗാരമെങ്ങനെയണഞ്ഞിടും ശിവൻ?

അമ്മ സമ്പ്രതി കുളിക്കയാണുതൽ-
സമ്മതത്തെ ലഭിയാതൊരിക്കലും
ഇമ്മണിഗൃഹമണഞ്ഞിടാവത-
ല്ലമ്മഹേശ്വരനുമെന്നു നിശ്ചയം

നില്ലു നില്ലു, നില വിട്ടിടായ്കഞാൻ
ചൊല്ലുമുക്തി വകവെച്ചിടാതെ നീ-
മല്ലു കാട്ടിയണയുന്നതാകിലെൻ-
തല്ലുകൊണ്ടു തല വിണ്ടുപോം ദൃഢം’’

ഗീരതത്ര ഗണിയാതുപാത്തധി-
ക്കാരനായ്ക്കയറുമാവൃഷാങ്കനിൽ
സ്ഫാരരോഷമുമതാൻ കൊടുത്ത പൊൻ-
ചൂരലൊന്നഥ മയക്കിനാനവൻ

പൊട്ടുമെല്ലണികൾ പൂണ്ട മാറിൽനി-
ന്നൊട്ടുതാഴെയടികൊണ്ട പാടുമായ്
മട്ടുമാറിയ മഹേശനാ സ്ഥലം
വിട്ടു പോന്നിതു വിചിത്രചേഷ്ടിതൻ

ദൂരമെത്തിയൊരിടത്തിരുന്നുതൻ
ഭൈരവാകൃതികളാം ഗണങ്ങളെ
ഗൗരശൈലപതി ചൊല്ലിവിട്ടിതാ-
ദ്വാരപാലനെയകറ്റിനിർത്തുവാൻ

പാരിലേവനിമധൃഷ്യരാകുമാ-
വാരിജായുധവിമാഥിപാർഷദർ
ഗൗരിതൻ തനുജനോടു, തൻഗൃഹ-
ദ്വാരി ചെന്നു ചിലതോതിനോക്കിനാർ

ഒന്നുകൊണ്ടുമൊരിളക്കമെന്നിയേ
നിന്നു,തൻനിലയിലംബികാസുതൻ
ചെന്നു,തച്ചരിതമഗ്ഗണങ്ങൾ പൊൻ-
കുന്നുവില്ലനൊടുണർത്തിനാരുടൻ

ഫാലനേത്രനരുളീ സരോഷ: ''മ-
ബ്ബാലനെക്കിമപി നീക്കിനിർത്തുവാൻ
സ്ഥൂലദീർഘഭുജർ നിങ്ങൾ ശക്തരാ-
യീലയെന്നിവിടെ വന്നു ചൊൽകയോ?

അങ്ങു നിങ്ങളൊരു കുഞ്ഞിനോടു തോ-
റ്റിങ്ങു പോന്നു നിലവായതത്ഭുതം
തെങ്ങുപോലുയരുമീയുടൽക്കക-
ത്തെങ്ങുമെള്ളളവു നാണമില്ലയോ''

ഈവകപ്രഭുവിനിന്ദനങ്ങൾ കേ-
ട്ടാവതോളമനുബദ്ധലജ്ജരായ്
ശൈവപാരിഷദർ ചെന്നു വീണ്ടുമാ-
ക്കാവലാളൊടു കയർത്തു ചൊല്ലിനാർ:

''ആരഹമ്മതി മുഴുത്ത നീയിഹ
ദ്വാരപാലത ലഭിച്ചതെങ്ങനെ
ദൂരവേ സപദി പോക നല്ലു; ദുർ-
വാരവീര്യരറികീശപാർഷദർ

ദേവദേവഗണമാണു നിയ്യുമെ-
ന്നേവമോർത്തു ദയചെയ്ത ഞങ്ങളെ
സാവഹേലമിഹ ധിക്കരിപ്പതോ
ജീവനാശമണയുന്നതിന്നു നീ?

പെട്ടുപോമപകടത്തിലീ, സ്ഥലം
വിട്ടുപോവതിനു താമസിക്കിൽ നീ
വെട്ടുപോത്തിനൊടു വേദമോതുമീ-
മട്ടു ഞങ്ങളിനി മാറ്റിവെയ്ക്കയായ്''

ധൃഷ്ടനത്തരുണനോതി:''യെന്തിനി-
പ്പിഷ്ടപേഷമിതിൽ ഞാനൊരിക്കിലും
വിഷ്ടപേശ്വരിയനുജ്ഞനൽകിടാ-
തഷ്ടമൂർത്തിയെയുമിങ്ങു കേറ്റിടാ

അത്ര കാവലിനുതാൻ മൃഡാനിതൻ
പുത്രനായ്ജ്ജഗതി ജാതനായ ഞാൻ

എത്ര ഭീഷണികൾ നിങ്ങൾ ചൊൽകിലും
വിത്രസിച്ചൊഴികയില്ല തെല്ലുമേ

ക്രൂരർ നിങ്ങളതിർവിട്ടിനിബ്ബലാൽ-
ക്കാരമത്ര തുടരുന്നതാകിലോ,
വീരപദ്ധതിയിലൂന്നിനിൽപിനെൻ
ചൂരലിൻ ചുണയറിഞ്ഞിടാം തദാ''

എന്നു ചൊല്ലുമഗജാതനൂജനെ-
ച്ചെന്നു പാർഷദർ പിടിച്ചു തള്ളിനാർ
നിന്നു, നിന്ന നിലയിൽ ശരിക്കവൻ
കുന്നു കാറ്റടികളാൽക്കുലുങ്ങുമോ?

ശൂലിതൻഭടരവന്റെ ചൂരലാം
കോലിനാലടികൾകൊണ്ടു മേനിയിൽ
തോലിരിഞ്ഞു ചില ചൂടുവെച്ച ക-
ന്നാലിതൻവടിവിലാർത്തു മണ്ടിനാർ

''ഗൗരിതൻ തനുജനാകിലെന്തവൻ
ദ്വാരി നിൽക്കരുതകറ്റുകെ''ന്നുതാൻ
സൗരിസൂദനനയച്ച പാർഷദ-
ന്മാരിടച്ചിലൊടടുത്തു പിന്നെയും

ഓതിനാനവർ: ''ശിശോ, വൃഥാവിലീ-
വാതിൽകാത്തുയിർകളഞ്ഞിടായ്ക നീ
ഏതിനും പടുതയേന്തുമന്തകാ-
രാതിയാണരുൾവതോർമ്മവെയ്ക്കണം?''

എന്നു കേട്ടവനുമിങ്ങു വേണ്ടതെ-
ന്തെന്നു തെല്ലിടയിളക്കമേൽക്കവേ
വന്നുരച്ചിതൊരു മാതൃദാസി മെ-
ല്ലെന്നുദേവിയുടെ പുത്രനോടിദം:

''കാര്യദക്ഷ, തനതാജ്ഞകാപ്പതിൽ
സ്ഥൈര്യമിത്ര വെളിവാക്കുമങ്ങയെ
ഭൂര്യനുഗ്രഹസമിദ്ധനാക്കിയി-
ട്ടാര്യയേവമരുളുന്നു നന്ദിയാൽ

വത്സ, ഞാൻ മുദിതയായി നിൻപ്രസൂ-
വത്സലത്വമിതുറച്ചുകാൺകയാൽ
ത്വത്സനാഥമധുനാ മമാലയം
മവതരിച്ചിവർ ബലേന കേറൊലാ

പ്രത്യാനീകപരിപീഡമൂലമീ-
സ്തുത്യസുസ്ഥിരതകൈവിടായ്ക നീ
കൃത്യനിഷ്ഠ കുറയാതിരിപ്പതേ
നിത്യമംഗളനിദാനമേവനും''

പേശിനർമ്മവിരുതാളുമാളിമാർ
വാശികേറ്റിയ മഹേശിതൻമതം
നാശിതവ്യഥമറിഞ്ഞു ഹർഷവാ-
രാശിയിൽത്തിരകളിച്ചു ബാലകൻ

കച്ചകെട്ടിയരയും മുറുക്കി,വ-
മ്പിച്ച കാലുകളുഴിഞ്ഞു കൈകളാൽ
ഉൾച്ചലിപ്പൊഴിയെ നിന്നു ചോടുറ-
പ്പിച്ചവൻ പ്രമഥരോടു ചൊല്ലിനാൻ:

''കണ്ടുകൊൾക; ഹരഭൃത്യർ നിങ്ങളുൾ-
ക്കൊണ്ടു ദേവി, നിയമിച്ചൊരാളിവൻ
രണ്ടു കക്ഷികളുമൊന്നുപോലെ യെ-
ന്തുണ്ടു ഭേദ''മധികാരവും സമം.

നിങ്ങളീശനിലയാഗ്രപാലർ ഞാ-
നിങ്ങപർണ്ണയുടെ വാതിൽ കാക്കുവോൻ
മങ്ങൽവിട്ടു വിഭുശാസനസ്ഥരായ്-
ത്തങ്ങൾതൻമുറയെ നാം നടത്തണം

ഇസ്ഥിതിക്കിഹ കരേറി നിങ്ങളീ
ദ്ദുസ്ഥിതിക്കു തുനിയുന്നതെന്തുവാൻ?
അസ്ഥിഭൂഷഭടരെഭയപ്പെടു-
ന്നസ്ഥിരപ്രകൃതി ബാലനല്ല ഞാൻ

ഈ വിരുദ്ധവഴിയായി നിങ്ങളെൻ
ദേവിതൻ ഗൃഹമണഞ്ഞിടാ ദൃഢം

ജീവിതസ്പൃഹയിരിക്കിൽ വിട്ടുപോയ്-
ക്കൊൾവിനൊന്നുമിനിയോതുകില്ല ഞാൻ

ഭൂര്യപത്രയൊടാനതാസ്യരായ്-
സ്സൂര്യജാരിഭടർ പോന്നു വീണ്ടുമേ
ശൗര്യമുള്ള ഗിരിജാത്മജന്റെയാ-
സ്ഥൈര്യമീശനെ നമിച്ചുണർത്തിനാർ

ശ്രീതുഷാരകരമൗലി ചൊല്ലിനാനേ-
തുമില്ലവനു കൂസലെന്നതോ?
പോർ തുടർന്നിടുവിനെങ്കിലങ്ങു ചെ-
ന്നേതുമട്ടിലുമൊഴിക്കവയ്യിനി

ഉണ്ണിയാണുമലമാതിനെന്നതേ
നണ്ണി നാമവനിലൊന്നടങ്ങിയാൽ
പെണ്ണിനുള്ളൊരു കളിക്കുരങ്ങനെ-
ന്നെണ്ണിടും നിയതമെന്നെയാളുകൾ

പ്രാണനാഥനിലുമിത്ര വാശി കാ-
ട്ടേണമെന്നു നിരുപിച്ചതിൻഫലം
നാണമോടനുഭവിച്ചിടട്ടെയ-
ക്ഷീണഗർവ്വെഴുമഗേന്ദ്രനന്ദിനി''

എന്നു ഭർതൃമൊഴി കേട്ടു, കൈത്തർ-
പ്പൊന്നു തീർപ്പതിനിടം കിടയ്ക്കയാൽ
ഒന്നുപോലുദിതഹർഷരേവരും
ചെന്നുമാത്മജനൊടേറ്റു പോരിനായ്

ദന്തകുഡ്മളമരീചികൈതവാ-
ലന്തരുല്ലസിതസത്വലക്ഷ്മിയെ
ചന്തമോടു വെളിവാക്കിയാ യുവാ-
വന്തകാരിഭടരോടിതോതിനാൻ:

''വേഗമെന്നെയൊരു ബാലനെന്നനു-
ദ്യോഗരായി വെടിയാതെ, കൗതുകാൽ
ഹാ, ഗണാഗ്ര്യഭടരിന്നണഞ്ഞതിൽ
സ്വാഗതം സരസമോതിടുന്നു ഞാൻ

ധാരിതാസ്ത്രകുലനല്ല, പൈതൽ ഞാൻ
പോരിനിന്നു പുതുതായ്ത്തുടങ്ങുവാൻ
ഭൂരിശസ്ത്രബലരായ നിങ്ങളോ
പേരിയന്ന പടയാളിമൗലികൾ

എങ്കിലും ഹിതമിതോതുവാൻ; ഭയാ-
ശങ്കിയല്ലി വലുതായ സൗഹൃദം
വങ്കിടയ്ക്കുടവുദാരർ നിങ്ങളിൽ-
ത്തങ്കിടാത്തപടി പോർനടത്തുവിൻ

സന്നതാഖിലസുരാസുരേന്ദ്രയാ-
കുന്ന മജ്ജനനിതൻ മണാളനെ
ഇന്നശേഷഭടഹീനനാക്കി ഞാ-
നെന്ന തെറ്റിവനു കൈവരുത്തൊലാ''

ഏവമോതിയ ശിവാതനൂജനും
ദേവപാരിഷദരും പരസ്പരം
സാവലേപമഥ കൈതുടർന്നിതേ
ജീവലോകഭയകാരണം രണം

''പോരിതത്ര വലുതാണു കാണുവാൻ
പോരികെ''ന്നിദിവിഷജ്ജനങ്ങളെ
പൂരിതാംബരമിളക്കിവിട്ടിത-
ബ്ഭേരിശംഖമുരജാദിനിസ്വനം

വട്ടമിട്ടു പരിപന്ഥിയെച്ചുഴ-
ന്നട്ടഹാസമുഖരീകൃതാശരായ്
പട്ടസം, പരശു, വാളു, ലയ്ക്ക, വേൽ
തൊട്ട ശസ്ത്രനിര തൂകി പാർഷദർ

പെട്ടതില്ലുടലിലായുധോൽക്കരം
തൊട്ട പാടു,മഗജാത്മജന്നഹോ
തിട്ടമമ്മയുടെ തൃക്കടാക്ഷമാം
ചട്ടയിട്ടവനു വജ്രവും തൃണം

ദ്വാരപാലതരുണന്റെ പൊന്നണി-
ച്ചൂരൽ ഭസ്മസിതശൈവസേനയിൽ

സ്വൈരലീലയൊടു ചിന്നിമിന്നിതേ
ശാരദാഭ്രഭുവി കൊള്ളിമീൻപടി

ഭൂരിശക്തിമയഗാത്രയഷ്ടിയാം
ഗൗരി നൽകിയൊരു വേത്രയഷ്ടിയാൽ
പാരിൽ വീഴ്ത്തിയവനായുധച്ഛടാ-
മാരിതൂകിന മഹാഗണങ്ങളെ

നാക്കു തൂങ്ങി, നടു കൂന്നു, ചൂരലിൻ
വീക്കുകൊണ്ടു തുറുകൺ മിഴിച്ചഹോ
മൂക്കുപോയ് ദ്വിഗുണവൈകൃതാംഗരായ്
പോക്കുമുട്ടി വിഷമാക്ഷകിങ്കരർ

വീരനാമഗസുതാത്മജന്റെ പൊൻ-
ചൂരലേറ്റുടൽ മുറിഞ്ഞുമേൽക്കുമേൽ
ചോരവാർന്ന ശിവസേന പൂത്തുനി-
ൽപോരശോകവനികയ്ക്കു തുല്യമായ്

ശൈലജാവിഷയരോഷരക്തയായ്
ശ്ശൂലഭൃജ്ജടയിൽനിന്നു ജാഹ്നവി
ലോലയായി വെളിയിൽപ്പതിച്ചപോ-
ലാലസിച്ചൊഴുകി ചോരയാറുടൻ

മന്ദിതപ്രസരമായ് രണേ പരാ-
ക്രന്ദി ശൈവബലമൊക്കെയും ക്ഷണാൽ
നന്ദിയും തനതുനാഥനിൽപ്പെടും
നന്ദികാട്ടുവതിനന്നശക്തനായ്

ക്ഷീണരായ്ച്ചിലർ കിടന്നുഴന്നു; നിഷ്
പ്രാണരായ്ഭുവി പതിച്ചു തെല്ലുപേർ
നാണമറ്റു ചിലർ പാഞ്ഞൊഴിഞ്ഞു പൂ-
ബാണവൈരിപദമാശ്രയിച്ചിതേ

ചൂരലിന്നുപരി ശൈവയോധർതൻ
ചോര പറ്റിയതിടത്തുകയ്യിനാൽ
വീരകേസരി തുടച്ചുനീക്കിയ
ദ്വാരസീമ്നി നിലവായ് ശിവാസുതൻ

തത്ക്ഷണം, ഹരി വിരിഞ്ചിഭൂമിഭൃൽ-
പക്ഷഭേദി മുതലായ ദേവകൾ-
ത്ര്യക്ഷസന്നിധിയണഞ്ഞു നമ്രരാ-
യക്ഷതാദരമിതൊന്നുണർത്തിനാർ:

“സ്വൈരമാജ്ഞയരുൾകിങ്ങു പാർവ്വതീ
ദാര, ദേവ, തവ ദാസർ ഞങ്ങളിൽ
ആരറിഞ്ഞിടുമിതെന്തു ലീലയാ-
ണാചരിച്ചതുരുലീലനാം ഭവാൻ?”

നീരജാസനനൊടിന്ദുചൂഡന-
ന്നേരമേവമരുൾചെയ്തു സസ്മിതം:
“ദ്വാരപാലനൊരു ബാലനുണ്ടുമാ-
ഗാരസീമ്നി മരുവുന്നു ധൃഷ്ടനായ്

ഗേഹവേശനനിരോധിയാമവൻ
സാഹസപ്രിയനഖണ്ഡവിക്രമൻ
ആഹവത്തിലെതിരിട്ട മദ്ഭട-
വ്യൂഹമുഖ്യരെ വിഭഗ്നരാക്കിനാൻ

സുപ്രശാന്തമതിയാകുമങ്ങുതാൻ
ക്ഷിപ്രമാ സ്ഥലമണഞ്ഞു, നീതിയാൽ
അപ്രമേയബലനാമവന്നുതെ-
ല്ലുൾപ്രസാദമുളവാക്കിടേണമേ”

എന്നനംഗമഥനന്റെ മഞ്ജുവാ-
കുന്ന വാക്കു നിശമിച്ചു പത്മജൻ
ചെന്നണഞ്ഞിതു മഹർഷിമാരുമൊ-
ത്തന്നഗേന്ദ്രതനയാഗൃഹാന്തികേ

മുമ്പിലെത്തിയ പിതാമഹന്റെ വെൺ-
കമ്പിപോലെ നെടുതായ താടിയെ
വെമ്പിയേറ്റു പിടികൂടിനാൻ ബലാൽ
വമ്പിയന്ന ഗിരിജാകുമാരകൻ.

“അരുതരുതനുകമ്പ്യനന്തണൻ ഞാൻ
പൊരുവതിനല്ലശമത്തിനായണഞ്ഞോൻ

പരുഷത കരുതായ്കിവങ്കലെ''ന്നായ്
ത്തെരുതെരെ നാന്മുഖനാർത്തു കേണു പാഞ്ഞു

അകമെരിയുമജന്റെ പിമ്പു ഭീതി-
ത്തികവൊടു പാഞ്ഞു ഹരാദ്രിധാതുഭൂവിൽ
വികലഗതി കമിഴ്ന്നുവീണു വൃദ്ധർ-
ഷികളുടെ താടികൾ ചായമിട്ടപോലായ്

അജനിലുമനയം തുടർന്ന ദേവ്യാ-
ത്മജനെ വധിപ്പതിനിദ്ധരോഷനീശൻ
നിജഗണനിയുതങ്ങളോടുകൂടെ
സജവമയച്ചു സുരവ്രജത്തെയെല്ലാം

ഭൂത പ്രേത പിശാച ദേവപൃതന-
യ്ക്കെല്ലാം പുരോഗാമിയായ്
സ്ഫീതശ്രീമധുമാഥി ചെല്ലുവതു ക-
ണ്ടോന്നോതി ദേവീസുത:
''മാൽ തങ്കേണ്ട; നിനക്കു തെല്ലു വകയാ-
യെൻ ചൂരലേ; വൻചമു-
വ്രാതം ചൂഴെ വരുന്നതുണ്ടു,സുമഹാ
വിക്രാന്തി ചക്രായുധൻ''

ഏറ്റം വീറൊടുവിഷ്ണുവിൻ പിറകിലായ്-
ദ്ദേവാദിസൈന്യങ്ങൾ ചെ-
ന്നേറ്റദ്രീശകുമാരികാതനയനിൽ
ച്ചാട്ടുന്ന ശസ്ത്രോൽക്കരം
ചീറ്റം ചേർന്നിടുമാറസംഭ്രമവൻ
വീശുന്ന വൻചൂരലിൻ
കാറ്റത്തങ്ങു പറന്നുപോയ്,കരിയില-
ക്കൂട്ടം കണക്കഞ്ജസാ

അറ്റം പെടാതെയതിഘോരമിരമ്പിയെണ്ണ-
മറ്റസ്ത്രവീചികളുമേന്തിടുമമ്പ്വലത്തെ
ചെറ്റല്ല നീളെയുമിളക്കിമറിച്ചു ബാല-
നൊറ്റയ്ക്കുവാരിധിയെ മന്ദരമെന്നപോലെ

ലോകാംബ തൽക്ഷണമസംഖ്യരിപുക്കൾ ചൂഴു-
മേകാകിയാം നിജസുതന്നടരിൽത്തുണപ്പാൻ

ഏകാന്തരോഷവശയായി വിരചിച്ചയച്ചാ-
ളാകാരഭീഷണകളാമിരുദേവിമാരെ

കന്നൽക്കാർതാൻ,കരാളോന്നതതനുരുചിയാ-
ലൊന്നുമറ്റേതു ശുദ്ധം
മിന്നൽച്ചാർത്തീ,വിധത്തിൽ ഭുജ-
പരിഘശതോദ്രിക്തമശ്ശക്തിയുഗ്മം
സന്നദ്ധാശേഷദേവപ്രമഥപൃതനയാം
പന്നഗൗഘത്തിനേറെ-
സ്സന്നത്വം ചേരുമാറാർത്തലറിയടർനില-
ത്തിന്നുമദ്ധ്യേ വിളങ്ങീ

ഭൂതാമർത്ത്യപ്രവീരപ്പരിഷ-
കളകഗജാമന്ദരിദ്വാരദേശ-
ത്രാതാവിൻനേർക്കു താരധ്വനിമുഖരമയ-
യ്ക്കുന്ന ശസ്ത്രങ്ങളെല്ലാം
പാതാളംതോറ്റവായ്ക്കൊണ്ടുടനുടനെ വിഴു-
ങ്ങീടുമശ്ശക്തികൾക്ക-
ഞ്ചാതാദ്ദൈത്യാരിതൻ ചക്രവുമുടർനടുവിൽ
പ്പപ്പടപ്രായമായീ

നാനാശസ്ത്രങ്ങൾ തീർന്നോരളവമരഗണ
ശ്രേണിയെത്തന്നെ ഭക്ഷി-
പ്പാനായ് വായുംപിളർത്തിഭയദവടിവിലാ-
ദ്ദേവിമാർ കൈതുടർന്നു
ദീനാക്രന്ദങ്ങൾ പൊങ്ങീ പടയിലൃഷിജന-
ത്തിന്റെ ഹാഹാരവത്താൽ
വാനാകെത്താൻ മുഴങ്ങീപ്രളയമണകയാ-
യെന്നു ലോകം നടുങ്ങീ

തീരെപ്പേടിച്ചരണ്ടച്യുതവലമഥനാ-
ദ്യഗ്രഗീർവാണർപോലും
പാരെങ്ങും പാഞ്ഞു ഭൂതപ്പടയൊടുമിടചേർ-
ന്നാർത്തുഴന്നീടുമപ്പോൾ
നേരത്താക്രോധമേന്തീടിന പുരരിപുതാൻ
തന്നെയക്കാന്ദിശീക-

ന്മാരെപ്പാടേ വിലക്കിപ്പിറകിലവരുമായ്-
ത്തത്ര പോരിന്നണഞ്ഞു.

അന്നേരം പോയ്മറഞ്ഞീടിന സഹജകളാം
ദേവിമാർതൻ ബലം കൈ-
വന്നേറെശ്ശക്തനായ്ത്തീർന്നൊരു ശിവദയിതാ
മന്ദിരദ്വാരപാലൻ
ചെന്നേൽക്കും ദേവഭൂതപ്പടകളുഴലുമാ-
റാനെടുംചൂരൽ മിന്നി
ച്ചെന്നേഭൂകാന്തനാകും വിധുവിനരുളിനാൻ
ഭൂസമാശ്ലേഷസൗഖ്യം

ബോധം കൈക്കൊണ്ടെഴുന്നേറ്റുടനെയെതിരിടും
വിഷ്ണുവോടൊത്തു വീണ്ടും
വൈധവ്യം പൂമകൾക്കേൽപതിനിടവരുമാ-
റങ്കമാടുന്ന ലാക്കിൽ
ഹാ, ധന്യശ്രീമഹേശീതനയനുടെ ശിര-
സ്സുഗ്രശൂലായുധത്താൽ
ക്രോധക്രൂരൻ മുറിച്ചിട്ടതു,ശമനരിപു-
സ്വാമിതാൻ സാഹസത്താൽ.

ആകമ്രൗജസ്സുടയ ദയിതാ-
പുത്രനെക്കൊന്നുവീഴ്ത്തി
ശ്ശോകസ്ഫൂർത്തിഗ്ലപതിമുഖനായ്
നിന്നിതീശൻ മുഹൂർത്തം
ആകപ്പാടേ ഭുവനമതുനേ-
രത്തു നിശ്ശേഷചേഷ്ടാ-
വൈകല്യത്താൽപടവിലിഖിത
പ്രായമായിച്ചമഞ്ഞു

സുനുവ്യാപാദകോപം തടവിന ശിവതൻ
മെയ്യിൽനിന്നക്ഷണംതാൻ
ഭാനുശ്രീശക്തിസാഹസ്രകമുലകറുതി-
ക്കായ്പ്പുറപ്പെട്ടു വീണ്ടും
വാനും മന്നും നിറഞ്ഞുൽക്കടമിളകിടവേ
നിർജ്ജരർഷീന്ദ്രർ ഭക്തി-

ത്തേനുൾച്ചേരും സ്തവത്താലൊരുവിധമഹിഭൃൽ-
ക്കാന്തയെശ്ശാന്തയാക്കി

"എന്നാലെന്നുണ്ണി, ജീവിച്ചിവനഖിലഗണാ-
ധ്യക്ഷനായ്പ്പൂജ്യനായും
വന്നാലല്ലാതെ പാരിന്നഴലിതൊഴികയി-
ല്ലായതിന്നായ് ശ്രമിപ്പിൻ"
എന്നാര്യാദേവി കൽപ്പിച്ചതു കരൾ
കുളിരെക്കേട്ട ദേവർഷിവൃന്ദം
ചെന്നാരാൽത്താണുണർത്തിച്ചളവ-
തിനുപദേശിച്ചു മാർഗ്ഗം മഹേശൻ

ദേവൻ കൽപിച്ചവണ്ണം സുരമുനികൾ
വടക്കോട്ടു പോയിട്ടു മുൻകാ-
ണായ്വന്നോരേകദന്തദ്വിപമണിയെ
വധിച്ചായതിൻ മസ്തകത്തെ
വൈവർണ്ണ്യാപേതമെത്തിച്ച,
ഗദുഹിതൃകുമാരന്റെ മെയ്യോടിണക്കി
ശൈവശ്രീമന്ത്രശുദ്ധോദക-
മുപരി തളിച്ചീടിനാരൂഢഹർഷം

ക്ഷണത്താൽ പ്രാണൻപൂണ്ട
തനുരുചി ഗൗരീതനുജന-
ങ്ങുണർന്നേൽക്കുംപോലേ
സസുഖമെഴുന്നേറ്റൂ ഗജമുഖൻ
ഇണങ്ങീ ദിക്കെങ്ങും തെളിവ-
മരവിദ്യാധരവധൂഗണം
പാട്ടും കൂത്തും മുഹരപി
മുതിർത്തൂ മുദിതമായ്

വൈരം വിട്ടുയിരാർന്ന പുത്രനെ മുദാ-
ലാളിച്ചിടും ദേവിതൻ
ചാരത്തേക്കും സുരർഷിമുഖ്യർ കനിയി-
ച്ചെത്തിച്ച കാമാന്തകൻ
നീരന്ധ്രാഢാദരനാം മകന്റെ തലയിൽ-
സ്സാനുഗ്രഹം തൃക്കര-

ത്താരർപ്പിച്ചുഗണേശനാക്കിയഭിഷേ-
ചിച്ചാനതുച്ഛോത്സവം.

സമശിരസി ശ്രീമദ്ദേവീസുതൻ പ്രമഥിച്ച തൽ-
പ്രമഥരുടനേതന്നേ നിദ്രാവിമുക്തർകണക്കിനേ
അമരമുനിമാർ വാഴ്ത്തും മൃത്യുഞ്ജയന്റെ കടാക്ഷമാ-
മമലസുധയാലുജ്ജീവിച്ചേറ്റുയർത്തി മഹോത്സവം

ദേവന്മാർക്കും ഗണൗഘത്തിനു-
മിയലിന ദോവീര്യദർപ്പംകെടുപ്പാ-
നീവണ്ണം ലീലയൊന്നാടിയ ഭഗവതിതൻ
പൈതൽ, വേതണ്ഡവക്ത്രൻ
"ഏവർക്കും പൂർവ്വപൂജ്യൻ ജഗതി ഗണപതേ
വിഘ്നരാജൻ ഭവാ"നെ
ന്നേവം ബ്രഹ്മാദ്യരേകും വരവുമഥ വണ-
ക്കത്തിൽ വാങ്ങിജ്ജയിപ്പൂ! ■

അഭിവാദ്യം

പുഷ്പപ്രിയത്തിൽപ്പുകഴ്ന്ന ചീനത്തുകാർ
പൊൽപ്പെൺകിടാങ്ങൾതൻ പൂവൊളിക്കൈകളാൽ
പട്ടണം തോറുമന്നെങ്ങൾക്കു നല്കിയ
പട്ടുപൂച്ചെണ്ടിനാൽപ്പൂജിച്ചിതിന്ത്യയെ

ഇന്നലെത്തേതല്ല ദുർന്നീതിവാഴ്ചയെ
വെന്ന ചുങ്കോവിന്നൊരനന്യയുഗത്തിലാ-
പട്ടിണിയും തുയിർപ്പാടും തൊഴിലിന്റെ
പട്ടടത്തീയ്യിൽപ്പതിച്ചു ദഹിച്ചുപോയ്

വെട്ടുന്നു പാതകൾ, കുത്തുന്നു തോടുകൾ,
കെട്ടുന്നു പാലങ്ങൾ, കൂറ്റനണകളും
വിട്ടുപോയ് പ്രത്യാഗമിച്ച വിഭൂതിക്കു-
കൊട്ടാരമാക്കുകയാണിവർ നാടിനെ

നിന്നാളുകളുടെ നിത്യയത്നങ്ങൾതൻ
മുന്നിലഭിവാദ്യമർപ്പിച്ചിടുന്നു, ഞാൻ
നാലാണ്ടിനാലല്ലിനാല്പതാണ്ടാൽ വരും
നാനാഭിവൃദ്ധികൾ നേടി, നീ ചീനമേ

ഇച്ചെയ്തി കണ്ടിട്ടു വീണ്ടുമുയർന്നിതോ
പച്ചയുടുപ്പിട്ട നിൻവിചിത്രാദികൾ
ഗീതയിൽനിന്നുപന്യാസം വിതയ്ക്കട്ടെ
പൂതമാം നാക്കിനാലാർഷനാടിപ്പൊഴും

നിന്മണ്ണിലല്ലോ വിളയുന്നു, നിർഭരം
കർമ്മയോഗത്തിൻ കനകക്കതിരുകൾ

രണ്ട്

വഞ്ചികളിക്കുന്ന നീർപ്പരപ്പിപ്പുറം
വെൺചെന്നളിനകാര്യാലയമപ്പുറം
അഞ്ചുപത്തല്ലിതിൻവണ്ണം കരകളിൽ-
പ്പിഞ്ചുപുൽപ്പച്ച പുലർത്തും സരസ്സുകൾ

ആറുകൾപോലേ വിശാലങ്ങൾ പൊയ്കക-
ളാറുകളാഴിക്കു ചേർന്ന പുരന്ധ്രിമാർ
പൂരുഷർക്കൊപ്പമങ്ങേതുവകുപ്പിലും
ഭാരം വഹിക്കുന്നു ഭംഗിയിൽപ്പൗരിമാർ.

ആഹാ, പ്രകൃതിതൻ സർഗ്ഗസാമർത്ഥ്യവു-
മാർജ്ജിച്ചിതോ, നീ ശ്രമത്താൽ സ്വതന്ത്രതേ?
മെത്തിവരുന്നുണ്ടു, ദേഹസൗന്ദര്യവും
പുത്തനാം ചീനത്തു പെണ്ണിനുമാണിനും

ഏറെനാളായിട്ടെഴുത്തെന്ന ശബ്ദമേ
കേറാതിരുന്ന കുഗ്രാമശതത്തിലും
പച്ചവിരിച്ച പാടങ്ങളിലൂടെയാ-
സ്സ്വച്ഛപ്പളുങ്കുമെയ്യാളാം സരസ്വതി

ലാത്തിത്തുടങ്ങിയിട്ടുണ്ടുതണ്ടാരില-
ച്ചാർത്തിലൂടേയൊരു ഹംസികണക്കിനേ
വിത്തിറക്കാത്ത തരിശുനിലങ്ങളും
വിദ്യപാകാത്ത മനുഷ്യചിത്തങ്ങളും

ഹൃദ്യകലകൾ കേറാത്ത വേദികളും
തത്ര ചുരുങ്ങിവരുന്നു ദിനേദിനേ
നെപ്പോളിയൻചക്രവർത്തിയൊരിക്കല-
ത്യത്ഭുതത്തോടേ പറകയുണ്ടായിപോൽ:

"മത്താർന്നുറങ്ങുകയാണൊരു ഭീമനീ-
ശ്ശക്തനുണർന്നാൽ ജഗത്തു പകച്ചുപോം"
അബ്ഭീമനിച്ചീനരാജ്യമുണർന്നപ്പൊ-
ളല്പമോകോയ്മകൾക്കുണ്ടായി വിഭ്രമം?

സുപ്രഭാതത്തിൻ പ്രവാളാഭ മൂങ്ങയ്ക്കു
ദുഷ്പ്രേക്ഷ്യമാം കൊലച്ചോരയായ്ത്തോന്നിടാം
ആളുകളൈമ്പതുകോടിയവർക്കൊക്കെ
യാളുന്നുതാനും സമാധാനചിന്തകൾ

നീളില്ലിനിയേറെനിൻകെടുജീവിതം
ചൂളിപ്പരുങ്ങുന്ന യുദ്ധാനുരാഗമേ
ഏന്തില്ല തോക്കവർ സോദരഹത്യയ്ക്കു
നീന്തിക്കയില്ലുലകത്തെ നിണങ്ങളിൽ

ഭ്രാന്തിന്റെ പര്യായമാണവ,ർക്കാഹവം
ശാന്തിയവർക്കിന്നൊരാരാധ്യദേവിതാൻ
ഫേനഹാസത്തൊടും പൈതങ്ങൾപോലദ്രി-
സാനുവിൽത്തത്തുന്ന നീർച്ചോലകളിലും

നൂനം പ്രതിധ്വനിക്കുന്നുണ്ടുനിൻശമ
ഗാനങ്ങൾ നൂതനചീനസാഹിത്യമേ
ദീനദശകളെദ്ധീരമായ്പ്പിന്നിട്ട
ചീനഭൂവിൻ പ്രജായത്തഭരണമേ

നാലുവയസ്സു തികഞ്ഞ നിനക്കിടി-
വേലാത്ത സൗഭാഗ്യപുഷ്ടി നേരുന്നു ഞാൻ ■

വെടികൊണ്ട പക്ഷി

ഇതാ, പതുക്കെസ്സസ്സസുഖം പറക്കും
ചേലുള്ള വെള്ളക്കിളിയൊന്നു വാനിൽ
തെളിഞ്ഞുനിൽക്കും കുളിർപ്പൊയ്ക തന്നിൽ-
ത്തെത്തെന്നൽ താരാട്ടുമൊരാമ്പൽ പോലെ

ഭൂദേവിതൻ ഭാസുരകേളിമച്ചിൻ
മികച്ച മേൽക്കട്ടിയിലേതൊരാളോ
ഈവെൺമലർത്തൊത്തൊര ദൃശ്യമായ
നൂൽത്തുമ്പിനാൽക്കോർത്തഴകോടു തൂക്കി

മുകിൽക്കുലം മൗലിയിലുമ്മവയ്ക്കു-
മീയോമനക്കുഞ്ഞിനെ നോക്കിനിൽക്കേ
സൽപുത്രദർപ്പാൽ പ്രകൃതീശ്വരിക്കു-
സായന്തനാദിത്യമുഖം തുടുത്തു.

ഭൂമണ്ഡലം കാണ്മതിനോവലംവെ-
ച്ചിപ്പക്ഷി ലാത്തുന്നു മുകൾപ്പരപ്പിൽ
എങ്ങാസ്സുവിസ്തീർണ്ണസുരപ്രദേശം
ഈത്തുണ്ടുതുണ്ടാം നരലോകമെങ്ങോ?

നരന്റെ വീർപ്പിൻ കറചേർന്ന കാറ്റേ-
ല്ക്കാത്തത്ര ദൂരത്തു പറക്ക കുഞ്ഞേ-
അയ്യോ, ഇതാ, നിർകരളിൻ ചുവട്ടി-
ലന്യൻ കടന്നേന്തിയ കാലദണ്ഡം

തുടുത്ത രക്തം ചൊരിയാതെ ദാഹം
തീരാത്ത മർത്ത്യന്റെ കരാളദംഷ്ട്രേ

നിന്നെച്ചമച്ചോരു കടുംകരിംക-
യ്യിരിമ്പിനെപ്പേലവശുഭ്രമാക്കി

തോക്കേന്തുമിപ്പാന്ഥനിതാപതംഗ
നോക്കുന്നു നേർക്കുന്മുഖനായി നിന്നെ
നിരാശതാഗ്ലാനിയിൽനിന്നു ഹർഷോ-
ല്ലാസത്തിലേക്കെത്തിയ ലോചനത്താൽ

കണ്ണിന്നു നിർപൂവുടൽവെൺമയല്ല
കർപ്പൂരമാകുന്നതിവന്നു ഹാ, ഹാ
ഈ മന്നിലെന്തുണ്ടൊരു ഭക്ഷ്യസസ്യം
ഇവൻ വിശന്നിട്ടു മരിക്കയെന്നോ?

തോക്കായ രക്ഷസ്സുതിടുക്കമോടെ
തൻഭക്തനർപ്പിച്ച പദാർത്ഥമെല്ലാം
ഉള്ളിൽച്ചെലുത്തിപ്പരിതൃപ്തി പൂണ്ടി-
ട്ടുഗ്രസ്വരത്തോടൊരു തേട്ടൽ തേട്ടീ

ആ നിർദയൻതൻ സമസ്യൃഷ്ട ഹിംസാ-
മലീമസാഘങ്ങളിൽനിന്നൊരംശം
ഉയർന്ന തോക്കിൻ കുഴലിങ്കലൂടെ
ചെന്നേറി വിൺവീഥിയിലും പുകഞ്ഞു

പെട്ടെന്നതാപക്ഷി തിരിഞ്ഞുകൊണ്ടു-
കീഴ്പോട്ടു പോരുന്നു ഹരേ! മുകുന്ദാ
പാപിക്കതിപ്പോളൊരു പൈതലിന്നു
പളുങ്കണിപ്പമ്പരമെന്നപോലായ്

സിദ്ധാർത്ഥനെപ്പെറ്റ ധരിത്രിതന്റെ-
യങ്കത്തിലേക്കാക്കിളി വന്നു വീഴ്കേ
ശിരസ്സു ചായും ചില പുല്ലുകൾക്ക-
ങ്ങിറ്റിറ്റു വീണൂ തുഹിനോദബാഷ്പം

പണ്ടത്തെ നിന്മക്കൾ കരുത്തരമ്മേ
പരാഭിതൃപ്തിക്കുടൽ കൈവെടിഞ്ഞൂ
അശക്തരിന്നുള്ളവരോസ്വഗാത്ര-
പിണ്ഡം തടിപ്പിപ്പവരന്യമെയ്യാൽ

വധൂസമഭ്യാഗതി കാത്തുകൊണ്ടോ
വാനിൽച്ചരിച്ചൂ, ഖഗ മന്ദമായ് നീ
അല്ലെങ്കിൽ, നിൻഗേഹിനി ബാലരക്ഷ-
യ്ക്കുക്കൂട്ടിലേ വാഴുകയായിരിക്കാം

കൂട്ടിന്നകത്തുൽക്കടമാം വിശപ്പാൽ-
ക്കുരുന്നുപൈതങ്ങൾ കുഴഞ്ഞുവാഴ്‌വൂ
ഇരയ്ക്കു പോയീടിന നാഥനെത്തീ-
ലിരുട്ടു കേറുന്നിതവൾക്കു കണ്ണിൽ

അകാലവൈധവ്യമണഞ്ഞൊരമ്മ
പത്രം മുളയ്ക്കാത്ത കുറേക്കിടാങ്ങൾ
ഹേ ദുഷ്ട, ശിക്കാറി, ഭവാനൊരുണ്ട-
കൊണ്ടിക്കുടുംബം മുഴുവൻ തകർത്തു

ഭാസിച്ചിടുന്നുണ്ടൊരുപോരിൽ വെന്ന
ഭടന്റെ ഭാവം ഭവദാനനത്തിൽ
വ്യാഘ്രങ്ങളല്ലിൽപ്പശുവേപ്പിടിപ്പാൻ
വരുമ്പോൾ നിൻ തോക്കുണരാത്തതെന്തോ?

കണ്ടീലയോ ദേവിജഗത്സവിത്രി
നിൻ പാരിലെദ്ദുർന്നയസന്നിപാതം
പാവങ്ങൾതൻ പ്രാണമരുത്തു വേണം
പാപപ്രഭുക്കൾക്കിഹ പങ്കവീശാൻ?

ക്രൗരപ്പിശാചിൻബലിവേദിപുക്ക-
കിളിക്കു തണ്ടാർവളയക്കഴുത്തിൽ
ചിന്നിപ്പരന്നീടിന രക്തരാജി
തെച്ചിപ്രസൂനെക്കൊലമാലയായി

പൊറാത്ത നോവാർന്നു കുറെപ്പിടഞ്ഞി-
ട്ടെന്നേക്കുമായിട്ടതു വാ പൊളിച്ചു
ശേഷിച്ച തൽപ്രാണനുമുൽക്രമിച്ചി-
തക്കൊച്ചുവാതിൽപ്പഴുതിങ്കലൂടെ

മറഞ്ഞുപോയ് മങ്ങിയ കർമ്മസാക്ഷി-
യൊരുഗ്രനിശ്ശബ്ദത ചേർന്നു ചുറ്റും

മുഹൂർത്തമെന്തോ മുറിവേറ്റ പോലെ
നിഷ്പന്ദമായി നിന്നിതു വിശ്വയന്ത്രം

ആകാശമുന്മീലിതതാരദൃക്കാ-
യാരാഞ്ഞു നോക്കാൻ മുതിരുമ്പെഴേക്കും
തദങ്കണേ ലാത്തിയിരുന്ന ബാലൻ
കാലന്റെ കൈക്കുട്ടയിലായ്ക്കഴിഞ്ഞു

പക്ഷീന്ദ്ര, കക്ഷിംഭരിതൻ പിചണ്ഡ-
ഭാണ്ഡം നിറയ്ക്കട്ടെ തവാംഗമാംസം
നിൻതൂവ്വലാൽ കാറ്റു കുറിച്ചു കൊള്ളും
ദ്യോവികലീദ്ദുഷ്കൃതിതൻ ചരിത്രം ■

നര കണ്ടിട്ട്

കരുതാതെയകത്തു ഭിത്തിമേൽ വെ-
ച്ചൊരുകണ്ണാടിയിലൊന്നുനോക്കിയപ്പോൾ
ഇരുഗണ്ഡവുമൊട്ടി വാട്ടമേറ്റു-
ള്ളൊരു വക്ത്രം മമ മുൻവശത്തണഞ്ഞു

''നന്നു ദുഷ്ടജരേ, യഥേഷ്ടമെൻ
മിനുസപ്പൂമുഖമേറി വാഴുവാൻ
മനുജർക്കൊരു ചേട്ടയാം നിന-
ക്കനുവാദം ഹഹ, തന്നതാരുവാൻ?''

ജര ചോദ്യമിതിന്നു മൗനരൂപോ-
ത്തരമേ ചൊല്ലി, വിശങ്കമെൻമുഖത്തിൽ
നരപറ്റിയ രോമപംക്തിയാലേ
സരസപ്പുഞ്ചിരിപൂണ്ടുകൊണ്ടു നിൽപ്പൂ

നുരചിതറിന നീലവാപികാംഭ-
സ്സുരപെറുമുത്സവമാണെനിക്കിതെന്തോ
നരയിടകലരും മദീയരോമാ-
ങ്കുരനിര സൂചി തറയ്ക്കയാണു കണ്ണിൽ

വലിയ വൻകരയിലുഴുതഞ്ജസാ
വലികളാകിയ ചാലുകൾ ചേർത്തഹോ
പലിതമാം മൃതിവിത്തു വിതച്ചിതെൻ
മലിനമേനിയിൽ വാർദ്ധകകർഷകൻ

പരമിഹസുഖമാർഗ്ഗാലംബിയാമെന്നെയേതോ
മരണമതനുഷ്ഠിക്കുന്ന കൂട്ടത്തിലാക്കാൻ

ശിരസ്സി പുതിയ വെള്ളത്തൊപ്പി ചൂടിപ്പതിന്നായ്
നര കയറി മുതിർന്നീടുന്നു; ഹാഹാ ഹതൻ ഞാൻ

നരനതിപടുനാളിൽ നാളിൽ നാനാ-
തരമിഹ കണ്ടുപിടിപ്പതുണ്ടു യന്ത്രം
ചിരമിരുളിൽ മറഞ്ഞുതാൻ കിടപ്പൂ
മരണനിവാരണയന്ത്രമൊന്നു മാത്രം

മരണമേ, തവ ശൂന്യതമസ്സിനെ-
ശ്ശരണമാക്കുവതെങ്ങനെയാണഹോ
കിരണമാലിയൊഴുക്കിയ തങ്കനീർ
തിരളുമീയുലകത്തെ വെടിഞ്ഞു ഞാൻ?

ഇല്ല ഞാൻ മരണ, നിൻവഴിക്കു പോ-
രില്ല; നിന്നനുജ നിദ്രചൊൽകയാൽ
നല്ലവണ്ണമറിവുള്ളതാണെനി-
ക്കല്ലടഞ്ഞ തവ നാട്ടിലെ സ്ഥിതി

മിതമാകിലുമത്ര ഭൂരിയത്നാ-
ർജിതമെൻപ്രേമരസം പകർന്നുവെപ്പാൻ
ചിതമൊത്തൊരു ഭാജനം പിശാചാ-
വൃതമാം നിന്നുടെ നാട്ടിനുള്ളിലുണ്ടോ?

ലോലഹൃദി ഞാൻ ദൃഢമണച്ച ഹഹ, പോറ്റും
ബാലയനുകമ്പ തവ ശൂന്യനഗരത്തിൽ
സ്ഥൂലനിജ ബാഷ്പകണമൗക്തികമണിത്തൂ-
മാല പുനരാരുടെ കഴുത്തിലണിയിക്കും?

പോകട്ടെയെൻ തടിമിടുക്കറുമുത്തനാകി-
ലാകട്ടെ;പാർപ്പിടമെനിക്കിതുതന്നെ വേണം
ആകമ്രശോഭനപദാർത്ഥസമൃദ്ധമാമീ-
ലോകത്തിൽനിന്നു നരർ പോകുവതെന്തു പോക്കാം

മരങ്ങളും വല്ലികളും തഴയ്ക്കയാൽ
പരക്കെ നൽപ്പച്ച പിടിച്ച കുന്നുകൾ
കരൾക്കുമെൻ കണ്ണിനുമുന്നതങ്ങളാം
നിരർഘഗാരുത്മതരത്ന മേടകൾ

തിരയാകിയ പുരികക്കൊടി,കരിമീൻമിഴി, മധുര-
സ്വരസാരസരശനാവൃത പുളിനാലഘുജഘനം
നുരയാം നറുമൃദുപുഞ്ചിരിയിവയൊത്തിഹ വിലസും
സരസാശയസരിദഗ്ര്യകൾ മമ കാന്തകൾ നിയതം

ആരമ്യം കിളിരുതമായ കൊഞ്ചൽ തൂകി-
ഗ്ഗൗരശ്രീ ഹിമകണമുത്തുമാല ചാർത്തി
സ്വൈരം പൂങ്കുലകൾ സലീലമായിളക്കി-
സ്സൗരഭ്യോന്മിളദളികുന്തളങ്ങൾ ചിന്നി

പ്രത്യുദ്യന്മധുരിമ പൂണ്ടടുക്കലെത്തി-
പ്രത്യൂഷക്കുളിർ പവനക്കിടാങ്ങളെന്നെ
പ്രത്യേക്ഷോൽ പുളകനിചോളിതാംഗനാക്കി-
പ്രത്യഗ്രോത്സവമരുളിപ്പുണർന്നിടുന്നു (യുഗ്മകം)

ഭാവശുദ്ധി വെളിവാക്കി നറുംതേ-
നാവഹിച്ചു വിലസും കുസുമങ്ങൾ
ആവതോളമൊരു വിശ്രമസൗഖ്യം
കൈവളർപ്പു മമ ബാന്ധവർ പോലെ

ജനതതികളെയുന്മുഖീകരിക്കും
കനലൊളിയേന്തിയ താരകോൽക്കരം മേ
കനകലിപികളാൽക്കുറിച്ചുവെച്ചോ-
രനഘ സനാതനസാഹിതീ സമൂഹം

പുരുവിഭവോത്തരം പുരമിതെങ്ങു മൃതിക്കെഴുമാ-
മരുനിലമെങ്ങു? പ്രകൃതിദേവി, ദയാം കുരു മേ
തിരുവടി താണുകൂപ്പിയിതുമാത്രമിരക്കുവന-
ങ്ങരുളരുതാജ്ഞയെന്നൊടുകടന്നിവിടം വിടുവാൻ

തിരുമേനിയെന്റെ മുതുകിൽത്തലോടി നി-
ന്നരുൾ ചെയ്വതെന്തു മൃദുഹാസപേശലം
ഒരു നീണ്ട നിശ്വസിതമായ് വെളിക്കിതാ
പെരുതാമുഴറ്റൊടണയുന്നിതെന്നുയിർ

''നന്നാലോചന! ഹേ ഗൃഹസ്ഥ, തറവാ-
ടൊട്ടുക്കുപേക്ഷിക്ക നീ-

യെന്നാർ ചൊല്ലി, നിനക്കെഴും പുതുവുടു-
പ്പാമൃത്യുവിൻപക്കലാം
ഒന്നാമ്മാറെഴുനേറ്റുടുപ്പുമുറിയിൽ-
പ്പോയ്പോരുവാനാവത-
ല്ലെന്നാലീയൊരു ജീർണ്ണമാം തുകിലുമായ്
നാളെത്ര പോക്കും ഭവാൻ?'' ■

തുഞ്ചത്തെഴുത്തച്ഛൻ

മുക്കുവത്തിയിൽപ്പാരാശര്യനെന്നപോലൊരു
ചക്കാലത്തരുണിയിൽജ്ജാതനേതൊരു ദിവ്യൻ
പഞ്ചമവേദാദിസൽഗ്രന്ഥസന്തതിയാകും
പഞ്ചാമൃതത്താൽപ്പാരിൻ താപത്തെശ്ശമിപ്പിച്ചു
ആ രാമാനുജാചാര്യപുംഗവൻ ജയിക്കുന്നു
ശ്രീരാമായണഗാനഗന്ധർവ്വൻ ജയിക്കുന്നു

ആലത്തൂർഗ്രാമം ഗുരുശ്രേഷ്ഠനിന്നവതാര-
ത്താലതിപ്രശസ്തമായ്ച്ചമഞ്ഞിതെന്നെന്നേക്കും
മെച്ചത്തിൽഭവാനെയിപ്പദസംസ്കാരം പഠി-
പ്പിച്ചിതാഗ്രാമംവാഴും മാർത്താണ്ഡശിഷ്യൻതാനോ?

യാതൊന്നു ദൈവജ്ഞനാം ഭവാങ്കൽ സൈ്വരം സ്ഥിതി-
ചെയ്തിതോ കവിമാതിൻ നീണ്ട കൺമുനപോലെ
പൈതലാം മലയാളഭാഷതൻ ശരിയായ
ജാതകം കുറിച്ചിട്ടതത്തിരുനാരായംതാൻ

തൻകിടാവിനോടൊപ്പമങ്ങന്നു താലോലിച്ച
പൈങ്കിളിപ്പിടയുടെ പഞ്ചമസ്വരാലാപം
ഇരുളിൽ മയങ്ങിയ ലോകത്തെയുണർത്തിയി-
ട്ടരുണപ്രഭ വീശും സുപ്രഭാതത്തെക്കാട്ടി.

തേൻ, പഴം, പാലും നുകർന്നക്കിളിഭവാനുടെ
മാൺപെഴും കവിതതൻ മാണിക്യക്കൈത്തണ്ടിൻമേൽ
മംഗല്യചഞ്ചുഗ്രത്താൽ പവിഴപ്പൊളി ചാർത്തി-
ത്തൂങ്ങിനിന്നാടിക്കളിച്ചീടിനാൾ ചിരകാലം

അപ്പഞ്ചവർണ്ണത്തത്തതൻ ചിറകടി നല്ലൊ-
രത്ഭുതവിശറിയായ്കൈരളീദേവിക്കന്നാൾ
സഞ്ചിതമധുരിമാസാരമാമതിൻ കളി-
ക്കൊഞ്ചലോ മുൻകേൾക്കാത്ത വീണവായനയായി

അശ്രാന്തമോരോ ശാസ്ത്രം ശിഷ്യരെപ്പഠിപ്പിക്കും
വിശ്രാന്തിനേടും ബ്രഹ്മധ്യാനത്തിലനുവേലം
ഇത്തരം ഭവാനൊരു സിദ്ധനാമൃഷിയെപ്പോ-
ലത്രയും പ്രശാന്തമായ് നയിച്ചൂ തൻജീവിതം

വൈരാഗ്യാമൃതരസം വഹിക്കും ഭവച്ചിത്ത-
ക്ഷീരസിന്ധുവിൽനിന്നു പിറന്ന ചിന്താരത്നം
കൈരളീസാഹിത്യത്തിൻ നെഞ്ചിലായ്ത്തിളങ്ങുന്നൂ
കൈടഭാന്തകൻതങ്കൽക്കൗസ്തുഭരത്നം പോലേ

ഹൃഷ്ടയായ് പ്രകൃതിതാനാദരാൽപ്പനിനീർപ്പൂം-
പട്ടെങ്ങും വിരിച്ചിട്ട താവകാശ്രമഭൂവിൽ
പ്രത്യഹം തവ ശുകി പാടിയ ഗീതത്തിൽ നി-
ന്നെത്ര രാഗങ്ങൾ പൊഴിഞ്ഞുൾച്ചേർന്നു കിടപ്പുണ്ടാം

വെട്ടത്തുനാട്ടിൻ നിത്യസൗഭാഗ്യസത്സിന്ദൂര-
പ്പൊട്ടുപോലെഴും തുഞ്ചൻപറമ്പേ, നമസ്കാരം
കളഗാനത്തോടൊരു തത്തപ്പെൺമണി തത്തി-
ക്കളിച്ച തളിർച്ചെടിപ്പടർപ്പേ, നമസ്കാരം
ചേണൊക്കും പുതുമലയാൺമതൻ മഹേശ്വരൻ
വാണരുളിയ പുണ്യക്ഷേത്രമേ, നമസ്കാരം ■

അമ്പാടിയിൽ ചെല്ലുന്ന അക്രൂരൻ

അന്തിച്ചുകേപ്പോലുമഭ്രൂഖണ്ഡങ്ങളൊ-
ത്തന്തരീക്ഷാന്തരം ബിംബിച്ചതാ
ഹന്ത,കാണാകുന്നു കാളിന്ദി നീളവേ
ചെന്താമരപ്പൂക്കൾ ചേർന്ന പോലെ

അംബ, കാളിന്ദജേ, നിന്നോടു നേരാമോ
ത്ര്യംബകൻ ചൂടിയ ഗംഗ പോലും
ചുംബിച്ചു പോരുന്നുവല്ലോ നീ നിത്യവു-
മംബുജനേത്രന്റെ തൃപ്പാദത്തെ

നിങ്കലിക്കാണും നിറപ്പകിട്ടാമണി-
ച്ചെങ്കഴലർപ്പിച്ച കാന്തിതാനോ
എൻകണ്ണനുണ്ണിതൻ മെയ്പുൽകുമാനായ-
മങ്കമാർതൻ മുലക്കുങ്കുമമോ?

കാളിന്ദീദേവി, നിൻകല്ലോലപാളിയിൽ-
ത്താളം ചവുട്ടുന്ന താർത്തെന്നലോ
നിർവാണലക്ഷ്മിതൻ നിശ്വാസംപോലെന്നെ-
സ്സർവാംഗം കോൾമയിർക്കൊള്ളിക്കുന്നു

കണ്ണന്റെ ചെഞ്ചൊടി പൂണുന്ന വേണുവിൻ
പുണ്യനിനാദത്തിൻ ബിന്ദുക്കളോ
നിന്നുടെ തണ്ണീരൊഴുക്കിൽനിന്നേന്തിവ-
ന്നെന്നുടെ കർണ്ണം കുളിർപ്പിക്കുന്നു

ചിൽക്കുഴമ്പായ് മുനിലോകം നുകരുമ-
ത്തൃക്കുഴലൂത്തിന്റെ തൂമാധുര്യം
നിൻ ചാരുവെൺമണൽത്തിട്ടിനെക്കേവലം
പഞ്ചാരക്കന്നുപോലാക്കിയല്ലോ

കാളിന്ദികൊണ്ടൊരു നീലകരയിട്ടു-
ചേലിൽ വിളങ്ങും വൃന്ദാരണ്യേമേ
കാലികൾ നക്കിത്തുടയ്ക്കുമച്ചെന്തളിർ-
ക്കാലടിവെച്ചുകൊണ്ടുണ്ണിക്കണ്ണൻ

സഞ്ചരിക്കുന്ന നിൻദിക്കിലെങ്ങാനൊരു
പിഞ്ചുപുല്ലായിപ്പിറക്കാവൂ ഞാൻ
ഹാ, ലോകഭാഗ്യമേ,പാവനമീ വനം
ഭൂലോകം പൂകിന ഗോലോകംതാൻ

നല്ലിളംപൂക്കളെ മെല്ലെത്തുറക്കുന്ന
മല്ലികേ, മാലതിമന്ദാരമേ
വല്ലവപ്പൊൻകുഞ്ഞിൻ മന്ദഹാസാങ്കുര-
മല്ലയോ, നിങ്ങളിൽ വെള്ളവീശി

അമ്പാർന്നു ശാലകൾ പൂകുന്ന ഗോക്കൾ ത-
ന്നുമ്പാരവമിതാമന്ദ്രമായി
അമ്പാടിതന്നിൽനിന്നാരാലണയുന്നു
നിമ്പാപം കർണ്ണമേ, നീറടിഞ്ഞു

ഇക്കാണും ഗോകുലമന്ദിരപംക്തിതൻ
വൈക്കോലമേഞ്ഞുള്ള മേൽപ്പുരമേൽ
സ്വീയകരങ്ങളാൽ സിന്ദൂരം ചാർത്തുന്നു
സായന്തനാരുണൻ, സാധുവൃത്തൻ

അസ്തം ഗമിക്കാൻ തുടങ്ങുന്ന ഭാസ്കരൻ
വിസ്തൃതം തൻകരസർവ്വസ്വവും
അപ്പരമേശൻ വസിക്കുമമ്പാടിയി-
ലർപ്പണം ചെയ്യുന്നു പുണ്യശാലി

ഗൗരഹയങ്ങളെപ്പൂട്ടിയതാകുമെൻ
തേരിതു കണ്ടു പകച്ച കണ്ണാൽ
നോക്കിനിൽക്കുന്നുനേർക്കാലയിൽപ്പോകുന്ന
ഗോക്കളും ഗോപരുമുൻമുഖരായ്

മണ്ടിനടക്കുന്ന കാളക്കിടങ്ങൾതൻ
കണ്ഠത്തിൽത്തൂങ്ങുന്ന ഘണ്ടികകൾ
വാനിലലയ്ക്കും ഘണാഘണാനാദത്താൽ
വാസരാന്തത്തെ വിളിച്ചോതുന്നു

പൊൻതാഴികക്കുടംവെച്ച വൻമേടകൾ
പൊന്തിനിന്നീടുന്ന പട്ടണങ്ങൾ
ഏതാനും പുൽമേഞ്ഞ കൊച്ചുപുരകളെ
മാർതന്നിൽച്ചേർക്കുമീഗ്ഗോകുലത്തെ

താണുവണങ്ങട്ടെ; വാഴുന്നതിങ്ങല്ലോ
താർമാതിൻ പ്രാണനാമെൻതമ്പുരാൻ
പാലാഴിമങ്കതൻ പര്യായഭേദങ്ങൾ
പോലെഴും ഗോപാലപ്പെൺകൊടിമാർ

ത്രൈലോക്യനാഥനാം തങ്കക്കിടാവിനെ
ത്താലോലിക്കുന്ന നൽക്കൈകളാലേ
ത്വംഗന്മണിമയകങ്കണക്വാണമാം
മംഗല്യസംഗീതം പൊങ്ങുംവണ്ണം

നാക്കിനാൽക്കുട്ടിയെ നക്കിമിനുക്കുന്ന
പൈക്കളെ സ്വൈരം കറന്നീടുന്നു
നീലക്കാർവർണ്ണന്റെ പുഞ്ചിരിപ്പാൽക്കുഴ-
മ്പോലും തിരുമുഖം ധ്യാനിക്കയും

'വീരനപ്പാൽവെണ്ണക്കുള്ളനെങ്ങെ'ന്നു പേ-
ർത്താരാഞ്ഞുകൊൾകയും ചെയ്യുമ്പോലേ
നേത്രമിമച്ചു മിഴിക്കുന്നു ദോഹന-
പാത്രത്തിൻ വക്കത്തിപ്പാൽപ്പതകൾ

അക്രൂരചാതകപോരും നിൻചിന്തകൾ
ചിക്കെന്നു തേർവിട്ടിറങ്ങിക്കൊൾക
തൃക്കണ്ണാൽ പൈക്കറ വീക്ഷിച്ചുകൊണ്ടിതാ-
നിൽക്കുന്നു നിന്നുടെ നീലമേഘം

ആനകദുന്ദുഭി, ദേവകിയെന്നിവർ
നാനാതപശ്ശക്തി നേടി നേടി
പ്രേമമാം പീയൂഷംകൊണ്ടു നിർമ്മിച്ചോരു
കോമളശ്യാമളബാലരൂപം

നന്ദന്റെ ദേഹത്തിൽ ദൈവം കൊളുത്തിയ
സുന്ദരമായോരു ഭദ്രദീപം
ധന്യയാകുന്ന യശോദതൻ മാർത്തട്ടിൽ
മിന്നുന്ന മഹേന്ദ്രക്കൽപ്പതക്കം

വാരുറ്റ വല്ലവീവല്ലികൾ തോറുമേ
പാറിപ്പറക്കുന്നോരോമൽക്കിളി
കാളിന്ദി തൻമണൽത്തിട്ടിൽക്കളിപ്പോരു
കാളായവർണ്ണമാം രാജഹംസം

ആനായപ്പിള്ളർക്കൊരുള്ളൊക്കും ചങ്ങാതി-
യാമ്നായ വേദികൾക്കാദ്യതത്ത്വം
കോലക്കുഴലുമാപൈക്കളെ മേയ്ക്കുന്ന-
കോലുമിടത്തെക്കരത്തിലാക്കി

ത്രൈലോക്യസാമ്രാജ്യചെങ്കോൽ വഹിക്കുന്ന
പേലവമാകും വലത്തുകൈയാൽ
കാലിക്കിടാങ്ങൾതന്നെണ്ണയൊലിക്കുന്ന-
പോലുള്ള കോലം തലോടിക്കൊണ്ടും

താരിന്നുചൂഴവുമല്ലികൾപോലെ തൻ
ചാരേ ചുഴന്നെഴും പൈതങ്ങളെ
ചാരുവാം പുഞ്ചിരിത്തേൻ കൊണ്ടു ചാലിച്ച
ചാടുവാക്കാൽച്ചിരിപ്പിച്ചുകൊണ്ടും

ചന്തത്തിൽ പീലിക്കൺചാർത്തിയ കാറൊളി-
ക്കുന്തളമൊട്ടൊട്ടഴിഞ്ഞു ചെമ്മേ
ഗോരോചനക്കുറി മാഞ്ഞു വിയർപ്പിനാൽ
ഗൗരമുത്തേന്തിയ നെറ്റിമേലും

ചേറുപുരണ്ടോരു തൂമഞ്ഞൾച്ചിറ്റാട
ചേരുന്ന തോളിലും ചിന്നിക്കൊണ്ടും
കാലികളോടൊത്തു പാഞ്ഞുനടന്നിട്ട്
കാനനധൂളികൾ പറ്റുകയാൽ

ശില്പ സംസ്കാരം കഴിയാത്ത രത്നമോ-
ടൊപ്പമാം പൂവൽമെയ് വാടിയാലും
തായാടൽ നിർത്താൻ മനസ്സുവരായ്കയാൽ
തായ പൊൻകിണ്ണത്തിലെണ്ണയുമായ്

നിന്നു നീരാടുവാൻ ചെൽവതിന്നായ് വിളി-
ക്കുന്നതു കേൾക്കാത്ത ഭാവം പൂണ്ടും
''കണ്ണാ വരികിതാ, വെണ്ണ''യെന്നങ്ങയൽ-
പ്പെണ്ണുങ്ങൾ മാടിവിളിക്കിലപ്പോൾ

മഞ്ജീരശിഞ്ജിതം വീശുമാറോമന
ക്കുഞ്ഞിക്കാൽകൊണ്ടാശു പാഞ്ഞുചെന്നും
തെല്ലകലത്തായ്ത്തെളിഞ്ഞുവിളങ്ങുമാ-
ച്ചില്ലതാകന്ദമാം പൈതലിനെ

നല്ലപോലീക്ഷിപ്പാനാളായിലക്രൂര-
നുല്ലളൽബാഷ്പാക്ഷനാകമൂലം
ആ മഹാഭക്തന്നരക്ഷണാൽ നിശ്ശേഷ-
കാമസമ്പൂർത്തി കൈവന്നതായും

ഏതോ വിശിഷ്ടപ്രയോഗത്താൽ ജീവിതം
നൂതനമായ്ത്തീർന്നതായും തോന്നി.
ചേണുറ്റ പീയൂഷയൂഷക്കയമൊന്നി-
ലാണ്ടു മുഴുകിയാലെന്നപോലെ

ഉള്ളം മുഴുക്കെക്കുളിർത്തവൻ ബാഹ്യമാ-
യുള്ളതെല്ലാമേ മറന്നുപോയി.
തേരിൽനിന്നഞ്ജസാ ചാടിയിട്ടാ യുവ-
വാരിതെന്നേവരും നോക്കിനില്ക്കേ

ആഴിപ്പെൺകാന്തന്റെ തൃക്കാൽ പതിഞ്ഞ വെൺ-
പൂഴിയിൽ വീണു കിടന്നുരുണ്ടാൻ
ഉന്മസ്തകോത്തമഭക്തിയാൽ പ്രാജ്ഞനു-
മുന്മത്തചേഷ്ടനായ്ത്തീരുമല്ലോ. ■

ഒരു തോണിയാത്ര

തിരിക്കയായ് സന്ധ്യ; വഴിക്കിടക്ക
വിരിച്ചു ഞാൻ കേറിയ തോണിതാനും
സ്ഫുരിക്കുമോളങ്ങൾ മുറിച്ചുകൊണ്ട-
സ്സരിത്തിലൂടെ ഗമനം തുടങ്ങി

അങ്ങോട്ടുമിങ്ങോട്ടുമിരുട്ടിലോരോ-
കേവഞ്ചിയസ്സിന്ധുവിലെന്നപോലെ
അവ്യക്തമായിട്ടു കടന്നുപൊയ്ക്കൊ-
ണ്ടിരുന്നു നാനാനിനവെന്മനസ്സിൽ

നിറഞ്ഞിടട്ടെ തരണിവ്രജത്താൽ
നിശ്ശൂന്യമാകട്ടെ നിജപ്രദേശം
രണ്ടും ഗണിക്കാതെ ഗമിച്ചു മുന്നോ-
ട്ടസംഗപോലാ നദി ശാന്തവൃത്ത്യാ

സന്നാഹിയായ്ക്കേറിയ കൂരിരുട്ടാൽ
മന്നാകെയാച്ഛാദിതമായ്ച്ചമഞ്ഞു
സന്നാഭമാം സ്വന്തവിളക്കുമായി
മിന്നാമിനുങ്ങിൻനിര സഞ്ചരിച്ചു

തടങ്ങളിൽച്ചേർന്ന ചെടിപ്പടർപ്പിൽ-
ത്തഴച്ചുകാണായി തമസ്സമൂഹം
ആസന്നചന്ദ്രോദയഭീതിമൂല-
മാറ്റിൽപ്പതിപ്പാൻ മുതിരുന്ന പോലെ

കുറച്ചുനേരം കഴിയേ പ്രസാദം
സ്ഫുരിച്ചിടും പൂർവ്വദിശാസരത്തിൽ

നിറഞ്ഞ രാവിൻ ചളിയിങ്കൽ നിന്നു
വിരിഞ്ഞ വെൺതണ്ടലരൊന്നുയർന്നു

കാന്തിത്തഴപ്പോടുമുദിച്ചുയർന്ന
പൂന്തിങ്കൾതൻ ബിംബനകൈതവത്താൽ
ഏന്തിത്തുളുമ്പുന്ന നദീജലത്തിൽ
നീന്തിക്കളിച്ചൂ കളഹംസഹകങ്ങൾ

തെളിഞ്ഞെരിഞ്ഞോരു മഹസ്സു തേഞ്ഞു-
മാഞ്ഞന്ധകാരത്തിൽ മറഞ്ഞ ലോകം
ക്രമേണ മുൻമേന്മയിലേക്കു കേറാൻ
സുശോഭനാവസ്ഥയിലെത്തി വീണ്ടും

വഞ്ചിക്കെഴും വൻചിറകായ പായ്മേ-
ലിയറ്റിട്ടും മഞ്ജുളമർമ്മരത്താൽ
രാവിന്റെ വീർപ്പാം കുളിർമാരുതൻ വ-
ന്നെന്നോടു യാത്രാകുശലോക്തി ചൊല്ലി

ക്ഷണേന മാർഗ്ഗവ്യഥകൊണ്ടു കണ്ണും
ചിമ്മിക്കിടക്കും മമ നെറ്റിതന്മേൽ
സച്ചിൽസുഖം തൂകിന നിദ്ര വന്നു
ചുംബിച്ചിതൻപേറുമൊരമ്മ പോലേ

ഉറക്കമൊം കോഴി മദംഗചേഷ്ടാ-
കണങ്ങളെക്കൊത്തി വിഴുങ്ങിനിൽക്കേ
ആ നാവികന്മാരിരുപേരിലേകൻ
തൻ ചോദ്യമങ്ങേട്ടൊരു കല്ലെറിഞ്ഞു

ഞാനിത്ര വേഗത്തിലുറങ്ങുമെന്നീ-
ബ്ബലിഷ്ഠനാം വേട്ടുവനോർത്തിരിക്കാ
ഇവന്നു രാമായണ വായനയ്ക്കെ-
ന്നനുജ്ഞ കിട്ടായ്കിലബദ്ധമെന്തോ?

സൽഗ്രന്ഥപാഠത്തെ മുടക്കിയേക്കാം
ഞാനെന്നിവന്നെങ്ങനെ ശങ്ക തോന്നി
എഴുത്തു ശീലിച്ചതു തന്റെ ഗർവാ-
യെണ്ണൊല്ലയെന്നാമിതിനാന്തരാർത്ഥം

ഈയൂഹമാമാവി ഘനീഭവിച്ചു
വെന്നീർ പൊഴിച്ചു മിഴി രണ്ടിലും മേ
''ഹാ,നന്നുയർന്നുള്ളവർ താഴ്ന്ന ജാതി
ക്കാരിൽക്കടത്തും കരുണാകടാക്ഷം.

അനർത്ഥഗർത്തങ്ങളിലാണ്ടുതന്നേ
കിടക്കണം പോലിവർ കീടതുല്യം
വേദേതിഹാസാദിവിഭൂതിയെല്ലാം
മേൽജ്ജാതിതൻ പൈതൃകമാണുപോലും

വാഗ്ദേവിയെത്താനറിയാതെ തീണ്ടി-
പോയെന്നിവൻ മാപ്പിനിരന്നിടുന്നു
ഭയാനകം ഹാ, സ്മൃതിവാക്യഘോഷം
ജാതിപ്പിശാചിൻ പ്രചുരാട്ടഹാസം

സൗഭ്രാത്രസസ്യത്തിനു ജന്മഭൂവീ-
സ്സൽക്ഷേത്രമേതോ കെടുനീരൊഴുക്കാൽ
പലേടവും പാഴ്മണൽ വന്നടിഞ്ഞി-
ട്ടിത്രയ്ക്കു നിമ്നോന്നതമായിയല്ലോ

ബ്രഹ്മർഷിമാർമുഖ്യനെ മുക്കുവത്തി
പെറ്റോരു പുണ്യക്ഷിതിമണ്ഡലത്തിൽ
അഹോ,മനുഷ്യന്നു മനുഷ്യനോടു
സാമീപ്യസമ്പർക്കമധർമ്മമായി?

സ്വതന്ത്രരസ്മൽകുലപൂർവരാർത്ത-
ത്രാണത്തിനായ് ശാസ്ത്രമെടുത്തു കയ്യിൽ
പാഴുറ്റ കൈയാൽപ്പരതന്ത്രർ നാമോ
പാവങ്ങൾതൻ മൂർദ്ധനി കല്ലിടുന്നു

രമിച്ചു പണ്ടേവരില്ലേകയോഗ-
ഭാഗ്യത്തൊടും ഭാർഗവരാജലക്ഷ്മി
അപ്പൂർവികന്മാരുടെ ചോര, നായ-
ന്മാരേ, ഭവാന്മാരിലൊരിറ്റുമില്ലേ?

തമ്പ്രാനിതാണെങ്കലിവൻ പതിച്ച
സംബുദ്ധി ഹേ സാധുമനുഷ്യാ, നോക്കൂ

“ഈ നമ്മളെല്ലാമൊരു തമ്പുരാന്റെ
കീഴാളരാരാർക്കിന തമ്പുരാനാം?

നിന്റേതിലും മുന്തിയതായ് വരാമെ-
ന്നുടുപ്പിതാർക്കും കടയിൽക്കിടയ്ക്കും
എന്നാലൊരേനൂലുകൾകൊണ്ടു നെയ്ത-
തത്രേ, നമുക്കംബിക തന്ന വസ്ത്രം

ആർ പള്ളിയോടം കയറിക്കളിപ്പൂ
യുഷ്മാദൃശപ്രോഷ്മളബാഷ്പനീരിൽ
അദ്ധന്യർ നിങ്ങൾക്കിഹ തമ്പുരാന്മാ-
രഹോ ജഗത്തിൻ മറിമായമുഗ്രം”

മുതിർന്നു ഞാനാം പുഴുവെന്റെ നാട്ടിൽ-
സ്സാങ്കല്പിക സ്വർഗ്ഗപുരം ചമയ്ക്കേ
ആവൃത്തമായി മുമ്പടി, വായനയ്ക്കെ-
ന്നനുജ്ഞ കാംക്ഷിക്കുമവന്റെ ചോദ്യം

വായിച്ചുകൊൾകെത്രയുമിഷ്ടമാണ-
തിങ്ങെന്നു ഞാനുത്തരമോതിയാറേ
ഇരുണ്ട മണ്ണെണ്ണ വിളക്കിനാരാ-
ലിരുന്നിതായാൾ തൊഴുകയുമായി

പിന്നീടു തൻപുസ്തകമൊന്നെടുത്തു
പൂർണാദരം വായനയും തുടങ്ങി
ഇണങ്ങിനിൽക്കും ശ്രുതിയില്ല, രാഗ-
മില്ലക്ഷരവ്യക്തിയുമേറെയില്ല

എന്നാലുമായാളുടെ ഗാനമെന്റെ
കർണ്ണത്തിനാഹ്ലാദമനല്പമേകീ
തദീയ കണ്ഠസ്വരമത്രമാത്രം
ഭക്തിസ്ഫുരമാധുരി പൂണ്ടിരുന്നു

കാവ്യം സുഗേയം; കഥ രാഘവീയം;
കർത്താവു തുഞ്ചത്തുളവായ ദിവ്യൻ

ചൊല്ലുന്നതോ ഭക്തിമയ സ്വരത്തി-
ലാനന്ദലബ്ധിക്കിനിയെന്തു വേണം?

അവന്റെ പാട്ടാം മണിയൊച്ച രാവിൻ-
പ്രശാന്തനിശ്ശബ്ദതയെ പിളർക്കേ
അതാസ്വദിക്കുന്നതിനെന്ന വണ്ണം
സ്തംഭിച്ചു നിന്നൂ ദിവി താരകങ്ങൾ

നീളത്തിലഗ്ഗീതമവന്റെ കണ്ഠ-
നാളത്തിൽനിന്നങ്ങു വിനിർഗ്ഗളിക്കേ
ഓളങ്ങളാകുന്ന കരങ്ങൾകൊണ്ടു
താളം പിടിച്ചു നദി മെല്ലെ മെല്ലെ

രാമാനുജപ്പൈങ്കിളി പാടിയോരു
രാമായണത്തിൻ മധുരപ്രവാഹാൽ
ആ വെണ്ണിലാവങ്ങൊരു പാൽക്കുഴമ്പോ-
ടാമേളനം ചെയ്തതുപോലെയായി

ചൊൽക്കൊണ്ട തുഞ്ചൻഗുരുവിന്റെ കാവ്യ-
രത്നത്തിൽ നിന്നേന്തിയ കാന്തിയാലേ
അപ്പൊട്ടമണ്ണെണ്ണവിളക്കു വിദ്യുൽ-
പ്രദീപമായെന്നുമെനിക്കു തോന്നീ

ഒരത്ഭുതത്തൂമണമാസ്ഥലത്തു-
പരന്നുപാറീ കുളിർകാറ്റിലെങ്ങും
നിരന്തരം വന്നുപൊഴിഞ്ഞിതേതോ-
മരന്ദമൊന്നെന്നുടെ വഞ്ചിതന്നിൽ

തൻചിത്രവർണ്ണാംഗമരീചിയാൽക്ക-
ണ്ണഞ്ചിപ്പൊരോമൽക്കിളിയേറെനേരം
കൊഞ്ചിക്കളിച്ചു കളനിസ്വനത്തോ-
ടെൻ ചിത്തവല്ലിച്ചെറുചില്ലതോറും

ചുഴിഞ്ഞു വായിപ്പളവെന്നൊടർത്ഥം
ചോദിച്ചിരുന്നൂ ചിലദിക്കിലായാൾ

ആ കഷ്ട,മുൽക്കൃഷ്ടവിചാരനാമി-
ജ്ജിജ്ഞാസു വിജ്ഞാനവിദൂരസംസ്ഥൻ

ഈമട്ടെത്ര വിലപ്പെടും മണികളു-
ണ്ടിങ്ങാകരംതോറുമാ-
ശ്രീമദ്വസ്തുചയത്തെയെന്തുപറയാം
വ്യാമോഹദുർവൈഭവം
പാഴുണ്ണിൻപൊടി പറ്റുമെന്നു കരുതി-
സ്പർശിക്കയേ ചെയ്‌വതില്ലോ
മൽസോദരമർദനക്കറപെടും
മേലാളിമാർതൻ കരം. ■

മുറ്റത്തെ തുളസി

തൻകരബലാർജ്ജിതത്രിജഗത്സാമ്രാജ്യനാം
ശംഖചൂഡനെന്നുള്ള ദാനവേശ്വരനുടെ
വെൺകടൽമാതിൻനാട്യരംഗമാംനഗരത്തിൽ-
ത്തങ്കരത്നോത്ഭാസിതമാകിയ കൊട്ടാരത്തിൽ

ആ വീരപ്പെരുമാൾക്കു ജീവനാഥയായ്, മർത്ത്യ-
ദേവദൈതേയർക്കേകറാണിയായേറെക്കാലം
കിന്നര, വിദ്യാധര സിദ്ധചാരണ യക്ഷ-
പന്നഗാംഗനമാരാൽ പര്യുപാസിതയായി

കേൾവിപൊങ്ങിയ മഹാബലിതൻ ഗൃഹിണിയാം
ശ്രീവിന്ധ്യാവലിപോലെ വാണ നിന്തിരുവടി
ഇപ്പുരമുറ്റത്തേതോ വെട്ടുകല്ലുകളാൽത്തീ-
ർത്തല്പമായ്ക്കുമ്മായവും തേച്ച പാഴ്ത്തറയിന്മേൽ

ആകാശചക്രത്തെത്താൻവെൺകൊറ്റക്കുടയാക്കി-
യേകയായ് വാഴ്വൂ ഹാ ഹാ, ഞങ്ങൾ തൻ നന്മയ്ക്കായി
അല്ലെങ്കിലേവം ലോകാനുഗ്രഹവ്യഗ്രർക്കുണ്ടോ
പുല്ലുമാടവുംപള്ളിമേടയും തമ്മിൽ ഭേദം?

ദേവീ നീ ജയിച്ചാലും വൈകുണ്ഠവക്ഷോഭൂഷേ-
പാവനപരിമളേ, തുളസീ ജയിച്ചാലും
അന്തിമയാകും സന്ധ്യഭാസ്കരകരംകൊണ്ടു
നിന്തിരുമെയ്യിൽപ്പുത്തൻ സിന്ദൂരമണിയിക്കേ

രാജരാജേന്ദ്രാദി ദിക്പാലന്മാർ മണിമൗലി
രാജിയാൽ നീരാജനം ചെയ്ത നിൻ തൃപ്പാദത്തിൽ
പാവമെൻ കുടുംബിനി കൊണ്ടുവന്നർപ്പിക്കുന്നു
കേവലം ചെറുവിരൽപ്രായമൊരന്തിത്തിരി

തൂവലംകയ്യിൻ തർജ്ജന്യം ഗുഷ്ഠാഗ്രത്താലെടു-
ത്താവക്രമാകുമിടം കൈത്താരാൽ മറച്ചിവൾ
അങ്ങയെപ്പൂജിപ്പാനായെത്തിച്ച തിരിയതു-
മങ്ങിയ വെളിച്ചത്താലിവർതൻ കവിൾത്തട്ടിൽ

മംഗളഗേരോചനം ചാർത്തിച്ചു ചെറുതിട-
യംഗുലീരന്ധ്രങ്ങളിൽത്തളിച്ചൂ തങ്കച്ചാറും
വരുവിൻ, വരുവിനെന്നാരോമൽക്കിടാങ്ങളേ
പുരുഷോത്തമപ്രിയയാകിയ തുളസിയെ

മുറ്റിയ ഭക്ത്യാ ശുദ്ധഭസ്മരേഖകൾ ചേർന്ന
നെറ്റിയാൽ നിലംതൊട്ടു വണങ്ങിക്കൈകൂപ്പുവിൻ
തുംഗവൈഭവയാമിദ്ദേവിതൻ തിരുമുമ്പിൽ
നിങ്ങൾതൻ ചെറുതണ്ടാർമൊട്ടുകൾ നിരത്തുവിൻ

നന്ദിനി, വൃന്ദാവനി, പാവനി, ധർമ്മധ്വജ-
നന്ദിനി, നമസ്കാരം, തുളസീ, നമസ്കാരം
കൈടഭാന്തകനുടെ കൗസ്തുഭരത്നപ്രഭാ-
കൂടദീപിതമാകും പ്രൗഢമാറിടത്തിങ്കൽ

പൊയ്ത്താരിൽമാതോടൊപ്പം വിളങ്ങും ഭവതിയെങ്ങ?-
ത്യന്തംലഘുവാമിക്കാണിക്കയെങ്ങോ ഭദ്രേ
എങ്കിലും ലജ്ജിക്കുന്നീലിജ്ജനം, വർഷക്കാല-
വർകരിങ്കാറിന്നൊരു നീരാവി നിവേദിപ്പാൻ

അങ്ങയെ യഥാർഹമൊന്നർച്ചിപ്പാനാരാളാകും
ഞങ്ങളോപരാധീനർ പട്ടിണിപ്പരിഷക്കാർ
അന്നു പാലൊഴുകിക്കൊണ്ടിരുന്ന രാജ്യത്തെങ്ങു-
മിന്നു പാഞ്ഞൊലിപ്പതു കാത്തിരക്കായ് നീരല്ലോ

തിരുമെയ് വിറയ്ക്കുന്നതെന്തയ്യോ, ഭവതിയെ
വെറുതെ ദുഃഖം ചൊല്ലി വേദനിപ്പിച്ചു ഞങ്ങൾ
വീശുകെന്നന്തിക്കാറ്റേ, ഞങ്ങളെച്ചൊല്ലിത്താപ-
മേശുന്ന ജനനിയെ നിൻക്കുളിർവിശറിയാൽ

ഇത്തിരിയാണെന്നാലും നമ്മൾതന്നുപചാര-
മുത്തമസ്നേഹാക്തമാണെന്നു കണ്ടിതാദേവി
ചഞ്ചൽച്ചെങ്കതിരണിശ്ശിരസ്സായ് കൈക്കൊള്ളുന്നു:
മഞ്ചാടിയെയും പ്രേമം മാണിക്യമണിയാക്കും

ഞങ്ങളെയനുഗ്രഹിപ്പാനല്ലീദയർദ്രയാ-
മങ്ങുന്നു ഭംഗ്യാ ചില്ലത്ത്യക്കൈകളിളക്കുന്നു
എന്തിനു വേറെ വരം ഞങ്ങൾക്കുയാവജ്ജീവം
നിന്തിരുവടിയുടെ ദാസ്യമൊന്നുതാൻപോരും

സതി, നിൻ പീഠത്തിന്മേൽ പ്രകടീകരിക്കാവൂ
പതിവായ് ഞങ്ങൾക്കുണ്ടാം മാനസനൈർമ്മല്യത്തെ
തങ്ങൾതൻ പ്രേമപ്പാൽപോലുള്ള തണ്ണീരാൽക്കാലേ
ഗംഗയ്ക്കു സപത്നിയാം നിൻതടം നിറയ്ക്കാവൂ

ഏതു കാലത്തു മെരിവേനലിൽപ്പോലും വാട്ട-
മേലാതെ തനിപ്പച്ചവർണ്ണമായ്ത്തഴച്ചേറ്റം
കമ്രമായ്, മണംപെറുമദ്ഭുതമരതകക്കല്ലിനാൽ നി-
ർമ്മിച്ചതുപോലെഴും തവ രൂപം
ആനന്ദഭാരംകൊണ്ടു നിഷ്പന്ദമാകും കണ്ണാൽ
പാനംചെയ്തനുവേലം കോൾമയിർക്കൊണ്ടീടാവൂ

സന്ധ്യയ്ക്കു തിരിയിന്മേൽ ഞങ്ങൾതൻ ഭക്തിജ്ജ്വാല
സന്ധിപ്പിച്ചുപാരദീപം തേ നല്ലീടാവൂ
എന്നിട്ടെൻ ഗൃഹപരദേവതേ, വലം വെച്ചു
വന്ദിച്ചു വണങ്ങാവൂ നിൻനാമമന്ത്രം ചൊല്ലി

ഉമ്പർകോനെയും വെന്ന നിൻപ്രാണദയിതന്റെ-
നിൻപരമോപാസകനായ ശംഖചൂഡന്റെ

ചിത്രവും പവിത്രവുമാകിയ ചരിത്രത്തെ-
യത്ര നിന്നരികിൽ വന്നനവഹം കീർത്തിക്കാവൂ?

നിന്നെ മാർത്തട്ടിൽച്ചാർത്തുമാ രാധാരമണന്റെ
പൊന്നോടക്കുഴൽതൂകും മഞ്ജുഗാനത്തെക്കാളും
എത്രമേൽ മധുരമാം നിനക്കീക്കഥാഖ്യാന-
മത്രയുമസാമാന്യമല്ലോ നിൻപതി പ്രേമം

ഭർത്താവിൻ വധം കേട്ടമാത്രയിലലിഞ്ഞു പോയ്-
ത്തൃത്താവേ, വെറും നീരായ്ത്തീർന്നീലേ നിൻമെയ്യെല്ലാം
ഗണ്ഡകീനദിയായിച്ചമഞ്ഞ ഭവതിത-
ന്നുണ്ണികളത്രേ, സാളഗ്രാമങ്ങൾ പൂജാർഹങ്ങൾ.

ഹന്ത, നിൻപ്രിയതമനമർത്ത്യപ്പരിഷയ്ക്കു-
എന്തവ്യനായിത്തീരാനെന്തൊരു കുറ്റം ചെയ്തു
അദ്ദേഹം, ബഹുകാലവൻതപസ്സംസ്കാരത്താ-
ലുദ്ദീപ്തതേജസ്സായുള്ളോരു പൂരുഷരത്നം

അല്ലല്ല, മറന്നു ഞാൻ തൻപിറപ്പസുരരി-
ലല്ലയോ ഗുണമെല്ലാമിതൊന്നിന്നിരയായ്പോയ്
ത്രൈലോക്യപ്പെരുമാൾച്ചെങ്കോലൊരു ദൈത്യൻ കൈക്കൊ-
ണ്ടാലുണ്ടോസമചിത്തർ ദേവകൾ സഹിക്കുന്നു

തുല്യരാമൊരച്ഛന്റെ മക്കളെക്കൂടിത്തമ്മിൽ-
ത്തല്ലിച്ചു നടക്കട്ടെ ജാതിയെന്നതു മന്നിൽ
സർഗ്ഗപാടവമാരിദ്ദുർഭൂതത്തിനു നല്കീ
സ്വർഗ്ഗലോകത്തും ഹാ, ഹാ, നരകം സൃഷ്ടിക്കുവാൻ?

ഏറിയകാലം വൻപോർ ചെയ്തതിൽ നിൻകാന്തന്നു
മാറിലെപ്പടച്ചട്ട പിളർന്നുപോയെന്നാലും
മറ്റൊരു മണിച്ചട്ടയേതുദേവാസ്ത്രത്തേയും
തെറ്റെന്നു തെറിപ്പിച്ചാ വീരനെച്ചിരം കാത്തു

അതിനുനിൻ ചാരിത്ര്യൗജസ്സിനു ബലിജിത്തിൻ
ചതിയാലൊരു ഹാനി സംഭവച്ചതില്ലെങ്കിൽ

പാരമേശ്വരത്രിശൂലാഗ്രവുമാവക്ഷസ്സിൽ
പ്പാറമേൽ പതിപ്പിച്ച കാരമുള്ളായ്പോയേനേ

ദേവകളുടെശുഷ്കപ്രത്യാശാനദിയെത്തൻ
ജീവരക്തമാം മലവെള്ളത്താൽ നിറച്ചവൻ
ഗാത്രത്തെ ത്യജിക്കിലെന്തീശ്വരിഭവൽ പ്രീതി
പാത്രമാമദ്ധന്യന്റെ പുണ്യകീർത്തിയെ നിത്യം

വൻകടലിലും കരയിങ്കലും ഘോഷിക്കുന്നൂ
ശംഖുകൾ, ദേവാർച്ചനാമുഖ്യോപകരണങ്ങൾ
മർത്യലോകത്തിങ്കൽ നിന്നുദ്ഗമിച്ചുൽകൃഷ്ടമാം
നിത്യലോകത്തിൽച്ചേർന്നാൻ, നിൻപ്രിയൻ ഭക്തൻ ദിവ്യൻ

കല്പവൃക്ഷവും ഫലം തന്നതില്ലെന്നു വരാം
ത്വൽപദാർച്ചനയുണ്ടോപാഴിലായ്പ്പോയീടുന്നു
സംപ്രതി നിദർശനം വേറെയെന്തിനു തായേ
തൻ പ്രകാശത്താലൊരുകൊന്നപ്പൂമലരിനെ

പുണ്യമാം നിൻതൃക്കാല്ക്കലർപ്പിച്ച ദീപമിതു-
മെണ്ണയാം ദീർഘായുസ്സിന്നറുതിയണഞ്ഞപ്പോൾ
കൃശവും മലിനവുമായ തൻദേഹം വല്ല-
കൃമിക്കും തിന്നാനായി മന്നിങ്കൽ വെടിഞ്ഞിതാ

അമർത്ത്യപദം കേറിത്താരകങ്ങളിലൊന്നായ്
ച്ചമഞ്ഞുമിന്നുന്നു, നിന്നുപരിസ്ഥലത്തുതാൻ
എണ്ണവേണ്ടാത്ത മണിദീപങ്ങൾ നിൻ മേൽഭാഗ-
ത്തെണ്ണമെന്നിയേ നിരത്തുന്നിതു നിശാദേവി

ആലോകമാത്രംകൊണ്ടു നിത്യകല്യാണപ്രദേ
ഗോലോകവിലാസിനീ, ഗോവിന്ദപ്രിയതമേ
നന്ദിനി, വൃന്ദാവനി, പാവനി, ധർമ്മധ്വജ-
നന്ദിനി, നമസ്കാരം തുളസീ, നമസ്കാരം! ■

കിളിക്കൊഞ്ചൽ

വായനക്കാർക്കിഷ്ടമാണെങ്കിൽ സങ്കൽപ-
വായുവിമാനത്തിലേറിയാലും
പ്രീതരായ്സ്സഞ്ചാരം ചെയ്യാം നമുക്കല്പം
ഭൂതകാലാകാശവീഥിയിങ്കൽ.

ത്രേതായുഗത്തിലെ ശ്രീമിഥിലാപുരം
ഭ്രാതാക്കന്മാരിതാമുന്നിൽ കാൺമൂ
സാമ്രാജ്യച്ചെങ്കോലുകൊണ്ടേതുഴഞ്ഞുപോയ്
സംസാരം പിന്നിട്ട മന്നനത്രെ

അന്നിതു പാലിച്ചുപോന്നൂ ജനകനാ-
ലിന്നിലം ലക്ഷ്മിതൻ ജന്മഭൂവായ്
സീരാങ്കിതങ്ങളാം നീരാളച്ചെങ്കൊടി-
ക്കൂറകൾ പാറുന്ന മേടുകളും

അന്തരാ ശ്രീയാജ്ഞവൽക്യന്റെ ശിഷ്യന്മാർ
ഗ്രന്ഥമെഴുതുന്ന ശാലകളും
മുപ്പുരവൈരിതൻ പള്ളിപ്പടവില്ലു-
വെപ്പിച്ച വിസ്തീർണ്ണമണ്ഡപവും

മറ്റും നമുക്കിഹ പിന്നെ നോക്കാമിതാ
ചുറ്റും മതിൽചുഴന്നൊരുദ്യാനം
പ്രേമസുരഭിയായ്പ്പേർത്തും വിളിക്കുന്നൂ
കോമളപ്പൂങ്കിളിക്കൊഞ്ചലിനാൽ

ഓരോ മലരിലുമോരോ തളിരിലു-
മോടിക്കുഴങ്ങേണ്ട നേത്രമേ നീ

ഉദ്യാനദേവത താൻ തന്നെയല്ലയോ
ഹൃദ്യമാമീ മണിത്തിണ്ണയിന്മേൽ

അഞ്ചുവയസ്സായ പെൺകിടാവായ്ച്ചമ-
ഞ്ഞഞ്ചിതകേളികളാടി വാഴ്വൂ
ചമ്പകപ്പൂവാണീപ്പെൺപൈതൽതന്നൂടൽ
ചെമ്പനിനീർപ്പൂവിക്കൊച്ചു മുഖം

കായാമ്പൂകൊണ്ടത്രേ കൽപിതമായ് തുലോ-
മായാമരമ്യമാമക്ഷിയുഗ്മം
തോൾകവിഞ്ഞഗ്രം ചുരുണ്ടു കിടക്കുന്ന
വാർകുഴലായതോ വണ്ടിണ്ടതാൻ

വല്ലികാശാഖകളാകുന്നു കയ്യുകൾ
പല്ലവംതന്നെയീപാണി രണ്ടും
ഉണ്ടാക്കിവെച്ച വിചിത്രജന്തുക്കളെ-
യുൺമാനിരുത്തിഗൃഹേശ്വരിയായ്

പഞ്ചാര കൽക്കണ്ടം പാൽ പഴം തേനിവ
പിഞ്ചുകൈകൊണ്ടു വിളമ്പുകയും
കുട്ടിക്കനകക്കുടത്താൽപ്പളുങ്കുകൽ-
ത്തൊട്ടിയിൽനിന്നു തണ്ണീരു മുക്കി

ചേലിൽ ശിരസ്സാട്ടും നാനാചെടികളെ-
ച്ചേടിയായ്നിന്നു നനയ്ക്കുകയും
വാരിവലിച്ചുടുത്തോരു നൽപട്ടഴി-
ച്ചാരാൽ നിലത്തു വിരിച്ചതിങ്കൽ

പാവക്കിടാവെക്കിടത്തിക്കിലുങ്ങിന
തൂവളച്ചാർത്തോടതിൻ തുടമേൽ
അമ്മലർക്കയ്യിനാൽത്താളംപിടിച്ചുകൊ-
ണ്ടമ്മയായ്പ്പാടിയുറക്കുകയും

ശ്രീതാർക്ഷ്യവാഹനദാരുപ്രതിമയെ-
പ്പൂതൂകിപ്പൂജിച്ച,തിന്നു മുന്നിൽ
ദീർഘമാം മയ്ക്കണ്ണു ചിമ്മിസ്സമാധിയിൽ
ഗാർഗ്ഗിയാം ദേവിയായ് മേവുകയും

ഭൂലോകരംഗത്തേക്കീവകനാട്യങ്ങൾ
ശീലിക്കുമച്ചെറു നർത്തകിയെ
നിർന്നിമേഷാക്ഷിയാൽസാദരം വീക്ഷിച്ചു
നിന്നിതു ദാസിമാർ നാലുപാടും

ചൊൽക്കൊണ്ട ശില്പികൾ കാഴ്ചയായർപ്പിച്ച
കൽക്കൊമ്പനാനതൻ മസ്തകത്തിൽ
കുങ്കുമരേഖ കുറിച്ചാൾ കുറച്ചിട
ചെങ്കളിർക്കൈക്കൊണ്ടകൊച്ചുറാണി

''കാണട്ടെ നിന്നുടെ പന്തടിയൊന്നെ''ന്നു
വേണുസ്വരത്തിലുരച്ചു പിന്നെ
തൻപന്തു വെച്ചുകൊടുത്തിതു കാഞ്ചന-
പ്പെൺപാവയൊന്നിൻകരാഞ്ജലിയിൽ

സ്ഫാടികച്ചെപ്പിൽപ്പെറുക്കിനിറച്ചുള്ള
മോടിയിണങ്ങുമിലഞ്ഞിപ്പൂക്കൾ
പട്ടുനൂലൊന്നിന്മേൽക്കോർക്കയായ് പിമ്പവൾ
കുട്ടിക്കു കൈവിരൽ നൊന്തീലല്ലീ

തൽക്കളിക്കുന്നിൻ മുകൾത്തട്ടിൽ നിന്നിതാ
നൽക്കിളിപ്പാട്ടൊന്നു കേൾക്കായ് വന്നു:

(കേക)

വാനമേ, ഗഗനമേ, വ്യോമമേ, സുരസിദ്ധ-
സ്ഥാനമേ,വിഹായസ്സേ,നഭസ്സേ,നമസ്കാരം
ചന്ദ്രാർക്കരാകും വെൺചെന്താമരപ്പൂവുകളും
സുന്ദരതാരങ്ങളാം നൈതലാമ്പലുകളും

വിരിഞ്ഞുപൊന്തും മഹാവിസ്തീർണ്ണതടാകം നീ
ഗരുഡത്തങ്കക്കപ്പൽ ചരിക്കും സമുദ്രം നീ
വാനമേ, ഗഗനമേ, വ്യോമമേ, സുരസിദ്ധ
സ്ഥാനമേ,വിഹായസ്സേ,നഭസ്സേ,നമസ്കാരം

ചിലപ്പോൾ പുതുകൊണ്ടൽത്തമാലവിപിനം നീ
ചിലപ്പോൾ സിതമേഘമണലിൻ കടൽപ്പുറം

ചിലപ്പോൾ സന്ധ്യാരാഗസിന്ദൂരമണിയും നീ
ചിലപ്പോൾ വെറും ചാരം പരക്കെപ്പൂശീടും നീ

നിൻമഹിമാവാർക്കോതാം; നീ തന്നെ നിത്യം ശുദ്ധം
നിർമ്മലം സമം ശാന്തം സർവഗം പരബ്രഹ്മം
ആദിമധ്യാന്താപേതമാനന്ദപ്പരപ്പു നീ
സ്വാതന്ത്ര്യപ്പടർപ്പു നീ; സ്വാച്ഛന്ദ്യവിരിപ്പു നീ

''അയ്യയ്യോ, കേട്ടില്ലേ, നമ്മളെപ്പോലെതാ-
നിയ്യോമൽത്തത്തകൾ സംസാരിപ്പൂ
കൈയിലാക്കേണമിവറ്റിനെ''യെന്നാള-
ത്തയ്യലാൾ ഖേലനകൗതുകത്താൽ.

താനിതു ചൊന്നപ്പോഴേക്കും ഹാ, മറ്റെന്തു
വാനിൽപ്പറക്കുന്ന പക്ഷിയേയും
മുറ്റത്തെശ്ശാഖിതൻ പച്ചിലയാക്കുന്നൂ
കൊട്ടാരക്കെട്ടിലെക്കാംക്ഷിതങ്ങൾ

അത്യുത്സുകാംക്ഷിയാം രാജകുമാരിതൻ
ഭൃത്യമാരോടിപ്പോയെങ്ങനെയോ
വാരഞ്ചും വാനത്തെ വർണ്ണിച്ചു പാടിയ
കീരയുഗളത്തെക്കൊണ്ടുവന്നു.

പാലൊത്തൊരാഹ്ലാദഹാസം പരന്നിതു
ബാലതൻ പാടലവായ്മലരിൽ
അമ്മുത്താമാണിക്യമായ്ച്ചേർന്നതൊന്നെന്ന്യേ
സമ്മാനം വേലക്കാർക്കെന്തു വേണ്ടൂ?

അശുകദമ്പതിമാരെ പ്രകൃതിത-
ന്നഗ്ര്യമരതകക്കല്ലുകളെ-
മണ്ടിയണഞ്ഞിരുകയ്യിലും മേടിച്ചു
കൊണ്ടാടിസ്സിദ്ധാർത്ഥയായിപ്പൈതൽ

തൂമണിമാലകളാടിക്കളിച്ച ത-
ന്നോമനമാറത്തു ചേർത്തുവെച്ചാൾ

തൻപൂങ്കവിളിലവറ്റിന്റെ കൊക്കിനാൽ
ചെമ്പവിഴത്തെപ്പതിച്ചുനിന്നാൾ

പച്ചവില്ലീസിനു തുല്യമവയുടെ-
യച്ഛകളേബരം മാറി മാറി
പേർത്തുമതിലേറെ മാർദ്ദവം ചേർന്ന തൻ-
കൈത്തളിർകൊണ്ടു തലോടിക്കൊണ്ടാൾ

''എന്റെയിപ്പട്ടുനൂൽത്തത്തയെക്കാളിവ
യെത്ര നന്നെ''ന്നു പുകഴ്ത്തിച്ചൊന്നാൾ
വിശ്വകർമ്മാവിന്നും കൈവന്നിട്ടില്ലല്ലോ
വിശ്വവിധാത്രിൻ ശില്പഗ്രന്ഥം

''ആവൂ, വിശപ്പില്ലേ, കാച്ചിയ പാലിതാ-
തൂവെള്ളിക്കിണ്ണത്തിൽത്തേൻകുഴമ്പും
നല്ല പഴങ്ങളുമാവോളം ഭക്ഷിച്ചു
വല്ലതും മുൻമട്ടിൽ സംസാരിപ്പിൻ''

പ്രീതിയാലീവക സ്വാഗതക്കൊഞ്ചലോ-
ടാതിത്ഥ്യം പെൺകിടാവാരംഭിക്കേ
വീതിയുള്ളാകാശം ചുറ്റുമജ്ജീവികൾ
ഭീതിപൂണ്ടന്യോന്യം നോക്കി വീണ്ടും

ബന്ധുരക്കാഞ്ചനക്കൂട്ടിലാണെങ്കിലും
ബന്ധനം ബന്ധനംതന്നെ പാരിൽ
ആ വിദേഹേശന്റെ പട്ടമഹിഷിയാം
ദേവിയരമനയ്ക്കുള്ളിലപ്പോൾ

വിസ്തൃതമായൊരു ശാലയിലേകയായ്
വിശ്രമം കൊള്ളുകയായിരുന്നു
ചുറ്റിലുമങ്ങൊരു സാത്വികശാന്തത
ചുറ്റിയിരുന്നതിൽ നിർമ്മലത്വം

അങ്ങെഴും രാജാർഹാഡംബര ലക്ഷ്മിതൻ
തുംഗസ്തനങ്ങളിൽഭസ്മം പൂശി

സേവനവ്യഗ്രമാരായ സഖികൾ തൻ
കൈവളച്ചാർത്തിൻ കിലുക്കം പോലും

അപ്പുരാന്തത്തിലെസ്സൗമ്യനിശ്ശബ്ദത-
യ്ക്കല്പവും ഭംഗം വരുത്തിയില്ല
മൈത്രേയി ചൊല്ലിക്കൊടുത്തോരു വേദാന്ത-
സൂത്രത്തെത്തെച്ചിന്തിച്ചുകൊണ്ടിരിക്കെ

നേത്രങ്ങൾകൊണ്ടു സമാസ്വാദ്യമായ് വന്നു
ധാത്രീശപത്നിക്കാ ബ്രഹ്മാനന്ദം
ഏതാനും കോർത്തോരിലഞ്ഞിപ്പൂമാലയെ-
ത്തോൾതന്നിൽത്തൂക്കിയിട്ടക്കുമാരി

വെമ്പിപ്പാഞ്ഞിങ്ങോട്ടുവന്നെത്തുന്നുണ്ടൊരു
പൊൻപൂവു കാറ്റിൽപ്പറക്കുമ്പോലെ.
''ഓടൊല്ലേ, വീണുപോമെ''ന്നല്ലീ കേഴുന്ന
തേടലർത്ത്യക്കാലിൽപ്പൊന്തളകൾ

''താങ്ങുമോ നമ്മെയിതെ''ന്നല്ലീ പേശുന്നു
താന്തമധ്യത്തിലെക്കിങ്ങിണികൾ
പൂമാതിൻപിമ്പേ സമൃദ്ധികളെന്നപോ-
ലോമലിൻകൂടെയുള്ളദ്ദാസിമാർ

ഭൂരാൽ വണങ്ങിയ ദേവിയുഴറ്റോടെ
കൈ രണ്ടും നീട്ടിയടുക്കലെത്തി
വാരിയെടുത്തു കുമാരിയെത്തൻകുളിർ
മാറിലണച്ചു പുണർന്നു ഗാഢം

തൂവിയർപ്പാകുന്ന തേനോലുമാനന-
പ്പൂവിൽത്തെരുതെരെ ചുംബിക്കയായ്
മുറ്റത്തെപ്പൂങ്കാവിൽ ക്രീഡിപ്പാൻ പോയ് വന്ന
കുറ്റക്കിടാവിനെക്കണ്ട നേരം

ഒട്ടേറെനാളായ്പ്പിരിഞ്ഞോരു കുട്ടിയെ-
ക്കിട്ടിയ മാതാവിൽ ഭാവമത്രെ

സീമാതിഗാനന്ദമഗ്നയാം രാജ്ഞിതൻ
പ്രേമാർദ്രവക്ത്രത്തിൽ പ്രോല്ലസിച്ചു

ഉൽകൺഠാനീരിനു നാഴികവട്ടയെ മുക്കുവാൻ
കാൽക്ഷണം പോലും വേണ്ട
അമ്മയ്ക്കു ലാളനമേളം വളർത്താനി-
ന്നമ്മകളക്ഷമയായിരുന്നു
ആരാമവൃത്തം കഴിക്കുവാനുണ്ടവൾ
ക്കാരോമലാളിതിന്നാരംഭിച്ചു
''അത്തത്തയെന്തസത്താണമ്മേ, രാമൻ വ-
ന്നമതൻ കുഞ്ഞിനെ വേൾക്കുമത്രെ!

ഞാനതു സമ്മതി...'' രാജ്ഞിയാൾ ചോദിച്ചു:
''ജാനകി ചൊൽവതെന്തംബാലികേ?''
അദ്ധാത്രി ചൊല്ലിനാൾ: ''വാല്മീകി തന്നുടെ
സിദ്ധാശ്രമത്തിങ്കൽ നിന്നിവിടെ.''

(വാൽമീകിശബ്ദത്തിൽത്താമരമൊട്ടായീ
വൈദേഹറാണിതൻ പാണിയുഗ്മം)
''രണ്ടു നൽത്തത്തകൾ വന്നു മലർക്കാവിൽ
ഉണ്ടവയ്ക്കെത്രയും വാക്ചാതുര്യം.''

''നമ്മെപ്പോലാണവ ഞായം പറവതെ''
ന്നമ്മണിപ്പൈതലിടയ്ക്കു ചൊൽകെ
''ഓമനേ, ധാത്രി കഥിക്കട്ടെ; നിൽക്കുകേ''
ന്നാ മധുസ്യന്ദം നിറുത്തി രാജ്ഞി

''ഭാവി കണ്ടമ്മുനി തീർത്ത രാമായണ-
മാ വിഹംഗേന്ദ്രർക്കു കേട്ടറിയാം''
പ്രൗഢിമത്താമതിൽ നിന്നൊട്ടു പദ്യങ്ങൾ
പാടിനാർ സീതയ്ക്കു കേൾപ്പാനവർ:

''ശ്രീമദ്ദശരഥരാജതനൂജനാം
രാമൻ നിസർഗ്ഗാഭിരാമരൂപൻ

ജാനകിക്കുട്ടിയെ വേൾക്കുമെന്നോതുന്നൂ
ജ്ഞാനവാൻ വാല്മീകി; ഭാഗ്യം, ഭാഗ്യം''

അക്കന്യാമാതാവിൻ കർണ്ണത്തിൽത്തേൻ പെയ്തി-
തുൽകൃഷ്ടജാമാതൃലാഭഗീതം
ഓമൽ ചോദിക്കയാണെ''ന്തിനീ വാല്മീകി
രാമനെക്കൊണ്ടെന്നെ വേൾപ്പിക്കുന്നു?''
അമ്മ സമാശ്വസിപ്പിച്ചു: ''പെൺകുട്ടികൾ
ക്കമ്മട്ടിലുണ്ടൊരു കർമം കുഞ്ഞേ''

കന്യക തീർമാനം ചെയ്തു: ''മറ്റാരും വേ-
ണ്ടെന്നെയെന്നമ്മതാൻ വേട്ടാൽ മതി!''
പൊട്ടിച്ചിരിച്ചുപോയ് സർവരും കുട്ടിയോ
കെട്ടിപ്പിടിച്ചിതു മാതൃകണ്ഠം. ■

പോരാ പോരാ

(വഞ്ചിപ്പാട്ട്)

പോരാ, പോരാ, നാളിൽ നാളിൽദ്ദൂരദൂരമുയരട്ടെ
ഭാരതക്ഷ്മാ ദേവിയുടെ തൃപ്പതാകകൾ
ആകാശപ്പൊയ്കയിൽപ്പുതുതാകുമലയിളക്കട്ടെ
ലോകബന്ധുഗതിക്കുറ്റമാർഗ്ഗം കാട്ടട്ടെ

ഏകീഭവിച്ചൊരുങ്ങുകിങ്ങേകോദരജാതർ നമ്മൾ
കൈകഴുകിത്തുടയ്ക്കുകിക്കൊടിയെടുക്കാൻ
നമ്മൾ നൂറ്റ നൂലുകൊണ്ടും നമ്മൾ നെയ്ത വസ്ത്രംകൊണ്ടും
നിർമ്മിതമിതനീതിക്കൊരന്ത്യാവരണം

കൃത്യസ്ഥരാം നമ്മുടെയീ നിത്യസ്വതന്ത്രതാലത
സത്യക്കൊടിമരത്തിന്മേൽ സംശോഭിക്കട്ടെ
കർമ്മസാക്ഷി ഭഗവാന്റെ കമ്രങ്ങളാം കിരണങ്ങൾ
തമ്മിലിണക്കുത്തോടെത്തിച്ചുംബിക്കുമാറായ്

കർമ്മക്ഷേത്രത്തിലെസ്സാക്ഷാൽ ശർമ്മോത്സവം കുറിക്കുമീ-
ദ്ധർമ്മക്കൊടികളെയേവരെത്തിപ്പൊക്കുമോ
ആമങ്ങൾ കൈവളകൾ പോലാ മഹത്തുക്കൾക്കുകാരാ-
ധാമങ്ങളോ വിലയേറും കേളീസൗധങ്ങൾ

ഭ്രാതാക്കളേ, ഭവാന്മാർതൻ സ്വാതന്ത്ര്യോദ്യമശ്രീയല്ലോ
മാതൃപതാകമേൽക്കേറി നൃത്തംവെയ്ക്കുന്നു
പച്ചനിറവും വെളുപ്പും നൽച്ചുകപ്പുമിണങ്ങുമീ-
മെച്ചമേറും വൈജയന്തി വാനിൽത്തിളങ്ങി

ദേവർഷികൾക്കാനന്ദത്തെക്കൈവളർത്തീടട്ടേ,
വാസുദേവവക്ഷസ്സിലെ വനമാലപോലവേ
മന്ദാകിനീമണിത്തെന്നൽ വന്നു പനിനീർത്തുള്ളികൾ
മന്ദം മന്ദം തളിക്കുമിക്കൊടിക്കൂറകൾ

വീശിയാശ്വസിപ്പിക്കട്ടെ, വീണ്ടും വീണ്ടും പാരിൽധർമ്മ-
നാശം കണ്ടു സന്തപിച്ച നാകീവൃന്ദത്തെ
നന്നിക്കൊടിയടയാളംനന്നിസ്സുദർശന ചക്രം
ദുർന്നരകക്കഴുത്തതാ, മുറിക്കപ്പെട്ടു

നന്ദിച്ചിടാം നിങ്ങൾക്കിനി വൃന്ദാരകവരന്മാരേ
നന്ദനപ്പൂമലർമാല പൊഴിച്ചുകൊൾവിൻ
മാടപ്പുരമുതൽ മണിമേടവരെയ്ക്കെഴുമെല്ലാ-
വീടിന്റെയും പടിക്കലീ വൈജയന്തികൾ

ആടിക്കളിച്ചുനിന്നൊളി കൂടും നാനാനിറം വീശി
മാടിവിളിക്കട്ടെ, നമ്മൾ തേടും മുക്തിയെ
സ്വച്ഛർ ഞങ്ങൾ നിൻവെൺമയാൽ; സ്വച്ഛന്ദം
നിൻശ്യാമളശ്രീ പച്ചപിടിപ്പിച്ചു ഞങ്ങൾക്കിച്ഛാരാമത്തെ

മംഗളപതാകേ, നിങ്കൽത്തങ്ങിന തുടുപ്പോ, ഹാ, ഹാ,
ഞങ്ങളുടെ സുദിനത്തിൻപ്രാതസ്സന്ധ്യതാൻ
ഇതാ, നിങ്കൽ സമർപ്പിച്ചു മുദാ ഞങ്ങൾ സ്വജീവിതം
ഇതിനെ നീ സ്വർഗ്ഗത്തിലേക്കുയർത്തിയാലും. ■

ഭക്തിയും വിഭക്തിയും

രണ്ടു നാഴികയായീ പശ്ചിമജലാശയ-
ക്കുണ്ടിലേക്കിറങ്ങിയിട്ടാകാശപാന്ഥൻ സൂര്യൻ
യാത്രയ്ക്കു സമുദ്യുക്തയായിട്ടില്ലിവിടെനി-
ന്നാത്തപാടലാംബരയാകിയ സന്ധ്യാദേവി

ദീപാരാധനയിങ്കൽ ഗുരുവായൂരപ്പൻതൻ
ശ്രീപദം പണിയുവാൻ കാത്തുനിൽക്കയാവാം
പാരിതോ ദീപപ്രഭാപംക്തിയാൽ പകൽ പോയ-
തറിയതുദ്യോതിക്കും ശ്രീഗുരുവായൂർക്ഷേത്രം

ഗോവിന്ദ, ഹരേ, കൃഷ്ണേത്യാദി നാമോച്ചാരണത്താ-
ലാവോളം മുഴങ്ങുന്നു വൈകുണ്ഠപുരം പോലെ
ഇടയ്ക്കയൊലിയൊത്തു തിരുനാമോൽഘോഷങ്ങൾ-
ക്കിടയ്ക്കു കേൾക്കാകുന്നു രമ്യാഷ്ടപദീഗാനം

നടയ്ക്കൽ നാനാതരമാളുകൾ നില്പുണ്ടു,വീർ-
പ്പടക്കിനെഞ്ചിൽച്ചേർത്ത കൂപ്പുകൈകളുമായി
ഈറനയ്ച്ചുരുൾത്തുമ്പിൽക്കെട്ടിയ കരിംകൂന്തൽ-
ക്കാറിനാൽ മറഞ്ഞുള്ള നിതംബബിംബത്തോടും

ശുഭ്രവസ്ത്രാലങ്കാരച്ചേലോടും വിളങ്ങിനാ-
രത്ഭുതാംഗിമാരങ്ങിങ്ങപ്സരസ്സുകൾപോലെ.
ശ്രീകോവിൽനടയതാ തുറന്നൂ പുതിയൊരു
ലോകമിതേതോ ഹന്തശോഭനതേജോമയം

കർമ്മസാക്ഷിയാം ദേവൻപടിഞ്ഞാറുദിച്ചിതോ
കർമ്മനക്ഷത്രവ്രാതമേകത്രകൂടിച്ചേർന്നോ

ചന്ദനാലേപം ചാർത്തിശ്ശോഭിപ്പൂ തിരുമുഖം
മന്ദഹാസാർദ്രം, മണിപ്പൊൻകിരീടത്തിൽ താഴെ

നിർന്നിമേഷമായ് നില്ക്ക നേത്രമേഭാഗ്യാലിതാ
നിന്നിലേക്കൊഴുക്കുന്നു സച്ചിദാനന്ദാമൃതം
പേലവമണം വിളയാടിയ വാടാമലർ-
മാലകൊണ്ടലംകൃതമാകിയ തിരുമാറിൽ

പുരുരാഗത്താൽപ്പോലെപ്പറ്റിനില്പ്പതു ഹാഹാ
പരന്ന പൊൻപോളയോചെമ്പൊയ്ത്താർമകൾതാനോ
പാടീരവരപുഷ്പകർപ്പൂരധൂപാദ്യത്തിൻ
പ്രൗഢമാം പരിമളം നാലുഭാഗത്തും വീശി

നിർവൃതിപുളകിതരാക്കി ലോകരേ വീണ്ടും
നിഷ്കളങ്കസ്വരൂപന്റെ ഭക്തിവാത്സല്യംപോലെ
മണ്ഡപത്തിലും മറ്റും തൂക്കിയ മണികളും
മന്നിൽ വാനവരുടെ കൈവിരൽസ്പർശം മൂലം

ചിക്കെന്നങ്ങുണർന്നപോലുച്ചത്തിൽ സ്തുതിക്കയായ്
ചിൽക്കാമ്പാം മുകുന്ദനെച്ചലിക്കും നാക്കുകളാൽ
തീർത്ഥവും പ്രസാദവും വാങ്ങാനോ രജനിതൻ
താർത്തെന്നലവിടത്തിലൊതുങ്ങിപ്പെരുമാറീ

പൂനിലാവിനാൽ വെള്ളിപൂശിയ തിരുമുറ്റം
പാൽനറും കടൽപോലെ തിളങ്ങീ ചുഴലവും
അമ്പലം വലംവെയ്ക്കുന്നവർതൻ ധൗതാംബര-
ത്തുമ്പുകൾകാറ്റത്തുലഞ്ഞലകളതിൽച്ചേർത്തു

മണ്ഡപത്തറയിന്മേൽ മേവിന മറയോർതൻ
മണ്ഡലത്തിൽനിന്നൊരു കേരളക്ഷമാദേവൻ
ഭജനനതികളാൽ സ്പഷ്ടമായ് ലഭിച്ചൊരു-
ഭഗവൽപ്രസാദത്താലങ്കിതലലാടനായ്

പുറത്തേക്കെഴുന്നള്ളിസ്സൽക്ഷേത്ര പ്രദക്ഷിണം
മുറയ്ക്കുതുടങ്ങിനാൻ ജപസംചലിതോഷ്ഠൻ
അദ്ധീരശാന്താത്മാവിൻ പിന്നാലെ കൂടിയൊരു
ശുദ്ധനാം നമ്പൂതിരി മന്ദമൊന്നുര ചെയ്താൻ

''ഉണ്ടൊരു കൃതി അല്ലാ, വികൃതി എന്റേതായ്ച്ചൊൽ-
ക്കൊണ്ടെഴുമങ്ങുന്നതിൻ പിഴകൾ തീർത്താൽകൊള്ളാം
'പച്ച'യാണിതെന്നാലും പട്ടേരിനോക്കിത്തന്നേ
പന്തിയാവുള്ളൂ'' ഭട്ടതിരിയോ മുന്നിൽ അതേ.

ആയിരം സുസംസ്കൃതശ്ലോകപുഷ്പത്താൽ ഗുരു
വായുമന്ദിരേശനെപ്പൂജിച്ചു, വഴിപോലെ
'ആയുരാരോഗ്യസൗഖ്യം നേടിയ കവീന്ദ്രനാം
ശ്രീയുതനാരായണഭട്ടപാദരോടത്രേ

കൈരളീമയമാകും തൻകൃഷ്ണകർണ്ണാമൃതം
സാരമായ് സംശോധിപ്പാൻസാദരമപേക്ഷിച്ചു
പൂന്തേനാം പലകാവ്യം കണ്ണനു നിവേദിച്ച
പൂന്താനം ജ്ഞാനപ്പാന പാടിയ പുംസ്കോകിലം

തെല്ലൊരസ്വരസത്തിൽച്ചൊല്ലി മേല്പുത്തൂർ: ''മറ്റു
വല്ലവരെയും കാട്ടിക്കൊള്ളുക ഭാഷാശ്ലോകം''
കഷ്ടമീ ബ്രഹ്മജ്ഞൻതൻ സമദൃഗ്ജ്യോതിസ്സിലും
തട്ടിയോ, തവ നിഴൽ പാണ്ഡിത്യക്കെടുഗർവേ?

''കിന്ത്വിദമുചിതം തേ കൈരളീ വരാകീയം
സന്നതാ നിരസ്യതേയത്സുരവാണിത്വയാ?''
ഉത്തരക്ഷണത്തിൽത്താൻ മറഞ്ഞു പൂന്താന-
മശുദ്ധബ്രാഹ്മണനാശാഭംഗത്തിൽ മുങ്ങിപ്പോയോ?

ഭട്ടപാദർക്കു ശമിച്ചിരുന്ന വാതവ്യാധി
പെട്ടെന്നു പെരുതായിത്തീർന്നിതാ രാവിൽത്തന്നേ
കൈകാൽകൾകോച്ചി വലിച്ചാർത്തനായവിടുന്നു
''ഹാ, കൃഷ്ണ ഹരേ'' എന്നു കേണുരുളകയായീ!

ഒടുവിലൊരുവിധമൊന്നു കണ്ണടച്ചപ്പോ-
ളൊരു കോമളബാലനരികെ കാണായി വന്നൂ
പീലികൾ തിരുകിയ കാർകുഴൽക്കെട്ടും നൽപ്പൊ-
ന്നേലസ്സു കിലുങ്ങിടുമരയിൽ മഞ്ഞപ്പട്ടും

ചെന്തളിർക്കയ്യിലൊരു കൊച്ചോടക്കുഴലും ഹാ-
ഹന്ത, കൈതൊഴാം തൊഴാമമ്പാടി മണിക്കുഞ്ഞേ

ആയിളംചൊടിയിൽനിന്നാന്തണവരന്നുകേൾ-
ക്കായിതിങ്ങനെയൊരുമുരളീകളഗീതം

''അബ്ഭാഷാകവിയുടെ സങ്കടം തീർക്കുകി നീ
തൽപ്രീതിയല്ലാതില്ലാമരുന്നീ രോഗം മാറാൻ
കേളിയേറിന മേൽപുത്തൂരിന്റെ വിഭക്തിയെ-
ക്കാളിഹ പൂന്താനത്തിൻഭക്തിയാണെനിക്കിഷ്ടം.'' ■

മഗ്ദലനമറിയം

വാർതിങ്കൾത്താലമെടുത്ത വസന്തരാ-
വേതോ വെൺചാറൊന്നു പൂശിക്കയാൽ
ശ്രീല'ഗലേല' ജില്ലയ്ക്കൊരു തൂമുത്തു-
മാലയായ് മിന്നീ 'നെയിൻ' പട്ടണം

ശീമോന്റെ പൂമേടതന്നിലെ നേത്രാഭി-
രാമവിശാലമാം ശാലയിങ്കൽ
എണ്ണപ്പെട്ടുള്ള സുഗന്ധം പരത്തുന്നൊ-
രെണ്ണ പകർന്നു കൊളുത്തിച്ചെമ്മേ

തൂവെള്ളിച്ചങ്ങലത്തുമ്പത്തതാതിടം
തൂക്കിയ ദീപത്തിൻ ദീപ്തിപൂരം
ദൂരിതമാകുമാറങ്ങണഞ്ഞിതൊരു-
പൂരുഷരൂപമാം തേജഃപുഞ്ജം

അല്ലേ ഗൃഹസ്ഥ, നീ ധന്യനായ് ലോകത്തി-
ലില്ലിതിൻമീതേ വിരുന്നുകാരൻ
അല്ലാ, പ്രമാദം ഭവാന്റെ കാൽമുട്ടുകൾ
തെല്ലും മടങ്ങാതെ നില്പതെന്തേ?

സർവ്വസമ്പത്തും ജഗത്തിൽ വിതയ്ക്കുന്ന
ദിവ്യമാം തൃക്കരം ചുംബിപ്പാനും
ഏഴെട്ടു കാശിന്റെയുന്മദത്തള്ളലേ-
പാഴുറ്റ നിൻതല താഴില്ലെന്നോ?

നൽപ്പനിനീരാൽ കഴുകിക്കവേണ്ടുന്ന
തൃപ്പാദത്തിന്നു വെറുംതണ്ണീരും

ലഭ്യമായീല തൽഗേഹത്തിലല്ലെങ്കി-
ലിപ്പദംതാനൊരു പുണ്യതീർത്ഥം

തയ്യാറായുണ്ടെന്നൊരുക്തിയാൽ സ്വാഗതം
ചെയ്യാനേ ശീമോൻ മുതിർന്നതുള്ളൂ
ആ യഹൂദപ്രഭുതന്നാൽ നിമന്ത്രിത-
നായെഴുന്നെള്ളിയ യേശുദേവൻ

പാപ്പാസ്സാം പല്ലവത്തൊടോത്തോടുവേർപെട്ടു
പാടേ തെളിഞ്ഞു തൃക്കാൽപ്പൊൻപൂവാൽ
മന്ദം നടന്നു നൃപോചിതാഡംബര-
സുന്ദരമായ തളത്തിലെത്തി

ചിത്രവർണ്ണോജ്ജ്വലപ്പട്ടുവിരിപ്പിൽത്തൻ
മിത്രങ്ങളൊത്തമീത്തിന്നിരുന്നാൻ
ചമ്പകകങ്കേളികുന്ദാദിപുഷ്പങ്ങ-
ളെമ്പാടും ചിന്നിയ വന്യഭൂവിൽ

അമ്പാടിതന്നിലെച്ചങ്ങാതിമാരൊന്നി-
ച്ചൻപാളും ഗോവിന്ദനെന്ന പോലെ
കാൽകൾ പിമ്പോട്ടുമടക്കിത്തൃപ്പൊൻചുമൽ
താഴ്കെയിടംകൈ വിരിപ്പിലൂന്നി

തെല്ലിടത്തോട്ടു ചാഞ്ഞുൺമാനിരിപ്പായീ-
സല്ലീലനീശ്വരൻ നിത്യതൃപ്തൻ
വീട്ടുടമസ്ഥന്റെ സമ്പത്സമൃദ്ധിയെ-
ക്കാട്ടും വിലപ്പെട്ട പാത്രങ്ങളിൽ

സ്വാദുക്കളാകിയ ഭോജ്യങ്ങളോരോന്നായ്
സ്സാധുക്കൾ പാചകന്മാർ വിളമ്പീ
പച്ചവെള്ളത്തിനെ മുന്തിരിച്ചാറാക്കി
വെച്ച ഭഗവാനു ഭക്ഷിപ്പാനായ്

യാതൊരു പർവതത്തിങ്കലോഭക്ഷണം
യാതൊന്നുമില്ലാതെ നാല്പതുനാൾ
ധ്യാനം കൊണ്ടാത്മാവെയാത്മാവിൽക്കണ്ടു കൊ-
ണ്ടാനന്ദലീനനായ്ക്കന്യാപുത്രൻ

വൻതപം ചെയ്തു ഹിമാലയസാനുവി-
ലന്തകസൂദനസ്വാമി പോലെ
അത്താമ്പോർമാമലശിഷ്യരോടൊത്തിരു-
ന്നത്താഴമുണ്ണുന്ന ക്രിസ്തുവിനെ

തേൻകുളിർവല്ലീനികുഞ്ജത്തിൽ നിന്നോലും
പൂങ്കുയിൽക്കൂകലാൽ വാഴ്ത്തിപ്പാടി
താളംപിടിച്ചു തല കുണുക്കിക്കൊണ്ടു
താഴ്വര ചൂഴും തരുക്കളെല്ലാം

ചിന്നും നിലാവിനാൽ വെള്ളിയലുക്കിട്ട
തെന്നലുലയ്ക്കുന്ന പത്രങ്ങളാൽ
പൂവണിച്ചെപ്പുകൾതോറുമേ വാസന്ത-
ദേവത സൂക്ഷിച്ച തൂമരന്ദം

താൻതാൻകുളിർക്കെത്തളിച്ചോരദൃശ്യമാം
താലവൃന്തത്തെക്കരത്തിലേന്തി
യേശുമഹേശനെ പ്രാശനവേളയിൽ
വീശിനാൻ മാരുതൻ മന്ദമന്ദം

തത്രഭവാന്റെ തഴച്ച കാർകൂന്തലും
വക്രതപ്പൊയ്ത്താരിലെ വണ്ടിൻചാർത്തും
തെല്ലൊന്നുലഞ്ഞു വിളങ്ങി കാളിന്ദിയിൽ
മെല്ലെത്തുളുമ്പുന്നൊരോളംപോലെ.

രണ്ട്

താഴത്തേക്കെന്തിത്ര സൂക്ഷിച്ചു നോക്കുന്നു
താരകളേ നിങ്ങൾ നിശ്ചലമായ്
നിങ്ങൾതൻകൂട്ടത്തിൽനിന്നിപ്പൊഴാരാനും
ഭംഗമാർന്നൂഴിയിൽ വീണുപോയോ?

ഉദ്വിതാനക്ഷത്രംതന്നെയാം രൂപമൊ-
ന്നുർവ്വിയിലിപ്പുരവീഥിയിങ്കൽ
അല്ലെങ്കിൽ മറ്റൊരു കൊച്ചുനിലാവിതാ
മുല്ലപ്പൂപോലുള്ള തൂനിലാവിൽ

ആരോ മനോഹരസർവാംഗിയാമിവ-
ളാരോമലാൾക്കിത്ര വെമ്പലെന്തോ
നീളെയുത്തുംഗമാം മാർത്തട്ടുലയുന്നൂ
തോളണിത്തൂവെള്ളച്ചേലയ്ക്കുള്ളിൽ

കെട്ടഴിഞ്ഞോമനപൃഷ്ഠഭാഗത്തെയും
പുഷ്ടനിതംബപ്പരപ്പിനേയും
മൂടിക്കിടക്കുന്നു മുഗ്ദ്ധമാം കാർകുഴൽ
നീടുറ്റ നീലത്തഴയ്ക്കുതുല്യം

ഇക്കൂരിരുൾച്ചുരുൾ തൊട്ടുഴിയുന്നിതോ
തൃക്കരംകൊണ്ടിരുൾപോക്കും ചന്ദ്രൻ
ഭവ്യപരിമളമൊന്നിതാ പൂത്തൊരു
ദിവ്യലതയിൽനിന്നെന്നപോലേ

സുന്ദരിതങ്കൽനിന്നെറ്റിടചേരുന്നു
ചന്ദനശീതളചന്ദ്രികയിൽ
സ്ഫാടികപാത്രമൊന്നുണ്ടു വിളങ്ങുന്നു
പാടലമായ തൻപാണിയിങ്കൽ

ഏറിയ ഭംഗ്യാ വിരിഞ്ഞ ചെന്താമര-
ത്താരിലൊരോമന്മരാളംപോലെ
ഏകയാണേണാക്ഷി കാമുകസന്നിധി-
പൂകുവാൻ പോവുകയായിരിക്കാം

തൻപള്ളിവാളേന്തി പ്രച്ഛന്നമൂർത്തിയായ്
മുമ്പിൽ നടക്കുന്നുമുണ്ടാം പ്രേമം
ഉല്ലസിക്കട്ടെ യഥേഷ്ടമായ് മന്മഥൻ
അല്ലഭിസാരികയല്ലി തമ്പി

ശങ്കയോ ഭീതിയോ തീണ്ടിയിട്ടില്ലല്ലോ
തങ്കപ്പൂപോലുള്ള തന്മുഖത്തെ
അല്ലായ്കിലീയഭിസാരികയ്ക്കാവക-
വല്ലായ്മകൾക്കില്ല ബന്ധമൊന്നും

ഏവരുമാരെയഭിസരിക്കേണമാ-
ദ്ദേവനെത്തേടിഗ്ഗമിപ്പോളിവൾ

കാമനീമൗലേ, സമാശ്വസിച്ചാലും നീ
കാമിതമെന്തിനിക്കൈവരേണ്ടൂ?

മിന്നി വിടർന്ന നിൻമീനൊളിക്കണ്ണിനു-
മുന്നിലായ് പുണ്യമാം സങ്കേതം തേ
ശീമോന്റെ വീട്ടിൽ തുറന്നുകിടക്കുന്ന
പൂമുഖവാതിലാപ്പുഷ്കരാക്ഷി

ആകെ രോമാഞ്ചിതഗാത്രിയായ്ദർശിച്ചാൾ
നാകത്തിൻ ഭാസുരദ്വാരം പോലെ
വേഗം മുറുകീ ഗതിക്കവൾക്കാസന്ന-
സാഗരയാം നദിക്കെന്നപോലെ

ആകൃഷ്ടായിതോ കാണാവതല്ലാത്തൊ-
രാകമ്രപാശത്താൽ മുമ്പോട്ടവൾ
ഏറെനാൾ വേർപെട്ടിരുന്നിട്ടു കുട്ടിതൻ
ചാരത്തെയ്ക്കെത്തുന്നൊരമ്മ പോലെ

പേർത്തുമുൽകണ്ഠിതയായ്ച്ചമഞ്ഞോരോരോ
കാൽത്തളിർവെപ്പിനാലഞ്ചുമാറും
വെൺകല്പടകൾ പിന്നിട്ടുകൊണ്ടാഗൃഹ-
ത്തിങ്കലേക്കേറിനാൾ തിങ്കൾമുഖി

പിന്നിലേക്കുന്തിയോ സിന്ധുവിൻ കല്ലോലം
തന്നിലണയുന്ന നിമ്നഗയെ
വാതിൽക്കൽശ്ശങ്കിച്ചുനിൽക്കേണ്ടാ മുഗ്ധേ, നീ
സ്വാതന്ത്ര്യമോടകത്തേക്കു ചെല്ലാം
കെട്ടമാർഗ്ഗത്തിൽ നടന്ന നിൻ കാൽച്ചളി-
മൃഷ്ടമായല്ലോ നിൻ കണ്ണീരാൽത്താൻ

മൂന്ന്

ദാരിദ്ര്യശുഷ്കമാം പാഴ്ക്കുടിലൊന്നിലാ-
ണീ രുചിരാംഗി ജനിച്ചതത്രെ
പാറപ്പുറത്തൊരു ചന്തമേറും പനി-
നീരലരുണ്ടായതെങ്ങനെയോ

വാരുറ്റ തൂമണം വ്യാപിക്കുമാറതു-
താരുണ്യലക്ഷ്മി ചേർന്നുല്ലസിക്കേ
ആരും തിരിഞ്ഞു നോക്കാതിരുന്നാക്കുടിൽ
പൂരുഷന്മാർക്കൊക്കെപ്പൂമേടയായ്

സ്വാർത്ഥൈകതൽപരന്മാരവർ കാമത്തിൻ
പൂർത്തിക്കാപ്പുഷ്പത്തെച്ചേറ്റിൽ വീഴ്ത്തി
തേവിടിപ്പെണ്ണാക്കിത്തീർത്താരവരൊരു പാവമാം
കൊച്ചുസഹോദരിയെ

സ്വച്ഛമാം ലോകസരസ്സിന്നടിത്തട്ടി-
ലിച്ചേർ നിറപ്പതു മാനുഷൻതാൻ
സർഗ്ഗകർത്താവിവൾക്കാവോളമേകിനാൻ
സ്വർഗ്ഗലോകത്തിലെസൗന്ദര്യത്തെ

എന്നാലാസ്സൽഗുണം തന്നെയിത്തന്വിയെ
ദ്ദുർന്നരകാന്തത്തിൽത്തള്ളിവിട്ടു
ആദിഘട്ടങ്ങളിലീവിടാരാധനം
നീതിയല്ലെന്ന നിഷേധശബ്ദം

ചേതസ്സിൽനിന്നുദിച്ചേശിയിരുന്നു പൊൻ-
കൈതപ്പൂമെയ്യാൾതൻ കർണ്ണത്തിങ്കൽ
കാലക്രമാലതു കാമുകസ്തോത്രോക്തി-
ജാലനിർഘോഷത്തിലാണ്ടുപോയ്പോയ്

ദാരിദ്ര്യപീഡയാൽവാടുമൊരുത്തിതൻ
ചാരിത്രഭൂഷയൊന്നെത്ര വേഗം
വില്ക്കപ്പെടുകയില്ലാവശ്യക്കാരുടെ വിൽക്കാശു-
മേൽക്കുമേൽ വന്നു വീഴ്കെ

കാർമുകിൽവേണിതൻ ചുറ്റുമേ കാണായ്
കാമുകരർപ്പിക്കുമാമാടകൾ
തന്മെയ്യാം കാഞ്ചനവല്ലരിമേൽനിന്നു-
ചെമ്മേ പൊഴിയുന്ന പൂക്കൾപോലെ

മന്മഥശില്പത്താൽ ദീപ്തമിവളുടെ
മയ്ക്കൺമുനയാലുള്ളോരോ നോട്ടം

നൂറു നൂറിന്ദ്രനീലാഖ്യരത്നത്തിലു-
മേറെ വിലപ്പെട്ടതായിരുന്നു

ലോകത്തിനൊക്കെയുംപാൽക്കുഴമ്പായ്ത്തോന്നു-
മേകമാം പുഞ്ചിരിത്തെല്ലിനാൽത്താൻ-
ലോലായതാക്ഷിതൻ പുൽമാടം പെട്ടെന്നു-
കൈലാസംപോലുള്ള മാളികയായ്

ഒന്നല്ല, പത്തല്ല ചില്ലീലതാഞ്ചല-
മൊന്നനങ്ങുന്നതും കാത്തുനിൽപ്പോർ
കുംഭിസഞ്ചാരിണിക്കെന്തിതിലപ്പുറം
കുംഭിനീനാഥരും കുംഭദാസൻ

കൊറ്റിന്നൊഴക്കരി കാണാതിരുന്നവൾ
കൊറ്റക്കുട ചൂടും റാണിയായി.
ഹന്ത, സൗന്ദര്യമേ, നാരിതൻമെയ് ചേർന്നാ-
ലെന്തെന്തു സൗഭാഗ്യം സാധിക്കാ നീ?

നാല്

ഏവമാസ്സമ്പത്തിൻ സർപ്പോപധാനത്തിൽ-
ക്കാൽവെച്ചുറങ്ങുമിക്കാമിനിയെ
മെല്ലവേ മെയ് തൊട്ടുണർത്തീയദൃച്ഛയാ-
നല്ലകാലത്തിന്റെ നിശ്വാസങ്ങൾ

പൂന്തേനിൻതുള്ളി പോലെങ്ങുനിന്നോ കുളിർ-
പ്പൈന്തെന്നലെത്തിച്ചൊരാര്യസൂക്തം
കണ്ണു മിഴിപ്പിച്ചു ചുറ്റുമേ നോക്കിച്ചു
കർണ്ണാന്തവിശ്രാന്തലോചനയെ

ക്രിസ്തുവാം കൃഷ്ണന്റെ ധർമ്മോപദേശമാം
നിസ്തുല കോമള വീണാഗാനം
ഏതോ സ്വനഗ്രാഹിയന്ത്രത്തിൽനിന്നാവിർ-
ഭൂതമായ്ത്തൻചെവി പൂകിയാറേ

വൃന്ദാവനത്തിലെ മാൻപേടപോലെ നി-
ഷ്പന്ദയായ് നിന്നൂ മുഹൂർത്തമിവൾ

രക്ഷിക്ക ചാരിത്രമെന്നൊരാരാറക്ഷരം
നക്ഷത്രം പോലതാ തത്ര മിന്നി

സാരം ഗ്രഹിച്ചവൾ തൻജീവിതാധ്യായ-
മോരോന്നും വായിച്ചുനോക്കുകയായ്
ചാരിത്രമെന്നൊരു വാക്കതിൽക്കണ്ടീലാ
നാരിപ്പൂൺപയ്യോ നടുങ്ങിപ്പോയി

പാതാളക്കുണ്ടിൽനിന്നമ്മണിപ്രാസാദ-
മേതൊന്നിലൂടെയാരൂഢയായ് താൻ
അക്കോണി മാഹേന്ദ്രനീലനിബദ്ധമ-
ല്ലൊക്കെക്കരിംചളിക്കട്ടകളാൽ

കെട്ടിപ്പടുത്തതാണെന്നുള്ള വാസ്തവം
കുട്ടിനീ മൗലിക്കു ബോധപ്പെട്ടൂ
ശാരദപൗർണ്ണമീചന്ദ്രബിംബത്തൊടു-
കേറിക്കയർത്തതൻ കേളിസൗധം

ബന്ധുരഗാത്രിക്കുഭീഷണമായ്ത്തീർന്നി-
തന്ധതാമിസ്രപ്രദേശംപോലെ
തത്ര പലേടം തുറന്നു കിടക്കുന്ന
ചിത്രശില്പങ്ങളാം വാതിലുകൾ

തന്വിതൻ കണ്ണിനുതിന്നും നരകങ്ങൾ
മുന്നിൽപ്പിളർത്തിയ വായ്കളായി
അന്നത്തിൻ തൂവൽ നിറച്ചണിക്കട്ടിലിൽ
മിന്നുന്ന പട്ടുകിടയ്ക്കയെല്ലാം

കൂർത്തുമൂർത്തീടിന കാരിരുമ്പാണികൾ
തൂർത്തുതറച്ചുള്ളൊന്നായിത്തോന്നീ
മെച്ചമിയന്ന പൊൻപഞ്ജരം തന്നിലെ-
പ്പച്ചമണിക്കിളിപ്പെൺകൊടിയാൾ

''കൊച്ചമ്മേ, കൊച്ചമ്മേ, നൂറു വരാഹ'' നെ-
ന്നുച്ചരിക്കുന്ന കളാലാപമോ
ദുഷ്കൃതരക്ഷസ്സിൻതീക്ഷ്ണാട്ടഹാസത്തെ-
യിക്കർണ്ണത്തിങ്കലടിച്ചു കേറ്റീ

സ്ഫാടികവിസ്തതൃതവാതായനങ്ങളിൽ
മോടിക്കു തൂക്കിയ നീരാളങ്ങൾ
ഭ്രാന്തമിളിന്ദമാം പ്രാന്തമലർത്തോപ്പിൽ-
ത്തേൻതുള്ളി ചിന്നിച്ച,തെന്നലേൽക്കേ

നേർക്കിളകീടിന ദീർഘഞൊറികളാൽ
"നോക്കിക്കോ!" എന്നിവളോടു ചൊല്ലീ
പൊൻപിടിത്താലവൃന്തങ്ങളാൽ വീശാനോ
ചെംപദത്തണ്ടാർ തലോടുവാനോ

മറ്റു ശുശ്രൂഷകളാദരാൽ ചെയ്‌വാനോ
ചുറ്റും തൻവേലക്കാർ വന്നു നിൽക്കേ
ചൂടു പരത്തുന്ന ചെന്തീപ്പിശാചുക്കൾ
ചൂഴുറ്റ പോലിവൾ ചൂളുകയായ്

വൻമരുഭൂവൊന്നുയർന്നു പരന്നിതു-
തന്മനോരാജ്യത്തിൽ നാലുപാടും
പച്ചയായൊന്നുമില്ലങ്ങാപറമ്പാകെ-
യുച്ചവെയിലേറ്റെരിഞ്ഞുജ്ജ്വലിച്ചു

രാജയോഗ്യങ്ങളാം ഭോഗ്യങ്ങളൊക്കയും
യോജിച്ച കാഞ്ചനക്കപ്പലേറ്റി
പോക്കണംകെട്ട ചെകുത്താനിവളെയാ-
ത്തീക്കടൽ മധ്യത്തിൽ കൊണ്ടുതള്ളീ

ആളിന തീയ്യിൽനിന്നുത്ഥിതരായ്ച്ചില-
കാളായ സാംഗന്മാർ കൈകൾ നീട്ടി
ആഞ്ഞുപിടിച്ചു പുൽകാനായിത്തൻനേർക്കു
പാഞ്ഞേല്പതായുമിവൾക്കു തോന്നീ

മാറിയൊഴിഞ്ഞെങ്ങു പായേണ്ടു സങ്കട-
മാരോടു ചൊല്ലേണ്ടു തമ്പുരാനേ
ഏതും പൊറുതി കാണാതിവളങ്ങൊരു
പൈതലെപ്പോലെ വാവിട്ടു കേണു

കേഴുക കേഴുക കേഴമാൻ കണ്ണാളേ
കേഴുവോർക്കാശ്വാസമേകും ദൈവം
ധീരസഹസ്രത്തെ ലീലയാ കേഴിച്ച
നീരലർകണ്ണിണ തൂകും ബാഷ്പം

ഏതോ വിശിഷ്ടമാം തീർത്ഥനീപോലെയി-
പ്പാതങ്കഭീതയെപ്പൂതയാക്കി
ആശുമറ്റെല്ലാം മറന്നികൾക്കാശ്രയം
യേശുമഹേശനിൽച്ചെന്നു പറ്റീ

''ഭാരാർദ്ദിതർക്കെല്ലാമത്താണി ഞാനെ''ന്നു
നേരായ്ക്കഥിച്ച കൃപാലുവെന്ന്യേ
ആർ പരമാശ്രയം പർവ്വതം പോലുള്ള
പാപം ചുമക്കുമിവൾക്കു പാരിൽ?

ഏവം മലീമസചര്യയിൽനിന്നിവൾ
ദേവവിശ്വാസത്തിലെത്തിച്ചേർന്നൂ
കൂരിരുട്ടേറിയ രാവും ക്രമത്താലേ
സൂരന്റെ തേജസ്സിൽപ്പോയ് ലയിപ്പൂ

താനത്ര നേടിയ വിത്തമൊട്ടുക്കുടൻ
ദീനജനങ്ങൾക്കായർപ്പിച്ചിവൾ
താപസംഹാരത്തിനീശനെദ്ധ്യാനിച്ചു
താപസവൃത്തിയിൽ വാഴ്കയായി

പിൽപ്പാടുമൊട്ടു നാളെക്കുവിടന്മാർതൻ
സസ്പൃഹവീക്ഷിതമിപ്പൂമെയ്യിൽ
വന്നേറ്റു നോവിച്ചിരുന്നു കഠോരമാം
വണ്ണം കവിണക്കല്ലേറുപോലെ

ഇന്നലെ നാം കണ്ട തേവടിപ്പെണ്ണല്ലി-
തിന്നിവൾ ചാരിത്രചാരുമൂർത്തി
ഒറ്റനാൾക്കൊണ്ടൊക്കെ മാറിമറിഞ്ഞിവൾ
മറ്റൊരു ജന്മം ജനിച്ചപോലായ്

മർത്ത്യനെക്കീഴ്പ്പോട്ടുതള്ളുന്നതായാൾതാൻ
മറ്റാരുമല്ല കരേറ്റുന്നതും

അഞ്ച്

സാധ്വി ഗൃഹത്തിനകത്തു കടന്നുതാ-
നോർത്ത സങ്കേതത്തിലെത്തിച്ചേർന്നു
ശീമോനു ഭാവം പകർന്നു മുഖത്തു തെ-
ല്ലീമഹിമാവെഴും തൻഗൃഹത്തിൽ

കില്ലെന്ന്യേ കേറിക്കടക്കയോകാണുകിൽ-
ക്കല്ലെറിയേണ്ടുന്ന തേവിടിശ്ശി
എന്നാൽ മറുത്തൊന്നും ചൊല്ലീലവന്റെ നാ-
വെന്തോ മഹാശക്തി ബന്ധിക്കയാൽ.

മിത്ഥ്യാഭിജാത്യമേ, നിൻ തേജസ്സിങ്കൽനി-
ന്നെത്ര തമസ്സിങ്ങു തിങ്ങുന്നീലാ
ചെന്നവഴിക്കവൾ സാഷ്ടാംഗം വീണിതു
വന്ദ്യനാം നാഥന്റെ തൃപ്പാദത്തിൽ

ഉത്തമഭക്ത്യാതാനുള്ളിൽ പ്രതിഷ്ഠിച്ച
നിത്യകല്യാണമാം ദിവ്യരൂപം
മുന്നിൽ വിളങ്ങവേമറ്റൊന്നു കാണുവാൻ
കന്നൽ മിഴിയാൾക്കു കണ്ണെവിടെ?

ഈശങ്കയാലവൾക്കുള്ള രതിഭാവം
പേശലശുഭ്രമം പ്രേമപൂരം
ഉള്ളിൽ നിറഞ്ഞു വഴിഞ്ഞു പുറത്തേക്കു-
തള്ളിയൊഴുകി തൽക്കണ്ണിലൂടെ

പാപത്തിൻ കാറ്റേ പൊറാത്ത ഗൃഹേശ്വരൻ
പാഥസ്സു നൽകാഞ്ഞ ദിവ്യപാദം
ക്ഷാളിതമായിതാസ്സംശുദ്ധൻ കാൺകെത്താൻ
ധൂളിപ്പെണ്ണൊന്നിന്റെ കണ്ണുനീരാൽ

പങ്കമകന്ന കണ്ണീരാൽ കഴുകിയ
തങ്കതൃക്കാൽകളെത്താഴ്മയോടെ
നേർത്ത പട്ടിന്നു നേർക്കൊണ്ട വാർക്കൂന്തലാൽ
തോർത്തിത്തുടച്ചവ രണ്ടിന്മേലും

ചെമ്പവിഴങ്ങൾ പതിക്കയായ് തന്വാംഗി
തൻപരിപേലവവായ് മലരാൽ.
ഇന്നു നതാംഗിനിൻവക്ത്രം പവിത്രമായ്
ഇന്നു നിൻ ചുംബനം സ്ഥാനത്തായി

പിന്നീടു താൻ കൊണ്ടുവന്ന പാത്രത്തിലെ-
ദ്ധന്യമഹാർഘ സുഗന്ധതൈലം
തൂകിനാളെമ്പാടുംപൂക്കളിൽത്തൂമണം പാകിയ
കർത്താവിൻ മൂർദ്ധാവിങ്കൽ

ആതിത്ഥ്യകാരിതൻ വൈരസ്യം കണ്ടിട്ടു
പാതിത്യം നീക്കാൻ പിറന്ന ദേവൻ
വെൺചന്ദ്രികയ്ക്കു നിറം കൂടു മാറൊന്നു
പുഞ്ചിരിക്കൊള്ളുക മാത്രം ചെയ്തു

വേശ്യതൻ സ്നേഹത്തിൽ മുങ്ങീ മഹേശ്വരൻ
പാർശ്വസ്ഥരാശ്ചര്യസ്തബ്ധരായീ
പാരാതവളുടെ സൽക്രിയാസൗരഭ്യം
താരാപഥത്തിലും വ്യാപരിച്ചൂ

കുബ്ജയാം സൈരന്ധ്രി രാജാംഗരാഗത്താ-
ലബ്ജദളാക്ഷനെയെന്നപോലെ
അന്യാദൃശാമോദിതൈലാഭിഷേകത്താൽ
കന്യാതനൂജനെ പ്രീതനാക്കി

തന്നുയിർ നാഥങ്കൽച്ചേർക്കുവാനായിട്ടോ
തന്വിയാൾ നീണ്ടൊരു വീർപ്പുവിട്ടു
തൽഗളത്തിങ്കൽ നിന്നുൽഗതമായ് പിന്നെ-
ഗ്ഗൽഗദം പൂണ്ടൊരു വീണാഗാനം

“നാഥ, തവാജ്ഞകൾ കേട്ടു നടക്കാതേ
നാനാപരാധങ്ങൾ ചെയ്തുപോയ് ഞാൻ
ശാസിതാവായോനേ, സർവ്വം ക്ഷമിച്ചുതൻ
ദാസിയെത്തൃക്കാൽക്കൽ നിർത്തേണമേ

മുട്ടുവിൻ, വാതിൽ തുറക്കുമെന്നങ്ങുന്നു
പട്ടാംഗമായ്ച്ചൊന്നതോർത്തുകൊണ്ടേ

താവകാനുഗ്രഹദ്വാരത്തിൽ മുട്ടുമീ-
പ്പാവത്തിനേകുകിങ്ങുൾപ്രവേശം

അല്ലൽപ്പെരുങ്കടൽക്കല്ലോലമാലയിൽ
ത്തെല്ലല്ലലഞ്ഞു കുഴങ്ങുന്നു ഞാൻ
ഏഴയാമെന്നെക്കരേറ്റുവാൻ മറ്റാരു-
ണ്ടാഴിക്കുമീതേ നടന്നവനേ?

ലീലയാ കണ്ടു ചിരിപ്പാനായ് വഞ്ചകൻ ലംബ-
മേലേ വിരിച്ചിട്ട പുൽപ്പരപ്പിൽ
മേയാനായ്ച്ചെന്നൊരു പെൺമാൻ നിരാ-
യായിതാവീണുപോയ് മുൾക്കുഴിയിൽ''

തേന്മൊഴിയാളിതുചൊന്നതോടൊപ്പമേ
തേങ്ങിക്കരഞ്ഞു പോയ് തെല്ലുനേരം
അബ്വാഷ്പവർഷത്തിലീശന്റെ ഹൃൽസര-
സ്സുൽപൂർണ്ണമായീ കൃപാമൃതത്താൽ

''ചെയ്യരുതാത്തതും ചെയ്തവളെങ്കിലു-
മിയെന്നെത്തള്ളൊല്ലേ തമ്പുരാനേ
തീയ്യിനെപ്പോലും തണുപ്പിക്കുമീപ്പൊൻതൃ-
ക്കൈയിനാൽതീർത്തവളല്ലോ ഞാനും

ദുഷ്ടപ്പരുന്തിന്റെ വായിൽനിന്നീഗ്ഗതി-
കെട്ട കപോതിയെദ്ദീനബന്ധോ
അഞ്ജസാ വീണ്ടെടുത്തെൻ തിരുമേനിതൻ
പഞ്ജരം തന്നിലണയ്ക്കേണമേ''

സാത്വിക ഭക്തിയാം തേൻ പെറുമീവക-
പ്രാർത്ഥനാവാക്കുകളായ പൂക്കൾ
ദന്തകുന്ദാഭയാം വെൺപട്ടുനൂലിന്മേൽ-
ച്ചന്തത്തിൽക്കോർത്തൊരു മാലയാക്കി

വിണ്ണിൻ പെരുമാൾതൻമുന്നിൽസ്സമർപ്പിച്ചു
ദണ്ഡനമസ്കാരം ചെയ്തു വീണ്ടും
ആ മണിതൃക്കഴൽ ചുംബിച്ചിതോമലാൾ
താമരത്താരൊരു ഹംസിപോലെ

ചുറ്റുമോരാനന്ദശാന്തത ചേർന്നിതു
മുറ്റുമനങ്ങാതായി ദീപനാളം
ചന്ദ്രമസ്സുന്നിദ്രനക്ഷത്രമധ്യത്തിൽ
നിന്നുവിളങ്ങിനാനൊന്നുകൂടി

ഘോരനരകത്തിൽ നിന്നാശു വിണ്ണിലേ-
ക്കേറുന്ന സാധ്വിയെക്കൊണ്ടാടാനോ
ശുഭ്രമേഘങ്ങളും വെള്ളിവിമാനങ്ങ-
ളഭ്രസ്ഥലത്തങ്ങു വന്നു നിൽപ്പായ്

ഏതിൻതടത്തിലെ മുക്കുവർ യേശുവാം
നേതാവു നൽകിയ നേർവലയാൽ
ആടൽപ്പെടുത്താതെ പുണ്യമത്സ്യങ്ങളെ-
ത്തേടിപ്പിപ്പവരായ്ച്ചമഞ്ഞൂ

അഗ്ഗലേലക്കടൽ പാപിനീമുക്തി ക-
ണ്ടഗ്ര്യപ്പെരുംപറകൊട്ടിയാർത്തു
അത്തൽകൊണ്ടന്ധയാമമ്മഹാഭക്തയെ-
ക്ക്യസ്തു ഭഗവാന്റെ തൃക്കടാക്ഷം

ആസ്ഥയാസ്പർശിച്ചു, സുപ്രഭാതാർക്കന്റെ-
യാദ്യാംശുകന്ദളമെന്ന പോലെ
പ്രേമസ്വരൂപങ്കൽ നിന്നൊരിറ്റുൾക്ക്യപ-
തൂമധുരോക്തിയായ് നിർഗ്ഗളിച്ചു

അച്ചാതകിക്കിനമേലിലൊരിക്കലു-
മുൾച്ചൂടു ചേരായ്‌വാൻ തക്കവണ്ണം:

“പൊയ്ക്കൊൾക പെൺകുഞ്ഞേ, ദുഃഖം വെടിഞ്ഞു നീ-
യുൾക്കൊണ്ട വിശ്വാസം കാത്തു നിന്നെ.
അപ്പപ്പോൾ പാതകം ചെയ്തതിന്നൊക്കെയു-
മിപ്പാശ്ചാത്താപമേ പ്രായശ്ചിത്തം.” ■

ബന്ധനസ്ഥനായ അനിരുദ്ധൻ

മായാരണത്തിൽ വളരെ ഭടർ ചേർന്നു തീവ്ര-
വ്യായാമനാകുമനിരുദ്ധനെ വെന്നശേഷം
ധീയാർന്ന ബാണസചിവേന്ദ്രനുഷാഗൃഹത്തിൽ-
പ്പോയാൻ, തദീയസഖീ ചെന്നറിയിക്കമൂലം

തിട്ടോലുമക്ഷികൾ നരച്ചു വളർന്നു മാറിൽ-
ത്തൊട്ടോരു താടി ചുളിവീണു പരന്ന നെറ്റി
മുട്ടോളമെത്തിയ ഭുജാമുസലങ്ങളെന്നീ-
മട്ടോടവൻ വിലസി മേദുരദീർഘകായൻ

പ്രാലേയശൈലരുചിയാം നിജമാളികയ്ക്കു-
മേലേറെ മോടി തടവുന്ന വരാന്തയിങ്കൽ
മാലേന്തിവാടുമുഷമന്ദിതചേഷ്ടയായി-
ട്ടാലേഖ്യരൂപിണി കണക്കഥ കാണുമാറായ്

ആലസ്യമാണ്ട മുഖമൊട്ടു കുനിച്ചുവേർത്ത-
ഫാലസ്ഥലം മൃദുകരത്തളിർകൊണ്ടു താങ്ങി
ചേലഞ്ചി മിന്നുമൊരു വെൺകുളിർകൽത്തറയ്ക്കു-
മേലങ്ങു, ചാരുമുഖി ചാരിയിരുന്നിടുന്നു

മുല്ലായുധത്തഴകണക്കു തഴച്ച കൂന്ത-
ലെല്ലാമഴിഞ്ഞഴകിലീ മണിവേദിതന്മേൽ
മല്ലാക്ഷിതൻ പിറകിലായ്ച്ചിതറിക്കിടപ്പൂ
നല്ലാശരന്നഭസി കാർമുകിൽമാലപോലെ

വീതാസ്ഥയായ് സുദതി തങ്ങളിലെങ്കിലും തൽ-
പൂതാസ്പദപ്രണയബന്ധവശാൽക്കണക്കെ

ശ്രീ താവുമത്തനുവിലാകുലമട്ടിൽ നില്പു-
ണ്ടേതാനുമുത്തമവിഭൂഷകളങ്ങുമിങ്ങും

പീനസ്തനിക്കുടയചാരുകുചോത്തരീയം
ദൂനത്വശംസി നെടുവീർപ്പുകളാലുലഞ്ഞും
സ്ഥാനത്തുനിന്നു കുറെ നീങ്ങിയുമശ്രുവീണ-
ന്യൂനം നനഞ്ഞുമൊളികെട്ടുമിരുന്നു മുറ്റും

മാലാണ്ട നായികയെ നോക്കിയുമങ്ങിടയ്ക്കു-
ലോലാശ്രുപൂർണ്ണനിജദൃഷ്ടികളെത്തുടച്ചും
ചേലാർന്ന പൊമ്പിടിയണിക്കുളിർ താലവൃന്ത-
ത്താലാളിമാരവളെ വീശുവതുണ്ടു മന്ദം

കുംഭാണ്ഡനാപ്രഭുകുമാരികതൻ വിഷാദ-
സംഭാരവിപ്ലവമകൃത്രിമവത്സലത്വാൽ
വൻഭാവഭേദമൊടു കണ്ടു കുറച്ചു നേരം
സ്തംഭാഭനായവിടെ നിന്നനിലയ്ക്കു നിന്നാൻ

താതന്റെയാഗമനമസ്സഖി ചിത്രലേഖ
ജാതത്വരം നികടമാണ്ടറിയിച്ചനേരം
ഹാ, തന്വി തൽക്ഷണമുണർന്നതുപോലെണീറ്റ-
പ്പൂതസ്വഭാവനെ യഥോചിതമാദരിച്ചു

പീനാനുരാഗവശയായ്ച്ചിലതൊക്കെയോതീ-
ടാനാണു മന്ത്രിയെ വരുത്തിയതിപ്പൊഴെന്നാൽ
നാനാവികാരപരിവാരിതയാം കുമാരി
മൗനാതിലംഘനവിധിക്കസമർത്ഥയായീ

ചിന്താശതക്ഷുഭിതയാം ബലിസൂനുഭാഗ്യ-
സന്താനവല്ലി സചിവോത്തമനോടിദാനീം
എന്താണെടുത്തുപറവാൻ തുടരുന്നതെന്നു-
ഹന്താളിമാരലമുഴറ്റൊടു നോക്കിനില്പായ്

ധീമങ്ങുമാറുടനുടൻവിവിധം വികാര-
സ്തോമം കടന്നവളെയിട്ടു ഞെരുക്കിടുമ്പോൾ

പ്രേമപ്രസിക്തമതിയായ്പ്പിതൃതുല്യനാകു-
മാ മന്ത്രിവൃദ്ധനൊടു ബാലികയെന്തു ചൊല്ലും?

നേരിട്ടമർഷമഴലെന്നിവ നെഞ്ചിടിപ്പാം-
ഭേരിപ്രണാദമിടചേർത്തടരാടി മേന്മേൽ
ഭൂരിത്രപാദികളെയൊട്ടു ജയിക്കയാല-
ച്ചാരിത്രശാലിനി ചിരാലൊരു വീർപ്പുവിട്ടു

പാറുന്നതുണ്ടു പുരുതീപ്പൊരിയെന്നു തോന്നു-
മാറുള്ള തീക്ഷ്ണതരവീക്ഷകളാൽ പ്രകാമം
നീറുന്നവസ്ഥ സചിവേന്ദ്രനു ചേർത്തുമന്യു-
വേറും മനസ്വിനി ദൃഢസ്വരമോതിപിന്നെ:

"ഹാ, ജന്യസീമ്നി പല യോധഗണത്തെയൊറ്റ-
യ്ക്കോജസ്സുകൊണ്ടു വിമഥിച്ച യുവാവുതന്നെ
വ്യാജപ്പയറ്റിൽ വിജയിച്ചരുളുന്ന ദൈത്യ-
രാജന്നെഴും സചിവപുംഗവ, മംഗളം തേ!

തെറ്റാചരിച്ചവയിലെന്നിയെ വാഞ്ഛപോലെ
മറ്റാരിലെങ്കിലുമണയ്ക്കുക ദണ്ഡമെന്നോ
ഉറ്റാളുകൾക്കിതുവരെയ്ക്കുമകാര്യചര്യ-
പറ്റാതെ നിർത്തിയ ഭവാന്റെ നയം വിധിപ്പൂ?

ഞാനാളയച്ചിഹ വരുത്തിയതാണുകയ്യേ-
റാനായ് സ്വയം വരികയല്ല മമാര്യപുത്രൻ
നാനാതരത്തിലപരാധമൊരാളൾക്കുബന്ധ
സ്ഥാനാപ്തിയന്യനുമിതോ ബലിവംശധർമ്മം?

അച്ചാരുശീലനുമഘാന്വിതനെന്നുതന്നെ-
വെച്ചാലുമെൻ പെരിയ തെറ്റൊഴിയുന്നതാണോ
ഹൃച്ചാപലാലനയവർത്മനി മുമ്പു കാലു-
വെച്ചാളെ വിട്ടനുഗനെങ്ങനെ ശിക്ഷ നൽകാം?

കാരാധിവാസമവിടെയ്ക്കുവിധിച്ചതോർത്താൻ
ഘോരാപരാധമുടയോരിവൾ വധ്യതന്നേ

വീരാവരോധപദസംശയധന്യയാം ഞാൻ
തീരാക്കൃതാർത്ഥതയൊടൊത്തു മരിച്ചുകൊള്ളാം

അല്ലായ്കിലെന്തിനിനിയും മമ ദണ്ഡമെന്നെ-
ക്കൊല്ലാതെ കൊന്നിടുക ചെയ്തുകഴിഞ്ഞുവല്ലോ''
വല്ലാത്ത തൊണ്ടവിറയാൽ, വരവാണിശേഷം
ചൊല്ലാൻ കുഴങ്ങിയൊരു കുട്ടികണക്കു കേണാൾ

കാരാഗൃഹം ഖലജനോചിതമെങ്ങു സൗഖ്യ-
സാരാർഹനാം സുചരിതൻ നിജനാഥനെങ്ങോ
ഓരാതെ പറ്റിയ കഠോരവിപത്തിതിൽക്ക-
ണ്ണീരാ നൃപാത്മജ തടുത്തിടുമെത്രനേരം?

പാരം മനസ്സലിവൊടെങ്ങിനെ വേണ്ടു സാന്ത്വ-
പ്രാരംഭമെന്നു പിതൃമന്ത്രി പരുങ്ങിടുമ്പോൾ
നീരന്ധ്രമശ്രു കുറെ വാർന്നതിൽവെച്ചു തെല്ലു
ഭാരം കുറഞ്ഞ നില പൂണ്ടവൾ ചൊല്ലി വീണ്ടും:

''താതന്നു,ഞാനിഹ വധൂജനവർജ്ജ്യമാകും
സ്വാതന്ത്ര്യമാർന്നതിലുമെന്തഭിമാനഭംഗം
ഹാ, തന്മകൾക്കനഘവീരവധൂപദാപ്തിയേത-
ച്ഛനെങ്കിലുമസമ്മതമാവതുണ്ടോ?

വീരാഗ്ര്യനും ഭുവി കുലീനനുമാണുതാനെ-
ന്നാരാജമാന്യചരിതൻ വെളിവാക്കിയല്ലോ
നാരായണാത്മജസുതന്നൊരു ദാസിയായി-
ത്തീരാനുമേതുനൃപകന്യക കൊതിക്കയില്ല''

ചൂടാണ്ട വീർപ്പിടുമമാത്യനുരച്ചു: ''വത്സേ,
തേടായ്ക മന്യുശുഭമായ്‌വരുമൊക്കെ മേലിൽ
ഈടാർന്നു വായ്ക്കുമനുരാഗനദിക്കുവിഘ്നം
കൂടാത്തൊഴുക്കനുവദിക്കുകയില്ല ദൈവം

ഏകാന്തരൂഢമിഹ നിന്നനഘാനുരാഗം
സ്വീകാര്യകോടിയിലിരിപ്പതുതന്നെ പക്ഷേ,
ഹേ കാര്യവേദിനി, യശോധനനാം നൃപന്നു
ലോകാപവാദമഖിലോപരി ഗണ്യമല്ലീ?

നില്ലാഞ്ഞ കോപഭരമൊന്നൊഴിയട്ടെയച്ഛ-
നെല്ലാം യഥേഷ്ടമറിയിച്ചു ശരിപ്പെടുത്താം
തെല്ലാശ്വസിക്ക''തവ സൽസഖി, ചത്രലേഖേ
വല്ലായ്മ തേടിടരുതെ'ന്നെഴുന്നേറ്റു വൃദ്ധൻ

പേർത്തും വിടർന്ന പനിനീർമലരിങ്കൽ മഞ്ഞു-
നീർത്തുള്ളി പോലരുണമായ കവിൾത്തടത്തിൽ
വീർത്തുള്ള ദീർഘനയനങ്ങളിൽനിന്നു ബാഷ്പം
വാർത്തുൽപലാക്ഷി വരമന്ത്രിയൊടൊന്നു ചൊന്നാൾ

''ശോകാബ്ധിയാണ്ടൊരുഷതൻ ഹതജീവിതത്തി-
ലാകാംക്ഷയുണ്ടു മമ ബന്ധുജനത്തിനെങ്കിൽ
ഏകാകിയായ് പ്രിയനിരിക്കുമിടത്തിലൊന്നു
പോകാൻ, ഭവാനനുവദിക്കണമിപ്പൊഴെന്നെ.''

ഓരാത്തപേക്ഷയിതുകേട്ടളവുൾത്തടത്തി-
ലാരാജകീയപുരുഷന്നൊരു മിന്നൽ പാഞ്ഞു
ചേരാത്തൊഴിൽക്കു നൃപദണ്ഡിതനാം യുവാവായ്-
ച്ചേരാൻ സ്വയം വിടുകയോ നൃപപുത്രിയാളെ

ആ മന്ത്രിതങ്കൽ,നൃപഭക്തരാം കുമാരീ-
പ്രേമപ്രകർഷമിവ തമ്മിലൊരേതരത്തിൽ
വ്യാമർദ്ദമൊട്ടിട നടന്നു ദശാവിശേഷാൽ-
സ്സാമർത്ഥ്യമമർന്നൊടുവിലെത്തതുതാൻ ജയിച്ചൂ

* * *

തൻ പ്രജ്ഞതൻ സ്ഥിരതയാലൊരു ഭാവഭേദം
സംപ്രസ്ഫുരദ്വദനതാരിലിയന്നിടാതെ
സംപ്രത്യുഷാപതി, തുറുങ്കിൽ വെറുംനിലത്തു
'ചമ്രംപടിഞ്ഞല്ലജുവപുസ്സൊടിരുന്നിടുന്നു.

വീരർക്കുടൽക്കു ഹരിചന്ദനമാം രണാസൃക്ക്-
പൂരംപുരണ്ട വിരിമാറിനു തെല്ലു താഴേ
ആരമ്യബാഹുപരിഘങ്ങൾ പിണച്ചുകെട്ടി
സൈ്വരം വസിച്ചിടുകയാണിഹകൃഷ്ണപൗത്രൻ

സ്വച്ഛപ്രസാദമലർമങ്ക രമിപ്പതാം മു-
ത്തച്ഛന്റെ പുണ്യപുരിയിൽ, സ്വമണീഗൃഹത്തിൽ
സ്വച്ഛന്ദസൗഖ്യമൊടു മുമ്പു വസിച്ചപോലി-
ങ്ങച്ഛന്നസത്ത്വനിധി കല്ലറ പുക്കിരിപ്പൂ

വാരുറ്റ ചില്ലി, വിരിവേറിയ നെറ്റി, ധീര-
ചാരുക്കളാം രുചിരദൃഷ്ടികളെന്നിതെല്ലാം
താരുണ്യലക്ഷ്മിയെ, നനുത്തുകറുത്ത മീശ
ചേരും തദാസ്യനളിനത്തിൽ വളർത്തിരുന്നു

ശ്രീമദ്ഭ്രുഷത്തിനെതിർതോൾവരെ നീണ്ടിറങ്ങി-
ക്കാർമണ്ഡലദ്യുതി തിരണ്ടു ചുരുണ്ട കേശം
പോർമന്നിലെപ്പൊടി പുരണ്ടു പരുത്തു ചെമ്പി-
ച്ചാമട്ടിലും നയനമോഹനമായിരുന്നു

കൂറാർന്ന മന്ത്രിയുടെ മൗനമയാനുവാദാൽ-
ക്കാറായ്പ്പൊരുംകുഴലിയാൾ നടകൊണ്ടു താനേ
പാറാവുകാർ സപദി സംഭ്രമകമ്പമേന്തും-
മാറായ്ത്തുറന്നൊരു തുറുങ്കിനകത്തു പുക്കാൾ

ഹാ, മൺകുടത്തിലെരിയുന്ന മണിപ്രദീപം
ഭീമശ്മശാനഭുവി നട്ട രസാലപോതം
ധൂമത്തിൽ വെച്ച മലർ, കുപ്പിയിലിട്ട സാള-
ഗ്രാമം, ഗ്രഹപ്പിഴയിൽ മങ്ങിയെഴുന്ന ഭാഗ്യം

പങ്കത്തിലാണ്ട ചെറുദന്തി,മൃഷാപവാദ-
ത്തിങ്കൽപ്പതിച്ച സുയശസ്സിവയെന്നപോലെ
വങ്കല്ലറയ്ക്കകമിരുന്നിടുമാ യുവാവീ-
മങ്കക്കൊടിക്കഥപുരോഭവി കാണുമാറായ് (യുഗ്മകം)

കാരാഗൃഹത്തിലിരുളിൽപ്പുതുകൊണ്ടൽ മൂടം
താരാധിനായകനെ മുഗ്ദ്ധചകോരി പോലെ
പേരാളിടും ദയിതനെബ്ബത്തകണ്ടു താപ-
ഭാരാൽക്കുമാരി കൊടുതായൊരവസ്ഥ തേടീ

വണ്ടാറണിക്കുഴലഴിഞ്ഞു പുറത്തു ചിന്നി-
ക്കൊണ്ടാത്മവല്ലഭ വരും വരവന്നകാണ്ഡേ

കണ്ടാർന്ന കല്ലറയിലെച്ചെറുതാം വെളിച്ചം-
കൊണ്ടായുവാവലഘുനെഞ്ചിടി പൂണ്ടു കണ്ടു

കാരാഗൃഹസ്ഥനതിഥിക്കെതിരേൽപ്പിനായി-
ദ്ദൂരാത്തസംഭ്രമമെണീക്കുവതിന്നു മുന്നേ
ആരാലണഞ്ഞവളഴുക്കു പതിഞ്ഞ മഞ്ഞ-
വീരാളി ചേർന്ന രമണാങ്കതലത്തിൽ വീണാൾ

ആ ലോകസുന്ദരിയെ വെക്കമെടുത്തു വേണ്ടും-
പോലോമനിച്ചുരസിച്ചു ചേർത്തു പുണർന്നു കാന്തൻ
ചേലോടു കൂന്തൽ ചിതറും കവിളത്തു ചുംബി-
ച്ചാലോലബാഷ്പാത്ധരി കൈത്തളിരാൽത്തുടച്ചാൻ

ഘോരായുധവ്രണിതകാന്തകളേബരം കൈ-
ത്താരാൽക്കനിഞ്ഞഹഹ, തൊട്ടുതലോടിടുമ്പോൾ
ശ്രീരാജകന്യകൾ കൊതിച്ചുവരുന്ന വീര-
ദാരാസ്പദത്തിലുമുഷയ്ക്കുവിരക്തി തോന്നീ

ദാരങ്ങൾതൻ പരമദീനത കാൺകയാല-
ദ്ധീരന്നഭൂതചരധൈര്യലയം പിണഞ്ഞു
പാരം പതച്ചു കരൾ, മേനി വിയർത്തു, നാസാ-
ദ്വാരം വിടർന്നുമിഴിയിൽച്ചുടുനീരുയർന്നു

സൈ്വരം സഗദ്ഗദമുരച്ചു: "കുമാരനെന്തീ-
യാരംഭമഗ്ഗുരുജനാജ്ഞ ഗണിച്ചിടാതേ
സ്ത്രീരത്നമേ ഭവതി ബന്ധനമേറ്റ കുറ്റ-
ക്കാരന്റെ സന്നിധിയിലെങ്ങിനെ വന്നുചേർന്നു?

ആഗസ്വിയായ്, സുതനു, സംപ്രതി ഞാൻ; നിനക്കീ-
സ്സൗഗന്ധികപ്രസവസൗഭഗമാം പദത്താൽ
ഭൂഗർഭഗേഹമതിലെച്ചരലിൽച്ചവുട്ടാൻ
യോഗം വരുത്തിയതു മാമകദോഷമല്ലോ

പ്രേമത്തൊടും പരിണയിച്ച വധൂടിയെത്തൻ
നാമം നയിച്ചുപചരിപ്പൂ ദരിദ്രർപോലും

ഈ മന്ദഭാഗ്യനെ വരിച്ചതുമൂലമെന്നാ-
രോമൽക്കുബന്ധഗൃഹമായിതു ബന്ധുഗേഹം

ദേവാരിവീരഭടശസ്ത്രശതങ്ങളേറ്റ
നോവാകെയിപ്പൊഴുതിലാണറിയുന്നതീ ഞാൻ
മാൽ വായ്ചുഴന്നു. കൃപണാകൃതി പൂണ്ടു, വാസു-
ദേവാത്മജസ്നുഷ തുറങ്കിലണഞ്ഞുവല്ലോ

വൈവശ്യമുള്ളിലിയലായ്ക, ശുഭേ, നിരുദ്ധ-
നായ്വന്നിതിപ്പൊഴനിരുദ്ധനുമെന്നതിങ്കൽ
ദൈവം മറിച്ചു കരുതീടിലരക്ഷണത്താൽ-
ദ്ദേവൻ വെറുംപുഴു; മഹാബ്ധി മരുപ്രദേശം

എന്നാലയേ ഭുവനസാധ്വി, തവാനുരാഗ-
മെന്നായുധം, മഹിതമെൻവശമുള്ള കാലം
ഒന്നായ്ജ്ജഗത്തിലെ വിപത്തുകളൊക്കെ നേർത്തു
വന്നാലുമില്ലിവനു ഭംഗഭയം തരിമ്പും

ഏതാകിലും ദയവുചെയ്തു തിരിച്ചുപോകാൻ
നീ താമസിക്കരുതപേക്ഷയിതൊന്നു താൻ മേ
താതാവമാനകരമാകിയ കൃത്യമെങ്ങു-
വീതാഘമാം കുലവധൂജനമെങ്ങു ഭദ്രേ?''

ഇക്കല്യഭർതൃമൊഴി കേട്ടെഴുനേറ്റുനിന്നു
നൽക്കഞ്ജമൊട്ടിനെതിരാം തൊഴുകൈയുമായി
ഉൾക്കമ്പമാർന്ന കരളാവതുപോലുറപ്പി-
ച്ചക്കമ്രഭാഷിണി കനിഞ്ഞറിയിച്ചിതേവം:

''ചെറ്റല്ല ദുർദ്ദശയിലാക്കിയതെൻപ്രഭോ, കേ-
ടറ്റങ്ങയെച്ചപലയാമിവളെങ്കിലും മേ
തെറ്റെത്രയും സദയമിങ്ങു പൊറുത്തു തൃക്കാ-
ലറ്റത്തെനിക്കനുവദിക്കുക നിത്യദാസ്യം

ജീവാധിനായക, ഭവാൻ വ്രണിതാതുരാംഗ-
നാവാസമോ മലിനബന്ധഗൃഹാന്തരത്തിൽ

ഈ വാസ്തവസ്ഥിതി മറന്നിവിടത്തെ വിട്ടു
പോവാൻ കഥിക്കരുതു ഭാസിയൊടെൻ ദയാലോ

മല്ലാളനൈകപര, മറ്റെവിടെഗ്ഗമിച്ചാൽ-
ത്തെല്ലാശ്വസിപ്പതിനെനിക്കെളുതാകുമിപ്പോൾ
വല്ലാത്തിരുട്ടറയിതെത്ര സുഖാഢ്യമങ്ങു-
ന്നില്ലാത്ത മാമകമഹാമണിമേടയേക്കാൾ

പോകട്ടെയച്ഛനരിശപ്പെടുമെന്ന കാര്യം
സ്ത്രീകൾക്കു ഭർതൃസഹചര്യ; വെടിഞ്ഞിടാമോ
ഹാ, കഷ്ടമെൻദുരിതമെന്നെ വെറുത്തുവല്ലോ
ലോകത്തിലെൻ പരമദൈവതമാം ഭവാനും''

വിങ്ങിത്തുടുത്ത മിഴി രണ്ടിലുമശ്രു ചിന്നി-
ത്തേങ്ങിക്കരഞ്ഞിതവളിത്രയുമോതി വീണ്ടും
തൂങ്ങിക്കിടക്കുമളകങ്ങളുമായ്ത്തുലോം മാൽ-
താങ്ങിത്തളർന്നപടി താന്നു തദാനനാബ്ജം

ആരോമലിൻ തൊഴുത കൈ പിടിച്ചു ചുംബി-
ച്ചോരോ വികാരഗതിയാലുഴലും കുമാരൻ
താരോടുമത്തനുനിജോരസി ചേർത്തുനിന്നി-
ഗ്ഗീരോതിനാൻ പ്രണയവിക്ലബമാം സ്വരത്തിൽ:

''പ്രാണാധിഭർത്രി, കരയായ്കാരിമുക്തനാനാ-
ബാണാളി താങ്ങുവതിനീയൊരു നെഞ്ചു പോരും
ബാണാത്മജാനയനനീരൊരു തുള്ളിപോലും
വീണാൽസ്സഹിപ്പതനിരുദ്ധനസാദ്ധ്യമത്രേ

ആപത്തുഭാവിയിലിരിക്കുവതായ ഭാഗ്യ-
ദീപത്തിനുള്ള നിഴലാണുഴലായ്കതിങ്കൽ
നീ പക്ഷ്മളാക്ഷി, നിജസതാമ്നി ചെന്നു വാഴ്ക,
താപത്തിനീത്തളിരുമെയ്യിരയാക്കിടാതേ

ഉല്ലാസദാഹവവിനോദവശാൽക്കുറച്ചൊ-
ന്നില്ലായ്കയില്ല മമ മെയ്യിനു വാട്ടമിപ്പോൾ

അല്ലാതപായകരപീഡകളൊന്നുമേറ്റി-
ട്ടില്ലാകയാൽ വെറുതെയാണിഹ സംഭ്രമം തേ

നില്ലാതെ പോരിലുഴലും തവ താതനെന്നെ
വെല്ലാൻ ചതിപ്പണി തുടങ്ങിയതെന്റെ ഭാഗ്യം
അല്ലായ്കിലുഗ്രപിതൃദുഃഖമിവൻനിമിത്തം
ഫുല്ലാംബുജാക്ഷിതവനേരിടുമായിരുന്നു

ക്ഷേമം കെടുത്തിടുമമംഗളമാം പുഴുക്കു-
ത്താമഞ്ജുളാംഗി ചെറുതും പിണയാതെതന്നേ
നാമന്തരംഗഭുവി നട്ടുവളർത്തിടുന്നീ-
പ്രേമദ്രുമം സഫലമായ് വിലസും ക്രമത്താൽ

ആരോമലേ, ഝടിതി കൈവിടുകിസ്ഥലത്തെ-
ക്കാരോപവേശമബലാജനവർജ്ജ്യമല്ലീ
നേരോതിടാം ഭവതിയിസ്ഥിതിയിൽക്കഴിക്കു-
മോരോ നിമേഷവുമടിക്കടി ദുസ്സഹം മേ''

സന്നാംഗിയാളഥ സശങ്കമെടുത്തുകാട്ടീ
തന്നാശയം ''തവ നിദേശമിവണ്ണമെങ്കിൽ
എന്നാത്മനാഥ, ദയചെയ്തധുനാ ഭവാന്റെ
പിന്നാലെയാക്കുക മമ പ്രതിസംപ്രയാണം.

നേരായ് ക്ഷമിക്ക, മകൾതൻപിഴയാലമർഷ.
ഭാരാന്ധനായ ഗുരുവിൻ വിപരീതകൃത്യം
ചേരാത്ത ദിക്കിലരിശം ചിരവർത്തിയാമോ
ധീരാഗ്ര്യനങ്ങിഹ മറുത്തരുളായ്കവേണം''

ഏവം കുമാരിയൊരുമട്ടറിയിക്കെയൊട്ടു-
ഭാവംപകർന്നു, യദുനന്ദനനുച്ചരിച്ചാൻ:
''ഹോ വൻഭയാൽത്തടവിൽനിന്നുമൊളിച്ചുചാടാൻ
ഭാവൽക്കകാന്തനൊരു തസ്കരനോ സുശീലേ?

സ്ഫാരാനുതാപഗരിമാവിനു കീഴടങ്ങി-
ദ്ധീരാംഗനാനില വിടായ്ക യദുസ്നുഷേ നീ

കാരാഗൃഹാലിവനെ വീറൊടു വീണ്ടെടുപ്പാൻ
പാരാതെയെത്തുമിഹ നിൻപുതുബാന്ധവന്മാർ

ആ മാന്യർ തക്കപടി, നിൻപ്രിയതാതനാത്മ-
ജാമാതൃപൂരുഷകുലീനത ബോദ്ധ്യമാക്കി
പ്രേമാർഹയാം ഭവതിയെ, ജയലക്ഷ്മിയെപ്പോ-
ലാമാധവീയപുരിയിങ്കലണച്ചുകൊള്ളും.

കാന്താംഗി, നമ്മളിൽ മുറയ്ക്കനുരാഗവിത്തു-
താൻതാൻ വിതച്ചതു വൃഥാ കളയില്ല ദൈവം
സ്വാന്താർത്തി വിട്ടു തിരിയെ നടകൊൾക വേഗം
നാം താതശാസനവിലംഘികളായ്‌വരൊല്ലാ.''

നിലവറയുമിതേറ്റോതുന്നതുണ്ടെന്നു തോന്നും
നിലയിലവിടെ മന്ദം മാറ്റൊലിച്ചാർത്തിണക്കി
പലതിതുവിധമോതിക്കൊണ്ടു പാരം പണിപ്പെ-
ട്ടലസഗമനയാളെക്കാമുകൻ യാത്രയാക്കീ. ■

കൊച്ചുസീത

ഒന്ന്

പൂമണിമേടത്തളത്തിലുച്ചയ്ക്കൊരു-
കോമളകണ്ഠിയാം വേശകുമാരിയാൾ
രാമായണം മുദാ വായിച്ചിടും വിധൗ
വ്യോമാന്തരേ നിന്നു നിശ്ചലം ഭാസ്കരൻ

അച്ചാരുഗാത്രിതൻ വക്ത്രചന്ദ്രങ്കൽനി-
ന്നുച്ചലിയ്ക്കുമൃഷികാവ്യഗാനാമൃതം
ഉച്ചക്കൊടുംവെയിൽ വെണ്ണിലാവാകുമാ-
റച്ഛസൗധാങ്കണത്തിങ്കലൊഴുകിതേ

ബാലതൻ മുത്തശ്ശിയായ കിഴവിയു-
ണ്ടാലസ്യമോടങ്ങടുത്തൊരു കട്ടിലിൽ
തെല്ലു വളഞ്ഞു ചെരിഞ്ഞു, കിടക്കുന്നു
മല്ലീശരന്റെയൊടിഞ്ഞ വിൽപോലവേ

പെട്ടെന്നു വായന നിർത്തിയാനീണ്ടിടം-
പെട്ട മയ്ക്കണ്ണൊട്ടടച്ചക്കുമാരിയാൾ
ഏതോ വിചാരത്തിലാണ്ടുപോയ് പൊൻകവിൾ
പ്പൂതത്തിലുണ്ടാം പുളകാങ്കുരത്തൊടും

പാട്ടുകേൾപ്പാനായ് വളർത്തുപെണ്മാൻ ചെവി-
പാർത്തുനിന്ന മലർത്തോപ്പിന്റെ വീർപ്പുകൾ
താർത്തെന്നലായ് വന്നു തയ്യലിൻ കാർകുഴൽ.-
ച്ചാർത്തണിത്തൂനെറ്റി ചുംബിച്ചു മെല്ലവേ

അച്ഛന്റെ നേരിനായ്സ്സർവസ്വവുമുപേ-
ക്ഷിച്ച കണവന്റെ കൂടെ നടന്നവൾ
ഉച്ചണ്ഡകാനനപ്പുൽപ്പരപ്പും ചിരം
പച്ചനീരാളത്തിരുമെത്തയാക്കിനാൾ

മാലത്ര വായ്ക്കിലുമാരുടെ സുസ്ഥിര-
ശീലമാം ചിത്തത്തെയൊട്ടൊന്നിളക്കുവാൻ
കൈലാസപർവതംകൊണ്ടു പന്താടിയ
കൈൾക്കുപോലും കഴിഞ്ഞീലൊരിക്കലും

ആരുടെ ചാരിത്രതേജസ്സിലാഹന്ത-
ഘോരമായാളിനതീയും തണുത്തുപോയ്
വേറേ വിളഞ്ഞീലെവൾക്കൊത്ത രത്നമി-
ഭാരതഭൂവിൻ വിശുദ്ധഗർഭത്തിലും

ആ മൈഥിലിയായ്ച്ചമഞ്ഞവൾ ചേതസാ-
ശ്രീമൽഗൃഹത്തിലും കാട്ടിലുമൊപ്പമേ
രാമഭദ്രന്നു സമാനനായോരഭി-
രാമപുരുഷന്റെ പത്നിയായ് മേവിനാൾ

എന്നാലിതിലൊരു വിഘ്നമായ് മുത്തശ്ശി-
യന്നിനവിങ്കൽനിന്നാത്മജാപുത്രിയെ
''ഇന്നിത്ര വേഗം കഴിഞ്ഞുവോ വായിക്ക-
ലെ''ന്ന ചോദ്യത്താലിറക്കിവിട്ടീടിനാൾ

അപ്പോൾത്തുറന്നു പറകതാൻ ചെയ്തിതാ-
സ്സൽപഥാന്വേഷിണി, തൻെറ മനോരഥം
''സീതയെപ്പോലെ പതിപ്രേമചാരിത്ര-
പൂതമാക്കാവു ഞാനെന്നുടെ ജീവിതം''

അമ്പോ. മഹിമാവിതാർഷഭൂവേ തവ
വൻപോർക്കളത്തിലും നിഷ്കാമകാഹളം
വേടക്കുടിലിലും ബ്രാഹ്മണ്യസമ്പത്തി-
വേശത്തെരുവിലും ചാരിത്രസൗരഭം

തള്ള പിടഞ്ഞെഴുന്നേറ്റു''മുളയിലേ
നുള്ളിക്കളയേണ്ടുവൊന്നിക്കെടുമതം
സീതയോ മാതൃകയെന്മണിപ്പൈതൽക്കു-
സീതയെക്കാളെത്ര മീതെയാണെന്മകൾ

ഇന്നിൻ കഴൽത്താരിൽ വീണുരുണ്ടീടുവാ-
നൊന്നല്ല, പത്തല്ല രാവണനൂഴിയിൽ
താനൊട്ടു പൊന്തിച്ച തൻതറവാടിനെ
വാനത്തുരുമ്മിക്കുമാത്മജാവൈഭവം

കണ്ടാശ്വസിക്കട്ടെ, പെട്ടെന്നു നമ്മെ വി-
ട്ടണ്ടർനാടുൾപ്പുക്കുനിന്നമ്മയോമനേ''
ദൃഷ്ടി നനച്ചേവമുച്ചരിച്ചൊന്നു വീ-
ർപ്പിട്ടവൾ കുട്ടിയെത്തൊട്ടുതലോടിനാൾ

കെട്ടഴിച്ചാളഥ തൻസ്മൃതിഗ്രന്ഥവു-
മൊട്ടു കനത്തു വിളർത്തുള്ള ചുണ്ടിനാൽ
ഇമ്മന്നിലപ്സരസ്ത്രീകൾ നാം വേശ്യമാർ
ധർമ്മം നമുക്കിങ്ങു രണ്ടേ വിനിശ്ചിതം

നമ്മയ്ക്കു കോവിലിൽപ്പോയ് നൃത്തമാടലും
പുമ്മാനസങ്ങളെ നൃത്തമാടിക്കലും
നർത്തനസേവയിൽ നെറ്റിത്തടത്തിൽനി-
ന്നെത്ര വിയർപ്പുനീരിറ്റിറ്റു വീഴുമോ

അത്ര വെൺമുത്തുകൾ മുന്നിലുതിരുന്നു
നൽദ്ദേവദാസിമാർക്കീശ്വരപ്രീതിയാൽ
ദേവാർച്ചനത്തിനായ് ലോകം സമർപ്പിച്ച
പൂവുകളാകുന്ന തേവിടിസ്ത്രീകളെ

മൂർദ്ധനാ വഹിക്കുന്നു വൈദികൻകൂടിയും
ക്ഷേത്രപ്രസാദത്തെയെന്നപോലാദരാൽ
പുരുഷന്മാരൊക്കെയൊപ്പമഭിജ്ഞയാം
വാരാംഗനയ്ക്കില്ല രാഗവും ദ്വേഷവും

ആരെയും തന്നിൽ മുഴകിക്കയല്ലാതെ-
യാരിലും മുങ്ങുമാറില്ല വേശ്യാനദി
അദ്ദശകണ്ഠൻ കിഴിഞ്ഞപേക്ഷിക്കിലു-
മത്ര പതിഭക്തി കാണിച്ച സീതയെ

പത്തും തികഞ്ഞനാളക്ഷതരക്ഷുക്കൾ-
തത്തിന കാട്ടിൽക്കളഞ്ഞീലയോ പ്രിയൻ
നിച്ഛിലും സ്വാർത്ഥമേ നോക്കും ചില നര-
രിച്ഛപോലെ കുടുക്കിട്ടു നല്ലാർകളെ

മൊച്ചുകളിപ്പിക്കുവാനായ് വിരചിച്ച
തൃച്ചങ്ങലയ്ക്കാം, സതീധർമ്മമെന്നപേർ
ചാരിത്രമോമനേ, കാമൻ ദഹിച്ചതിൻ-
ചാരമെന്നത്രേ ഗണിപ്പൂ ഗണികമാർ

ഓരാതെടുത്തതു തേയ്ക്കൊലാചന്ദന-
ച്ചാറണിയേണ്ടുമീ യൗവനക്കൂമ്പുമേൽ
ജീവിതമെന്നാൽ യഥേഷ്ടം സുഖിക്കലാ-
ണാവഴിക്കല്ലിസ്സതീവ്രതത്തിൻ ഗതി

ഛീ, വർത്തമാനത്തെയിട്ടു ചീയിക്കയോ
ഭാവിക്കടയ്ക്കൽ വളംവെച്ചുകൊള്ളുവാൻ
ഏകപത്നീത്വമെന്നുള്ളോരിടുങ്ങിയ
പാഴ്കോണി തേടുന്നതേതുൽഗതിക്കു നീ?

വൈകുണ്ഠസമ്പത്തുമുണ്ടിതാനിൻകാൽക്കൽ
വാർകുനുച്ചില്ലിത്തലപ്പൊന്നിളക്കിയാൽ
സ്രഷ്ടാവു നൽകും വിഭൂഷവപുർല്ലക്ഷ്മി-
കിട്ടാത്ത പെണ്ണിന്നണിയാം സതീവ്രതം
തമ്പുരാന്മാർക്കും കൊതിതോന്നുമെൻപൊന്നു-
ചമ്പകത്തിന്നാ മുരിക്കുപൂവെന്തിനാം?

രണ്ട്

ചമ്പകവല്ലിയാം വായനക്കാരിയ-
ങ്ങമ്പെപ്പകച്ച തൻകണ്ണിണയാൽ

ഇത്തെറിപ്പാക്കു ചവയ്ക്കും കിഴവിതൻ
വക്ത്രമേ നോക്കിയുംകൊണ്ടിരുന്നാൾ

ദുർഗ്രഹമാമെന്തോ വർണ്ണിക്കും വാധ്യാർത-
ന്നഗ്രഭാഗത്തൊരു കുട്ടിപോലെ
ഇല്ലായ്കയില്ലാമനസ്സാക്ഷിയെന്നതി-
ത്തള്ളക്കുലടയ്ക്കുള്ളിലെന്നാൽ

തെല്ലൊന്നനങ്ങുവാൻപോലുമാളല്ലതു-
കല്ലൊത്ത മാമൂലിൻ ഞെക്കൽമൂലം
കള്ളു നിറച്ചു, പുറത്തു ഗംഗാംബുവെ-
ന്നുള്ള പേരൊട്ടിച്ച പാനികളാൽ

പാവങ്ങൾ വഞ്ചിക്കപ്പെട്ടുപോയ് കാൺകെത്ര
പാവനമാം പദം-ദേവദാസി
ഇദ്ദേവദാസീവകുപ്പിനെസ്സൃഷ്ടിച്ച-
പുത്തൻ വിരിഞ്ചന്റെയിച്ഛയല്ലോ

സ്ത്രീകളാം വീചികൾക്കായ് നീക്കിവെച്ചതീ
ലോകസമുദ്രത്തിൽദ്ദാസ്യനൃത്തം
തായാട്ടു പാടിഫലിപ്പിച്ച കൂട്ടർതൻ
താളത്തിനൊത്തിങ്ങു തുള്ളകയാൽ

അപ്സരസ്ത്രീകളേ, നിങ്ങൾ നരകത്തി-
ലത്രെ പുലരുന്നു വിണ്ണിലല്ല
എന്തിന്റെ തേജസ്സരുന്ധതീനക്ഷത്ര-
മന്തരീക്ഷാന്തരേനിത്യദീപ്തം

അപ്പാതിവ്രത്യവും പാഴ്ക്കരിക്കട്ടപോ-
ലത്ഭുതം ദൃഷ്ടിമറിവിതയ്യോ
ഏതോ ചെകുത്താനിളിച്ചുകാട്ടുന്നതായ്
വാദിക്കപ്പെട്ടേക്കാം കൂരിരുളാൽ

എന്നാലുമിങ്ങു വെളിച്ചം വെളിച്ചംതാൻ
എന്നെന്നും സത്യംതാൻ സത്യമേ നീ

വാർദ്ധകത്തിന്റെ ചുമതയ്ക്കലാലക്കെടു-
വാഗ്ദ്ധാരയൊന്നു മുറിഞ്ഞ ലാക്കിൽ
പുൽപായിൽ നിന്നെഴുന്നേറ്റിളം പെൺകൊടി
ശുഭ്രരാമായണപുസ്തകത്തെ

ചെമ്പട്ടുകഞ്ചുകച്ഛന്നമായ്ത്താരുണ്യ-
സമ്പത്തുയർന്നു വരുന്ന മാറിൽ
കല്ലും പവിഴവും പൊന്നുമണിഞ്ഞുള്ള
കണ്ഠം തൊടുമാറു വെച്ചഴകിൽ

ഇത്തിരി ചാഞ്ഞൊരു തണ്ടലർപോലായ
വക്ത്രത്തിൻ കീഴ്വഗംകൊണ്ടമർത്തി
കന്മോതിരമണിക്കൈത്താർകളാൽപ്പിന്നിൽ-
ക്കമ്രമാം കാർകൂന്തൽ കെട്ടിക്കൊണ്ടും

പാവാടത്തുമ്പുകൾ മേൽപ്പുറം ചുംബിച്ച
പാടലപാദതലങ്ങളാലേ
കണ്ണാടിപോലാം നിലത്തു പദേ പദേ
കാശ്മീരച്ചാറു തളിച്ചു കൊണ്ടും

വൃദ്ധാസമീപത്തുനിന്നു, തൻസച്ചിന്താ-
ശുദ്ധമാം മച്ചിലേക്കായ്ഗ്ഗമിച്ചാൾ
കാലേ കഥഞ്ചന പാഠാലയം വിട്ട-
ബാലകർക്കുണ്ടാം തിടുക്കമോടേ

യൗവനചൈത്രമച്ചമ്പകവല്ലിയെ-
പ്പൂവണയിച്ചു തഴപ്പിക്കയായ്
എത്രയ്ക്കെത്രയ്ക്കു തെളിഞ്ഞു വിളങ്ങിയോ
നർത്തകിതന്നുടൽ നാളിൽ നാളിൽ

അത്രയ്ക്കത്രയ്ക്കു സുശോഭനമായി ത-
ച്ചിത്തവും സീതാഗുണാനുധ്യാനാൽ
എന്നാൽപ്പിടിച്ചുവലിച്ചിതു മുത്തശ്ശി
ദുർന്നയത്തിങ്കലേക്കോമലാളെ

ഇന്നവ്യതാരുണ്യലാവണ്യം കാനന-
ചന്ദ്രികയായ്പ്പോകിലെത്ര കഷ്ടം
വന്നേറീ കാവൽക്കുചാരിത്രപ്പാമ്പെങ്കി-
ലിന്നിധികൊണ്ടെന്തു സാധ്യം പിന്നെ

നിൻചേറ്റിലുണ്ടായ്ക്കിളിർത്തതാണെങ്കിലു-
മഞ്ചിതമാകുമീയാമ്പലിനെ
അച്ചേറ്റിലേക്കുതാനാഴ്ത്താൻ ശ്രമിച്ചിട്ടെ-
ന്തുച്ചുപിടിച്ച വഴിക്കുളമേ?

വാശി വളർന്നു ദുരാശയാം വൃദ്ധയ്ക്കാ-
പ്പേശലാംഗിക്കു പൊറുതികേടും
ചേട്ടയും ലക്ഷ്മിയും തമ്മിലെശ്ശണ്ഠയാ-
വീട്ടിലുണ്ടായ്വന്നു വീണ്ടും വീണ്ടും

ഏകദാ, വല്ലിതൻ രാമായണോൽഗീത-
മാകർണ്ണനംചെയ്ത സൂര്യൻ ക്രമാൽ
പര്യുജ്ഝിതോഷ്മാവായ്സ്സൗമ്യനായ്പ്പശ്ചിമ-
പർവതപ്രാന്തത്തിൽ വിശ്രമിക്കേ

അമ്പതോളം വയസ്സാർന്നൊരു പൂരുഷൻ
സംഭൃതോദ്ദീപ്തസുഗന്ധിവേഷൻ
തത്ര വന്നൊന്നു മുറുക്കി മുതുക്കിയു-
മൊത്തുസല്ലാപം തുടങ്ങീ മെല്ലെ

ഇമ്പമിയന്നപ്പുമാനുമയാളുടെ
വൻപണസ്സഞ്ചിയും മുമ്പുപിമ്പായ്
വന്ധകീവൃദ്ധതൻ മുന്നിൽസ്സമർപ്പിച്ചി-
തന്തർഗ്ഗതങ്ങളെയാകമാനം

വൃദ്ധയോ, ദൗഹിത്രിക്കന്നാദ്യമായിട്ടു-
ലബ്ധമായ്വന്ന പൊൻനാണ്യമെല്ലാം
രണ്ടുകൈകൊണ്ടുമെടുത്തുജരാക്രാന്തി
കൊണ്ടൊളി മങ്ങിയ കണ്ണുകളിൽ

വെവ്വേറെ മൂന്നുരുവെച്ചാ വെൺകക്കകൾ-
ക്കവ്യക്തമായൊരു മിന്നലേറ്റി
"വല്ലാത്ത നാണക്കുരുന്നാണകത്തേക്കു
ചെല്ലമുറങ്ങിയാൽച്ചെല്ലുകെ"ന്നാൾ

ഈ വാക്കൊരമ്പായ്പ്പതിച്ചു യദൃച്ഛയാ-
കാർവേണിത്തയ്യലിൻ കർണ്ണങ്ങളിൽ
ആവതെന്തിങ്ങയ്യോ നിന്നെച്ചതിപ്പോനാം
രാവണനിപ്പുമാൻ കൊച്ചുസീതേ

ആഗതയായിതു രാത്രിയും ജാരന്റെ-
യാകുലാപേക്ഷയാലെന്നപോലെ
പിമ്പൊരു കിങ്കരി വന്നാംഗ്യം കാണിക്കേ
വെമ്പിയെണീറ്റാവിരുന്നുകാരൻ

സഞ്ചിതതാംബുലശോണിമാവാമൊരു
പുഞ്ചിരി സമ്മാനമായി നൽകി
കാർത്തസ്വരക്കസവിട്ട പട്ടേറാപ്പു-
കൈത്തണ്ടിൽ വീണതെടുത്തു വീണ്ടും

തോളത്തു കണ്ഠസ്ഥകാഞ്ചനരുദ്രാക്ഷ-
നൂലിന്റെ ചാരത്തു തന്നെ ചാർത്തി,
വൈരക്കടുക്കൻ ശരിക്കാക്കലാലങ്ങു-
വേറെയും രണ്ടു ഗുളോപ്പു തൂക്കി

കാമൻ കടുന്തുടി കൊട്ടുന്ന നെഞ്ചുമായ്-
ക്കാൽ മന്ദം വെച്ചു നടന്നു താനേ
അന്യായമിന്നോളം തീണ്ടിയിട്ടില്ലാത്ത
കന്യാനികേതത്തിൽച്ചെന്നുകേറി

"എന്തിവൾ മുടിപ്പുതച്ചു കിടക്കുന്ന-
തെ"ന്നങ്ങു കട്ടിലിൽ വീണു ഹാഹാ
നിർമ്മീലിതങ്ങളായ്പ്പോയിതോ ധർമ്മമേ
നിത്യവിനിദ്രങ്ങൾ നൻകൺകളും

ഇല്ലില്ല, ഭാഗ്യത്താലപ്പുമാൻതൻ ഭുജ-
വല്ലിയാൽ വേഷ്ടിതമായ രൂപം
ചേലുറ്റ ചേലയാൽ. മൂടിവെച്ചുള്ളൊരു-
നീളൻ തലയണയായിരുന്നു

ജാലരന്ധ്രാപ്തനിലാവിനെ നക്കിനാൻ
പാലെന്നോർത്തിപ്പൂച്ച, പാവം, പാവം
പൊൻപണം വാങ്ങിച്ചതിച്ചോ മുതുമുത്തി
ചമ്പകെമെങ്ങുപോയെങ്ങുപൊയ്പ്പോയ്?

മൂന്ന്

ചമ്പകവല്ലി വിട്ടൊരെഴുത്തിതാ-
തൻപവിത്രഹൃദ്രക്തവിലിഖിതം
അക്കഥ നോക്കി വായിച്ചുകൊൾകിതി-
ലക്ഷികൾക്കശ്രുബാധയില്ലാത്തവർ

''ദേവദാസി ഞാൻ മാനുഷദാസിയായ്
മേവണംപോലിതാണെൻ കുലാചാരം
യൗവനോൽഗമേ ഞങ്ങൾ പറയടി-
ച്ചാ ''വയസ്സറിയിപ്പു'' നടത്തണം

ഇപ്പെരുംപറ കൊട്ടലനാചാര-
ദുഷ്പ്രഭുത്വമേ, നിൻജയോൽഘോഷണം
ശ്രോത്രഭേദി ഹാ, മർത്ത്യന്റെ സോദരീ
ഗോത്രനിന്ദനശബ്ദകോലാഹലം

കോവിലിൽ നൃത്തമാടുവാനല്ലാതെ
പാഴ്വിടന്മാർക്കു പാവയായാടുവാൻ
ഞാനൊരുങ്ങീല മാതാമഹിക്കിതു
ദൂനതയേറ്റി രണ്ടാംജരപോലെ

സീതയെപ്പോലെ സുസ്ഥിരചാരിത്രോ-
പേതയാകണമെന്നൊരാശംസയാൽ

സാധുരാമായണത്തിന്റെ രാജ്യത്തു
നീതിലംഘനക്കാരിയായ്ത്തീർന്നു ഞാൻ

‘‘വിട്ടുപോയ് ദേവിസീതയ്ക്കുനൈവേദ്യം
മൃഷ്ടമായൊരുക്കാനെ’ന്നിടയ്ക്കിടെ
പട്ടിണിക്കിട്ടുതള്ളയില്ലാത്തൊരു
കുട്ടിയാമെന്നെ മുത്തശ്ശി രുഷ്ടയായ്’’

ആ വിബാധമാം മാതൃസംലാളന-
ത്താഴ്വരയിൽനിന്നിക്കൊച്ചരുവിയെ
ദൂരഗയാക്കിവിട്ടിതു ദുർദിന-
ക്കാരി യൗവനക്കാറിൻ സമാക്രമം

വേളി വർജ്ജിതം വേശ്യമാർക്കു മണ-
വാളരോയഥാകാമമനേകം പേർ
താളിയോലക്കുറിപ്പിതെൻ തപ്താശ്രു-
ക്ഷാളനലവർക്കേറെത്തെളികയായ്

അല്ലലിൻ നവ്യനവ്യവീർപ്പാൽപ്പക-
ലല്ലുകളുന്തിനീക്കിക്കഴിക്കവേ
നല്ല കന്മതിൽ ചുറ്റുമുള്ളെൻ വീട്ടി-
ലില്ല രക്ഷയെൻമാനത്തിനെന്നായി.

എൻനിധിയിതു കൂരിരുളിരുപ്പൊതി-
ഞ്ഞന്നിശി കൊണ്ടുപോരാതിരിക്കിലോ
വന്ന ചോരൻ കടന്നു കവർന്നേനേ
വന്ദ്യവൈദേഹി തക്കതു തോന്നിച്ചു

ഊൺ കഴിച്ചു കിടന്നു കൺചീമ്മിയ
ഞാൻ കുറച്ചിടയ്ക്കുള്ളിൽ നിഗൂഢമായ്
വീടു വിട്ടു വെളിക്കു പോന്നോടിനേൻ
വേടനമ്പെയ്ത മാനപേട പോലവേ

അന്ധവിശ്വാസമെന്നപോലെമ്പാടു-
മന്ധകാരം പരന്നു കിടക്കിലും

എൻതലയ്ക്കു മേൽക്കാണായി സത്യത്തിൽ
പൊൻതെളിലിപിയോരോന്നുഡുച്ഛലാൽ

''താരകങ്ങളേ, നിങ്ങളിൽ വർത്തിച്ചു
പോരുമെൻ മുതുമുത്തശ്ശിമാരെല്ലാം
ദൂരതകൊണ്ടു കാണുന്നതില്ലെന്നോ
ഭാരതത്തിന്റെ വൈപരീത്യങ്ങളെ

മൃത്യുദണ്ഡിനെത്തന്നെയും തൃക്കാൽക്കൽ
ക്ലപ്തദണ്ഡനമസ്കാരമാക്കിയോർ
അർക്കനെപ്പോലുമാജ്ഞാമഹത്ത്വത്താ-
ലല്ലിൽനിന്നു പൊന്താതേ നിർത്തിയോർ

മൗഢ്യജാതമാം മുഷ്കിനെയാർദ്രമാം
നോട്ടമേകൊണ്ടു ഭസ്മീകരിച്ചവർ
നാട്ടിനൊട്ടുക്കു നേരിട്ട ദാഹത്തെ
നാലു കണ്ണുനീർത്തുള്ളിയാൽ നീക്കിയോർ

പ്രേമശുദ്ധിയാൽ, നഞ്ഞു കുടിച്ചതും
യാമുനോദകപാനമെന്നാക്കിയോർ
മാനരക്ഷയ്ക്കു തീയിലും രക്താബ്ജോ-
ദ്യാനവാപിയിൽപ്പോലെ മുഴുകിയോർ

അപ്പതിവ്രതമാരുടെ രാജ്യത്തു-
തൽപ്പരിഷയിൽത്തന്നേ ജനിച്ചവർ
കാമകിങ്കരന്മാരുടെ കൈത്തൊഴി-
ലാമൊരുതരം കണ്ണട വെയ്ക്കയാൽ

വെണ്മയെക്കറുപ്പായിട്ടു നന്മയെ-
ത്തിന്മയായിട്ടു കണ്ടുകണ്ടീവിധം
പാപദാരിദ്ര്യരോഗകൂപങ്ങളി-
ലാപതിച്ചടിഞ്ഞല്ലോ കിടക്കുന്നു

(അക്ഷരമിങ്ങു കൈവിറയാൽച്ചെരി-
ഞ്ഞ,ശ്രുപാതാൽ നനഞ്ഞുമിരിക്കുന്നു.)

മന്ദിരാൽപ്പാഞ്ഞു രാവിൻ മറയിൽവെ-
ച്ചന്നു സൂക്ഷിച്ച ചാരിത്രമെൻ ധനം

ഇന്നി മൃത്യുവിൻപെട്ടിയിൽത്താൻ കൊണ്ടു-
ചെന്നുവെക്കിലേ സംരക്ഷിതമാകൂ
അപ്പരിഭ്രമപ്പാച്ചിലിൻ വൻകിത-
പ്പിപ്പൊഴും പത്തുനാളിന്നുശേഷവും

ഉൽപ്പതിപ്പതുണ്ടെൻ പ്രാണവായുത-
ന്നഭ്രയാത്രയ്ക്കകമ്പടിക്കാരനായ്
ദ്യോവിലെത്തി ഞാൻ പ്രാചീനഭാരത-
ദേവിമാരോടു നേരിട്ടുണർത്തുവാൻ

മത്സഹോദരിമാരുടെയിന്നത്തെ
നിസ്സഹായതാസങ്കടമൊക്കയും
ഇത്രയുംകൊണ്ടുതുച്ഛമെൻ ജീവിത-
നർത്തനം കലാശിപ്പിച്ചുകൊള്ളുവാൻ

ഉൾകനിഞ്ഞനുവാദമരുളട്ടെ
കാൽകഴയ്ക്കുമിദ്ദാസിക്കു ദേവകൾ
അൻപിയന്നു പൊറുക്കുകെൻ മുത്തശ്ശി
ചമ്പകക്കുട്ടി ചെയ്ത തെറ്റൊക്കെയും

മുമ്പു ചെൽവനമുത്രഭവതിയെ-
യെൻപ്രിയാംബയോടൊത്തെതിരേൽക്കുവാൻ
ഹാ, വിട നൽകുകന്ത്യനമസ്സിതാ
ദേവി, ഭാരതധാത്രി, നിൻതൃക്കാൽക്കൽ

ജന്മമുണ്ടിനി മേലിലുമെങ്കിൽ ഞാൻ
നിന്മടിയിതിൽത്തന്നേ പിറക്കാവൂ
സുദിതപാരതന്ത്ര്യമാരാകിയ
സോദരിമാരെ നീളവേ കാണാവൂ

മാതരാർഷോക്തിമാധുരീതർപ്പണ-
പ്രീതലോകേ, പ്രശസ്തവിചേഷ്ടിതേ

ശീതപർവത സേതുമദ്ധ്യസ്ഥിതേ
സീതതൻ ജന്മഭൂവേ, ജയിച്ചാലും''

പത്തുനാൾ തനിച്ചങ്ങിങ്ങു ചുറ്റിയ
ബദ്ധധൈര്യയാം ചമ്പകത്തിന്റേതായ്
വിസ്തൃതലോകഭിത്തിമേലൊട്ടിച്ച
കത്തിതേ ബാക്കിയായുള്ളൂ സാമ്പ്രതം

സ്വാദുവാല്മീകിസൂക്തസംസേവനാൽ
ജാതബോധയാമക്കൊച്ചുമൈഥിലി
മാനരക്ഷാർത്ഥമാണ്ടു മറഞ്ഞുപോയ്
മാതൃഭൂവിൻ പിളർന്ന ഹൃദയത്തിൽ

ക്ഷുദ്രധീത്വമേ, സ്വാർത്ഥപരത്വമേ,
നിർദ്ദയത്വമേ, നിന്നെരിതീയ്യിനാൽ
എത്ര ചമ്പകവല്ലിയുണ്ടിങ്ങിനെ
ദഗ്ദ്ധയാകുന്നു ഭാരതപ്പൂങ്കാവിൽ. ■

ബധിരവിലാപം

ഗദകബളിതമെന്റെ കർണ്ണയുഗ്മം
വദനവിഭൂഷണമാത്രമായ്ച്ചമഞ്ഞൂ
കദനമിതൊഴിവാക്കുകംബികേ നിൻ
പദസരസീരുഹദാസനല്ലയോ ഞാൻ?

അഴലിതു വരുവാനൊരജ്ഞനാം ഞാൻ
പിഴ പലതും ബത ചെയ്തുപോയിരിക്കാം
അഴകിലവ പൊറുത്തുകൊൾക നീ;ത്വ-
ക്കഴലിണയേ മമ താങ്ങലുള്ളു തായേ

ശ്രുതിയുടെ പൊരുളെന്ന പുണ്യലോക-
ശ്രുതി കലരും തവ സേവചെയ്യുമീ ഞാൻ
ശ്രുതിവിരഹിതനാകിലുൽക്കുടാപ-
ശ്രുതി പുതുതായവിടേക്കുപറ്റുമല്ലോ

വിവിധതരനിരർത്ഥശബ്ദജാലം
ചെവിയിൽ നിറച്ചിതരശ്രവം മുടക്കി
അവിരതമഴലേകിടുന്നു മേ ദു-
ഷ്കവിനിരപോലനിവാര്യമീവികാരം

ഇവനഹഹമരുൽപ്രകോപമൂലം
ശ്രവണവിഘാതമിതെന്നു വൈദ്യപക്ഷം
തവ വരുതിയിലുൾപ്പെടാതൊരുത്തൻ
ഭുവനമഹേശി! മരുൽഗണത്തിലുണ്ടോ?

മരുദശനവിഭൂഷണാർദ്ധമെയ്യായ്
മരുദുപസേവിതയായ നിന്നെ നിത്യം

കരുതിവരുമെനിക്കുമദ്രികന്യേ
മരുദഭിപീഡ പിണഞ്ഞതെത്ര കഷ്ടം

*പവനജനി മഹാഗദാഢ്യനിയ്യു-
ള്ളവനഴൽമാഗധനോടു മല്ലിടുന്നൂ
ധ്രുവമിഹ വിജയം ലഭിച്ചുകൊൾവാൻ
ഭവതി തുണയ്ക്കണമച്യുതസ്വസാവേ

പലതുമിഹചികിത്സചെയ്തുനോക്കീ
ഫലമതിനില്ലിവനേറിടുന്നു രോഗം
നലമൊടുടനെനിക്കു നിൻകടാക്ഷാ-
ഞ്ചലപരമൗഷധമേകിടേണമമ്മേ

''വരുമിവനിനി നാളെരാവിലെക്കൊ-
ട്ടൊരു സുഖ''മെന്നിരവിൽക്കിടന്നുറങ്ങും
അരുണതനുലതേ പുലർച്ചനേരം
പെരുതു മനസ്സിടിവാനുണർന്നെണീക്കും

ഇതുവിധമൊരു മൂന്നുനാലുനാള-
ല്ലതുലവിഷാദമൊരാണ്ടിലേറെയായ് ഞാൻ
മുതുദുരിതനിമിത്തമാർത്തരക്ഷാ-
ചതുരതരേ നെറികെട്ടുഴന്നിടുന്നൂ.

കവിയശസി ദുരാശ പൂണ്ടു പൊട്ട-
ക്കവിത പൊഴിച്ചു മഹാജനത്തിനീഞാൻ
ചെവിരുജ തടവിച്ച പാപമാവാ-
മവിനയനാം മമ കർണ്ണരോഗഹേതു

കരളിനു കലുഷസ്വഭാവമേകും
പരജനദുർവചനങ്ങൾ കേട്ടിടായ്വാൻ
പരമിതുപകരിക്കുമെന്നുവെച്ചോ
ഹരദയിതേ ഹരിയാത്തതെൻഗദം നീ

ഗുഹജനനി മുദാ കിടാങ്ങൾ കൊഞ്ചും
സുഹസിതമഞ്ചിന കൊഞ്ചൽ കേൾപ്പതോളം

* ഭീമപക്ഷത്തിൽ പവനജനി - വായുപുത്രൻ; മഹാഗദാഢ്യൻ - വലിയ ഗദയുള്ളവൻ.

ഇഹ സുഖകരമമെന്തു വേറെയുള്ളൂ
വിഹതമെനിക്കതു ഹന്ത ദുഷ്കൃതത്താൽ

പ്രണയികളൊടുകൂടി നർമ്മസംഭാ-
ഷണപരമോത്സവവും സമാപ്തമായ് മേ
പ്രണവമയി ജഗൽബ്ബഹിഷ്കൃതൻ ദുർ-
ഗ്ഗുണനിധി ഞാനിനിയെന്തിനിങ്ങിരിപ്പൂ

വെടിപറയുവതിന്നു കൂട്ടുകാരെ-
ഝടിതി തിരഞ്ഞുപിടിച്ചിരുന്നൊരെന്നെ
കുടിലവിധി, ജനങ്ങളോടു ചേരാൻ
മടി പെരുതുള്ളവനാക്കിവിട്ടിതിപ്പോൾ

പരിചിതർ പഥി കണ്ടുമുട്ടി മുന്മ-
ട്ടരിമയിൽ വല്ലതു മോതുവാൻ തുടർന്നാൽ
'ദുരിതമിതറിവാമിവർക്കു'മെന്നോ-
ർത്തെരിയുമകത്തഴലൊത്തു ലജ്ജയും മേ

കവികൾ മമ സഖാക്കളൊത്തുകൂടി-
ക്കവിതകൾചൊല്ലിയെഴും സദസ്സു പുക്കാൽ
ചെവിയടവുടയോരെനിക്കു തള്ളി-
ക്കവിയുമഴൽക്കതിരെങ്ങു കാവ്യലോലേ

പുലരുമളവിളങ്കളസ്വനത്താ-
ലുലകിനധീശ്വരി ഹന്ത നിന്മഹത്വം
പല പാവകൾ പാടിടുന്ന പാട്ടാൽ
ഫലമിനിയില്ലിവനെന്നു വന്നുവല്ലോ

വനരുചി വളരും വസന്തകാല-
ത്തനഘതരസ്വരമാർന്ന കോകിലങ്ങൾ
മനതളിർ കുളിരുംപടിക്കു കൂകും
നിനദമെനിക്കിനിയോർത്തിരിക്കമാത്രം

ലളിതതനുഭവൽകരസ്ഥമാം പൈ-
ങ്കിളിയുടെ കൂട്ടർ തെളിഞ്ഞു കൊഞ്ചിടുമ്പോൾ

ഗളിതസുകൃതനാമിവൻെറ കർണ്ണ-
ങ്ങളിലതു തൂമധു തൂകിടാതെയായി

ഭവസഹചരി ഭക്തരാത്തരാഗം
ഭവദപദാനശതങ്ങൾ പാടിടുമ്പോൾ
ഇവനിനിയതു കേട്ടു മോദബാഷ്പ-
സ്രവമൊടു കോൾമയിർപൂണ്ടു നിൽപതെന്നോ?

സ്ഫുടമുഷസി കരൾക്കുണർച്ച നൽകും
പടഹസമം കടലിന്റെ കോളിരമ്പം
കടലരികിൽ വസിക്കിലും ശ്രവിപ്പാൻ
തടവിവനേറ്റിതു ഹന്ത കാലദോഷം

ചൊടിപെടുമസുരർക്കു കാളി നീളെ-
ത്തടിവിറ നൽകിന താവകാട്ടഹാസം
ഝടിതി കരളിലോർമ്മയാകുമാറു-
ള്ളിടിരവവും ചെവി പൂകിടാതെയായ് മേ

വിവിധമുലകിലുള്ള ശബ്ദമൊന്നും
ചെവിയിണതന്നിലണഞ്ഞിടായ്കയാൽ മേ
അവിരതമലസത്വമാർന്നകക്കാ-
മ്പവിരളനിദ്രയിലാണ്ടപോലെയായി

നവനവപരിതാപഹേതുവാമെൻ-
ശ്രവണവിപത്തവിടുന്നു തീർത്തിടായ്കിൽ
ശിവമഹിഷി മനം മയങ്ങി മാഴ്കു-
ന്നിവനുടെ ജന്മമിതെത്ര പാഴിലാകും

ക്ലമമൊഴിവതിനൊന്നുകിൽ പ്രപഞ്ച-
ഭ്രമമിതു തീർത്തുതരേണമല്ലയെങ്കിൽ
മമ ചെവിരുജ മാറ്റുവാൻ ഭിഷക്സ-
ത്തമദയിതേ ദയചെയ്യണം ക്ഷണം നീ

ജവമൊടുവിജയപ്രഭാവമേകും
തവ പദസേവനമാചരിച്ചൊടുക്കം
ശിവശിവ ഹതകർണ്ണനാകിലും ഞാൻ
ഭവഭുവനേശി തുലോമപാർത്ഥനായി

*ഇവനറിയരുതംബ മേലിലെന്നോ
തവ കുണവന്റെ കുചങ്ങൾതൻ ഗുണത്തെ
അവയൊടു ചിലവേള ചേർച്ചകോലും
ഭവദരുതണാംഘ്രി ഭജിച്ചതിങ്ങിതിന്നോ?

പലപൊഴുതുമുമേ ഗുണോത്തരശ്രീ
വിലസിന നിൻപദമോടിണങ്ങിയാലും
അലമപഗുണമായിതോ ഹരൻതൻ
തലമുടിയെന്നിവനോർത്തുപോം ചിലപ്പോൾ

നിരവധിതവിഭുത്വമെന്നിവറ്റിൽ-
പ്പരമചിദാത്മകയായ നിന്റെ സാമ്യം
ചിരമുടയ നഭസ്സു നിൻകിടയ്ക്കി-
ത്തരമൊരു നിർഗ്ഗുണമട്ടുമാർന്നിരിക്കാം

അനുപധി ഗുണഹാനി വാനിനേകീ
തനുതരമാം തവ മദ്ധ്യമെന്നു പണ്ടേ
അനുപമകവിവര്യവാക്കു കേൾപ്പു-
ണ്ടനുഭവസിദ്ധമെനിക്കതിപ്പൊഴാര്യേ

ഭവദനഘചരിത്രഗാനമാർന്നോ-
രിവനൊരപശ്രുതിയെന്ന കേടുപറ്റി
ധ്രുവമുടനവതാളവും പിണഞ്ഞൂ
തല മതമിപ്പടിയോ നടേശജായേ

ദുരുപശമഗദാർത്തനാമെനിക്കു-
ള്ളുരുതരസങ്കടമാരൊടോതിടേണ്ടു
വിരുതെഴുമവിടുന്നൊഴിഞ്ഞിവന്നി-
ല്ലൊരു പരദേവത; പാഹി പാഹി നാഥേ

ഉലകിതു സുഖദുഃഖമിശ്രമെന്നായ്-
പ്പലരുമുരപ്പതസത്യമല്ലയെങ്കിൽ
ചില സുഖശകലങ്ങൾ വല്ലപോതും
കലരുവതിന്നവകാശമില്ലയോ മേ?

---

* ശിവൻ വ്യോമകേശനെന്നും ആകാശം ശബ്ദഗുണകമെന്നും പ്രസിദ്ധം. ചില വേള= പ്രണയകലഹസമയങ്ങളിൽ.

ഹരിമുതലൊരുപേൻവരെക്കുമുള്ളോ-
ർക്കരിയ സുഖം വിഭജിച്ചു നൽകിടുമ്പോൾ
ദുരിതഭരിതനാമിവന്റെ കാര്യം
ഗിരിശകുടുംബിനി നീ മറന്നിരിക്കാം

പെരുവഴി പിഴയാത്ത ലോകയാത്ര-
ക്കൊരുവിധവും വിരുതില്ലെനിക്കു പണ്ടേ
കുരു പുനരപി കൂനിലാർന്നവൻ പോ-
ലൊരു ചെവിപൊട്ടനുമായി ഞാനിദാനീം

തരമടിയനു ലൗകികത്തൊഴിൽക്കെൻ
പരമശിവേ കുറവായി വന്നുവല്ലോ
ചിരമിനി വിജനത്തിൽ വാണു നിൻതൃ-
ച്ചരണനിഷേവണമൊന്നുതന്നെ പോരും

വിലപിതമിദമെന്തിനിങ്ങനർത്ഥം
പലതിനിയും വരുമെങ്കിൽ വന്നിടട്ടേ
അലഘുസുഖകരം മഹേശി നിങ്കാ-
ലലരിവനപ്പൊഴുതേറേയോർക്കുമല്ലോ

കദനമഖിലവും കളഞ്ഞിടും തൃ-
പ്പദഭജനത്തിനിതാസ്ഥ നൽകുമെങ്കിൽ
ഗദഹരർ പായുംവിധം ശിവേ മൽ-
ഗദമിതു പാവനമെന്നു താനുറയ്ക്കാം

സ്വയമഥ ചെവിപോലെ മറ്റു നാലി-
ന്ദ്രിയവുമിവന്നു വിനഷ്ടമാകിലാട്ടെ
ഭയശമകരി ചിത്തമങ്ങയിൽത്താൻ
നിയതമുറയ്ക്കണമെങ്കിൽ ഞാൻ കൃതാർത്ഥൻ

പുരമഥനപുരന്ധ്രി പുണ്യലക്ഷ്മീ-
പുരടമണിപ്പുരയായ്പ്പുരാണമായി
പരസുഖമയമായ നിൻസ്വരൂപം
കരളിലിരിപ്പവനല്ലലെന്തു പിന്നെ?

ഇവനുടലിതു നിത്യമെന്നുറച്ചീ-
ശ്രവണഗദക്ഷതി നേർന്നിടുന്നു കഷ്ടം

ഭവതി കനിയുകിൽശ്ശമിക്കുമല്ലോ
ഭവദയിതേ ഭവമൃത്യുബാധപോലും

വിരവിലിവനെ നീ മൃഡാനി വീണ്ടും
നരകനടുക്കുഴിയിങ്കൽ വീഴ്ത്തിയാലും
സുരവരപുരിയിൽക്കരേറ്റിയാലും
ചരണയുഗം തവ കൈവിടാ ദൃഢം ഞാൻ

മലർശരജയവൈജയന്തി മഞ്ഞി-
ന്മലയുടെ മഞ്ജുളമംഗളക്കുരുന്നേ
മലയജമഹനീയമന്ദഹാസാ-
മലവദനേ ജയ മാമറക്കഴമ്പേ

ചലദുരസിജഭാരതാരഹാരേ
തിലകരുചിദ്വിഗുണാനനാംശുപൂരേ
ജലജശരവിരോധിഭാഗ്യധാരേ
വിലസുക മേ ഹൃദി വിശ്വവൃക്ഷവേരേ

തിലവിതതീയിലെണ്ണയെന്നതിന്മ-
ട്ടുലകിതിലൊക്കെയുമുള്ളിലും പുറത്തും
വിലസുകിലുമസംഗയായ നിന്നെ-
പ്പലവഴിയായ്ത്തിരയുന്നു പണ്ഡിതന്മാർ

അരനിമിഷമഖണ്ഡശക്തിയാം നിൻ
വിരഹമതേൽക്കുകിലപ്പൊഴിപ്രപഞ്ചം
പരവശമൊരു ചേഷ്ടയും പെടാതേ
ഹര! ഹര ചിത്രഗതാഭമാകുമല്ലോ

കുലശിഖരികുമാരികേ നിനക്കീ-
യുലകു കളിപ്പുരതന്നെയാണശേഷം;
പലപൊഴുതിതു തീർത്തുകാത്തൊടുക്കം
വിലയമണച്ചു രസിച്ചിടുന്നു നീതാൻ

അധനതയണയുന്നു വൻപണക്കാ-
ർക്കധമനൊരുത്തമനായ്ച്ചമഞ്ഞിടുന്നു;
വിധമഖിലമനുക്ഷണം പകർന്നീ-
വിധമിഹ കാണ്മതുമംബ നിൻപ്രയോഗം

അഹിതപരനനാമയാദ്ധ്യനായും
വിഹിതഹിതൻ വിവിധാർത്തിപാത്രമായും
മഹിയിൽ മരുവിടുന്നു ഹാ! ശിവേ നിൻ
മഹിതതരം മറിമായമാരറിഞ്ഞു

അലഘുതരവിലാസശീലയാം നീ
സുലളിതരൂപിണി നന്ദഗോപകന്യേ
നലമൊടു ഭവമായ പമ്പരത്തെ-
പ്പലവിധമിട്ടു തിരിച്ചിടുന്നു നിത്യം

ബത ബഹുവിധകർമ്മബദ്ധരായ-
ച്യുതഗിരിശാദികളും പ്രപഞ്ചദുഃഖം
സതതമനുഭവിച്ചിടുന്നു; പിന്നീ-
ടിതരശരീരികളെന്തു ഹന്ത! നാഥേ!

അഗദത വരുവാനുമാത്മബോധം
വിഗളിതവിഭ്രമമുത്ഭവിക്കുവാനും
നിഗമശതനിലീനയായ നിങ്കൽ-
ഭഗവതി! ഭക്തിഭരം ഭവിക്കണം മേ.

നവനിധിപതിയാം വെറുംദരിദ്രൻ
കവനവിദഗ്ദ്ധത മൂകനും കിടയ്ക്കും
ഭവതിയിലൊരു ഭക്തിലേശമാർന്നാ-
ലവനഖിലേഷ്ടവുമംബികേ കരസ്ഥം.

ഇടരൊടുമൊരു ഭിക്ഷുപോലവേ പ-
ണ്ടടവികൾ ചുറ്റിന രാമനാദിമായേ
കടലിനു ചിറയിട്ടു ചെന്നു വൈരി-
പ്പടകളെ വെന്നതു നിൻപ്രസാദലേശം

നിരവധിമദമത്സരാദിയാദോ-
നിരകൾ നിറഞ്ഞ ഭവാബ്ധിയെക്കടപ്പാൻ
നിരയഭയനിഹന്ത്രി യാനപാത്രം
നിരഘഭവൽപ്പദഭക്തിമാത്രമത്രേ

ഭയഭരകരബന്ധമാം ഭവാഖ്യ-
ക്കയറിനു വാൾ ഭവദംഘ്രിഭക്തിയല്ലോ

ഉയരെ വിലസിടുന്ന മുക്തിസൗധം
കയറുവതിന്നിതുതന്നെ തക്കകോണി

നിരവധികസുഖൈകഹേതുവാകും
സ്ഥിരതരഭക്തിവിശേഷമാർക്കു നിന്നിൽ
ഹരസഹചരി! നാകലോകവും ദു-
ർന്നരകവുമാനരമുഖ്യനൊന്നുപോലെ

മമ ജനനി മനത്തടത്തിൽ നട്ടോ-
രമലഭവൽപ്പദഭക്തികല്പവല്ലി
സുമധുരഫലമേന്തുമാറപാസ്തു-
ക്ലമമിഹ തൂകുക സൽകൃപാമൃതം നീ

അഖിലശുഭദയാം വിരക്തിയാകും
സഖി പരിചര്യകൾ ചെയ്‌വതേറ്റജസ്രം-
സുഖിതയൊടിഹ ഭക്തിയായ പൊയ്ത്താർ-
മുഖിയൊടുമൊത്തു രമിപ്പനംബികേ ഞാൻ

കർമ്മജ്ഞാനസമാഖ്യയോഗയുഗള-
ത്തേക്കാളനായാസമായ്-
ശ്ശർമ്മം ചേർപ്പതു ഭക്തയോഗവിധിയാ-
ണെന്നാണു വിദ്വജ്ജനം
മർമ്മംകണ്ടുരചെയ്‌വതൊട്ടലിവൊടെൻ-
വിശ്വേശിനിശ്ശേഷദു-
ഷ്കർമ്മക്കാടിനൊരഗ്നിയാമതടിയ-
ന്നായത്തമാക്കേണമേ ■

www.ingramcontent.com/pod-product-compliance
Lightning Source LLC
LaVergne TN
LVHW101429051026
849519LV00005BC/1916
* 9 7 8 9 3 4 8 1 2 5 5 1 4 *